AF528925

ഗ്രീൻ ബുക്സ്

മഹാകവിസപ്തകം

എം.ആർ. ചന്ദ്രശേഖരൻ

അധ്യാപകൻ, പത്രാധിപർ, നിരൂപകൻ.
1929ൽ തൃശൂർ ജില്ലയിലെ പോട്ടോരിൽ ജനനം.
കേരള സാഹിത്യ അക്കാദമി നിർവാഹക സമിതിയംഗം,
കാലിക്കറ്റ് യൂണിവേഴ്സിറ്റി സിൻഡിക്കേറ്റ് അംഗം,
കേരള സാഹിത്യ അക്കാദമി സെക്രട്ടറി, പ്രൈവറ്റ് കോളേജ്
അധ്യാപക സംഘടന (എ.കെ.പി.സി.ടി.എ.) ജനറൽ സെക്രട്ടറി
എന്നിങ്ങനെ വിവിധ നിലകളിൽ സേവനം അനുഷ്ഠിച്ചിട്ടുണ്ട്.
*കൃതികൾ: നിരൂപകന്റെ രാജ്യഭാരം, സത്യവും കവിതയും,
ഗോപുരം, ലഘു നിരൂപണങ്ങൾ, എഴുത്തിലെ പൊന്ന്,
കമ്യൂണിസ്റ്റ് കവിത്രയം, ഗ്രന്ഥപൂജ, മലയാള സാഹിത്യം
സ്വാതന്ത്ര്യലബ്ധിക്കു ശേഷം (വിമർശനങ്ങൾ).
കേരളത്തിലെ പുരോഗമന സാഹിത്യ പ്രസ്ഥാനത്തിന്റെ
ചരിത്രം (സാഹിത്യ ചരിത്രം), ജെംഗിസ് ഖാൻ,
തിമൂർ (ചരിത്ര നോവൽ), നാം ജീവിക്കുന്ന ഈ ലോകം,
മാനത്തേക്കു നോക്കുമ്പോൾ, മനുഷ്യാവകാശങ്ങൾ,
കൊക്കോറോ, മനീഷികൾ, മാറ്റിവച്ച തലകൾ,
കളഞ്ഞുപോയ മൂക്ക്, ഉഴുതുമറിച്ച പുതുമണ്ണ്, ഡോണിലെ
കൊയ്ത്ത്, പടിവാതിൽക്കൽ (വിവർത്തനങ്ങൾ) തുടങ്ങിയവ.*

ഗ്രീൻ ബുക്സ് പ്രസിദ്ധീകരിച്ച
ഗ്രന്ഥകർത്താവിന്റെ ഇതര കൃതികൾ

സാഹിത്യനിരൂപണം

ജോസഫ് മുണ്ടശ്ശേരി -
വിമർശനത്തിന്റെ പ്രതാപകാലം

ആത്മകഥ

എൻ.വി. കൃഷ്ണവാരിയർ -
എന്റെ ജീവിതകഥയിലെ എൻ.വി. പർവ്വം

ബലകുടീരങ്ങൾക്കൊരു
ഓർമ്മപ്പുസ്തകം

പഠനം

മഹാകവിസപ്തകം

എം.ആർ. ചന്ദ്രശേഖരൻ

ഗ്രീൻ ബുക്സ്

green books private limited
gb building, civil lane road, ayyanthole,
thrissur- 680 003, kerala, ph: +91 487-2381066, 2381039
website: www.greenbooksindia.com
e-mail: info@greenbooksindia.com

malayalam
mahakavisapthakam
study
by
m.r. chandrasekharan

first published june 2020

cover design : mansoor cheruppa

branches:
thrissur 0487-2422515
thiruvananthapuram 0471-2335301
calicut 0495 4854662
enakulam 8589095302

isbn : 978-93-89671-67-4

GBPL/1148/2020

ശ്രീനാരായണസൂക്തങ്ങൾ ചൊല്ലി
രസിച്ചിരുന്ന പിതാവ്
ശ്രീ. എം.വി. രാമൻവൈദ്യരുടെ
സ്മരണയ്ക്ക്

ഈ പുസ്തകത്തിന്റെ ഉല്പത്തിചരിത്രം പുസ്തകത്തിന്റെ അവസാനഭാഗത്ത് ചേർത്തിട്ടുള്ള സമാപ്തിയിൽ പറഞ്ഞിട്ടുണ്ട്. അതിവിടെ ആവർത്തിക്കുന്നില്ല.

കവിത്രയത്തിനു ശേഷം പല കവികൾ സഹൃദയലോകത്തെ ആഹ്ലാദഭരിതമാക്കി. ആ കവികളെ ഒന്നിച്ചെടുത്ത് നിരൂപിക്കാൻ ആരും മുതിർന്നു കണ്ടില്ല. കവിത്രയം. ധാരാളമായി നിരൂപണം ചെയ്യപ്പെട്ടു. പിൽക്കാലകവികളിൽ മൂന്നുപേരെപ്പറ്റി 'കമ്മ്യൂണിസ്റ്റ് കവിത്രയം' എന്ന ഗ്രന്ഥത്തിൽ ഞാൻ എഴുതുകയുണ്ടായി. കവിത പ്രചാര പ്പെടുവാൻ ആമുഖക്കുറിപ്പുകൾ വേണം. വള്ളത്തോളിന്റെ സാഹിത്യമഞ്ജരികൾ അവതാരികകളും ആസ്വാദനങ്ങളുമായാണ് പ്രകാശനം ചെയ്യപ്പെട്ടത്. ഈ നവോത്ഥാന കവികളുടെ കാലത്തേക്ക്, ആ സമ്പ്രദായം അവഗണനയിൽ പെട്ടു പോയി. ആ കുറവ് ലഘുവായെങ്കിലും തിരുത്തുകയാണ് ഗ്രന്ഥനിർമ്മാണത്തിൽ എന്റെ ലക്ഷ്യം.

ഗ്രീൻ ബുക്സ് ഇത് പ്രസിദ്ധീകരിക്കുന്നതു കൊണ്ട് എന്റെ ഉദ്ദേശ്യം സഫലമാകുന്നു. ഗ്രീൻ ബുക്സ് എന്റെ മൂന്നു കൃതികൾ പ്രസിദ്ധീകരിച്ചിട്ടുണ്ട്. അതിനും ഈ പുസ്തകംത്തിന്റെ പ്രസിദ്ധീകരണത്തിനും ഗ്രീൻ ബുക്സിനോടുള്ള എന്റെ കൃതജ്ഞത രേഖപ്പെടുത്തുന്നു.

എം.ആർ. ചന്ദ്രശേഖരൻ

ഉള്ളടക്കം

മുഖവുര

ഉള്ളൂർ, വള്ളത്തോൾ, കുമാരനാശാൻ – ഈ മൂന്നു പേർ നമ്മുടെ മുൻപന്തി നവോത്ഥാന കവികളാണ്. നിയോക്ലാസ്സിസത്തിൽ നിന്ന് മലയാള കവിതയെ വിടർത്തിമാറ്റിയതവരാണ്. റൊമാന്റിക്കുകൾ ആയിരുന്നെങ്കിലും നിയോക്ലാസ്സിസത്തിന്റെ സ്വാധീനത്തിൽനിന്നവർ പൂർണ്ണമായി മുക്തരായിരുന്നില്ല. പരിവർത്തനഘട്ടത്തിലായിരുന്നു, അവർ, നിയോക്ലാസ്സിസത്തിന്റെ മുദ്ര കെട്ടുമുറുക്കം ആകുന്നു. കുമാരനാശാനെ പുതുമാതിരി കവിതയുടെ ആദ്യപ്രണേതാവായി കണക്കാക്കുന്നെങ്കിലും കുമാരനാശാൻ റൊമാന്റിക് മാർഗ്ഗത്തിലേക്ക് പൂർണ്ണമായി മാറിയിരുന്നില്ല. 'വീണപൂവാ'ണല്ലോ ആശാന്റെ വിളിപ്പെട്ട ആദ്യ കവിത. രചനയിൽ അത് നിയോക്ലാസ്സിസത്തിന്റെ ചട്ടക്കൂട് ഉപേക്ഷിച്ചിരുന്നില്ല. മഹാകവികളായ ഉള്ളൂരും വള്ളത്തോളും മഹാകാവ്യങ്ങൾ രചിച്ചു. മഹാകാവ്യങ്ങളുടെ കുലം നിയോക്ലാസ്സിസമാകുന്നു. വള്ളത്തോളിന്റേയും ഉള്ളൂരിന്റേയും കൃതികൾ, ഖണ്ഡകാവ്യങ്ങൾ – മോണോഗ്രാഫുകൾ – ആകുന്നു. കുമാരനാശാന്റെ 'നളിനി' തൊട്ട് 'കരുണ' വരെയുള്ള കാവ്യകൃതികൾ മോണോഗ്രാഫുകളാണ്. സമാഹാരങ്ങളായി കവിത പ്രസിദ്ധീകരിക്കുന്ന സമ്പ്രദായം, പ്രാധാന്യേന, വള്ളത്തോളിലാണ് കണ്ടത്. അദ്ദേഹത്തിന്റെ സാഹിത്യമഞ്ജരിക്കവിതകൾ. ഉള്ളൂരിലും സമാഹാരങ്ങൾ ഉണ്ട്. ആശാൻ ആ മാർഗ്ഗത്തിൽ ലഘുവായേ ചരിച്ചുള്ളൂ. ആശാന്റെ ഖണ്ഡകാവ്യങ്ങൾ കാളിദാസീയമായ ശിൽപ്പഭദ്രത ഉള്ളവയാണ്. 'റൊമാന്റിസിസം' പൂർണ്ണസ്വാതന്ത്ര്യമാകുന്നു. യാഥാസ്ഥിതികമായ യാതൊരു കെട്ടുപാടുകളും അതിൽ ഉണ്ടായിക്കൂടാ.

ഇതിവൃത്തം പുതുപുത്തൻ, കഥാപാത്രങ്ങൾ സാമാന്യപരിഷകൾ, വള്ളത്തോളിന്റെ സാഹിത്യമഞ്ജരിക്കവിതകളിൽ ആ മാറ്റം കാണും. ആശാന്റെ ദുരവസ്ഥ, ചണ്ഡാലഭിക്ഷുകി എന്നീ കവിതകളിൽ ഈ മാറ്റം ഉണ്ട്. കാവ്യനിർമ്മാണത്തിന്റെ സാമാന്യവഴികൾ വിട്ട രചനയാണ് ദുരവസ്ഥ എന്ന് ആശാൻ പറഞ്ഞിട്ടുണ്ട്. സാമാന്യകാവ്യരീതിയിൽ നായകസ്ഥാനത്തു കൊണ്ടുവരാൻ പറ്റാത്ത ഒരു ലഗ്നമാണ് ദുരവസ്ഥയിലുള്ളത്. നായകനും നായികയും ഭിന്നശ്രേണികളിൽപെട്ടവർ. സഹൃദയലോകം

തന്റെ കൃതികളെ സ്വീകരിക്കുമോ? ആശാന് ശങ്ക ഉണ്ടായിരുന്നു. തന്റെ കാവ്യം (ദുരവസ്ഥ) ഒരു വിലക്ഷണ നിർമ്മിതിയാണെന്ന് ദുരവസ്ഥാ കർത്താവ് പറഞ്ഞത്, കാവ്യരചനയുടെ പ്രസിദ്ധ മാതൃകകളിൽ നിന്ന് താൻ തെറ്റി നിൽക്കുന്നു എന്ന വിചാരഗതിയിൽ ആകുന്നു.

രണ്ട്

കവിത്രയത്തിനു പുറകെവന്ന ഭാഷാകാവ്യകാരന്മാർ നിയോക്ലാസ്സിസത്തിന്റെ പരാധീനതകളില്ലാത്തവരായിരുന്നു. വലിയ ഒരു മാറ്റം, സംസ്കൃതവൃത്തങ്ങളെ അവർ കൈവെടിഞ്ഞതായിരുന്നു. കൗതുകത്തിനും വിനോദത്തിനും വേണ്ടി അവർ രചനകളിൽ ശ്ലോകവൃത്തങ്ങൾ ഉപയോഗിച്ചിട്ടുണ്ട് - ചങ്ങമ്പുഴയുടെ ചില ശ്ലോകങ്ങൾ, വൈലോപ്പിള്ളിയുടെ ഈയിടെ പ്രസിദ്ധീകരിച്ച കാവ്യകൃതി. കുമാരനാശാന്റെ ഒടുവിലെഴുതിയ കാവ്യം 'കരുണ' നതോന്നതയിലായിരുന്നു. സംസ്കൃതവൃത്തത്തിലെ കാവ്യരചന മലയാളത്തിൽ ഇല്ലാതാക്കി മുദ്രവെച്ച കൃതിയത്രേ കരുണ.

ശങ്കരക്കുറുപ്പ് മുതൽ എൻ.വി. കൃഷ്ണവാരിയർ വരെ ഏഴു മഹാകവികൾ, അവരെപ്പറ്റി നവോത്ഥാന മഹാകവിസപ്തകം എന്നാണ് പറയുന്നത്. പ്രസിദ്ധമാണ് കവിത്രയം എന്ന ചൊല്ല്. ഇവിടെ മഹാകവി സപ്തകത്തെപ്പറ്റിയാണ് പറയുന്നത്. ഏഴു മഹാകവികൾ. ഈ കവികൾ കവിത്രയമഹാവൃക്ഷത്തിന്റെ ചോലയിൽപെട്ടുപോയ കവിപാദപങ്ങളാണ്. കവിത്രയ മഹിമ പാടിക്കൊണ്ടിരുന്നു, മലയാളത്തിൽ വിമർശകരും കാവ്യചരിത്രകാരന്മാരും കവിത്രയകവികളുടെ വമ്പ് പിൽക്കാല കവികൾക്ക് ഉണ്ടാകാം എന്ന് ആരും വിചാരിച്ചില്ല. വൻപെരുമയുള്ള വലിയ നേതാവിന്റെ പുറകെ വരുന്ന ഇളംതലമുറക്കാരന് പെരുമ ആർജ്ജിക്കുക അനായാസമല്ല. ഭൂമുഖത്ത് അനേകം മരുഭൂമികളുണ്ട്. അവയിൽ മിക്കതും പർവ്വതനിരകളുടെ പൃഷ്ഠദേശങ്ങളാണ്. മഴനിഴലിൽപെട്ട ഭൂഭാഗങ്ങളാണവ. നമ്മുടെ കവിത്രയം കാവ്യലോകത്തിലെ മഹാമേരുവായി കൊണ്ടാടപ്പെട്ടു. എന്നാൽ, പിന്നീടു വന്ന കവികൾക്കും മഹാകവിത്വമുണ്ടെന്നും കവിത്രയകവികൾക്ക് സമാനരാവാമവരെന്നും വിചാരിക്കാൻ നമുക്കായില്ല.

മൂന്ന്

കവനസമ്പത്തുകൊണ്ടും പ്രതിഭാവിലാസംകൊണ്ടും കവിത്രയമഹാകവികളോടു കിടപിടിക്കുന്ന സപ്തമഹാകവികളെപ്പറ്റിയാണ് ഞാൻ പറയാൻ പോകുന്നത്. അവർ മഹാകവി ജി., മഹാകവി പി., മഹാകവി

ഇടശ്ശേരി, മഹാകവയിത്രി നാലപ്പാട്ട് ബാലാമണിയമ്മ, മഹാകവി വൈലോപ്പിള്ളി ശ്രീധരമേനോൻ, മഹാകവി ചങ്ങമ്പുഴ, മഹാകവി എൻ.വി. കൃഷ്ണവാരിയർ എന്നിവരാകുന്നു. മഹാകവി എന്ന് ഇപ്പോൾ ആരും പറയാറില്ല. മഹാകവിത്രയം എന്നല്ലല്ലോ സാമാന്യമായ പറച്ചിൽ. സപ്തകവികളുടെ പേരോടു ചേർത്ത് മഹാകവി എന്നു പറയാൻ ചിലർക്കെങ്കിലും വൈമനസ്യമുണ്ടാകും. മഹാകവി ജി., മഹാകവി പി. രണ്ടും നാട്ടുചൊല്ലായിട്ടുണ്ട്. മഹാകവി ഇടശ്ശേരി എന്ന് അധികം പറഞ്ഞുകേട്ടിട്ടില്ല. ബാലാമണിയമ്മയുടെ പേരിനോട് മഹാകവിസംജ്ഞ ചേർത്ത് ഞാൻ കണ്ടിട്ടില്ല. മഹാകവി ചങ്ങമ്പുഴ ധാരാളമായി പറഞ്ഞുകേട്ടിട്ടുണ്ട്. എന്നാൽ മഹാകവി എൻ.വി. എന്നാരും പറയാറില്ല. യൂണിവേഴ്സിറ്റിയിൽ നിന്ന് ഡി.ലിറ്റ് ബിരുദം ലഭിച്ചശേഷവും അതില്ല. യൂണിവേഴ്സിറ്റി ഡോക്ടർ ബിരുദം നൽകിയെങ്കിലും പേരിനു മുമ്പിൽ ഡോ. ചേർക്കാറില്ല, എൻ.വി.

മഹാകവിസപ്തകം എന്ന പദശിൽപ്പം കവിത്രയംപോലെ ക്ഷണേന പ്രചുരപ്രചാരം നേടുമെന്ന് വിചാരിച്ചുകൂടാ. കവിത്രയം എന്ന വചനം 20-ാം നൂറ്റാണ്ടിന്റെ ദ്വിതീയ ദശകം തൊട്ട് പറഞ്ഞുവരുന്നതാണ്. സഹൃദയലോകം അതിനെ സഹർഷം നെഞ്ചേറ്റിയിരുന്നു. അതിൽ ഒരു വികൽപ്പം ആർക്കും ഉണ്ടായില്ല. മഹാകവിയാകാൻ ആഗ്രഹിച്ച മറ്റു കവികൾ ഉണ്ട്. അവർക്കൊന്നും മഹാകവിസ്ഥാനം ലഭിച്ചില്ല. കവിത്രയ കവികളുടെ സമകാലീനരെപ്പറ്റിയാണ് പറഞ്ഞത്. സഹൃദയലോകത്തിന് തെറ്റുപറ്റില്ല. ബഹുമതിക്ക് അർഹതയുള്ളവർക്കേ ജനസമുദായം ബഹുമതി നൽകുകയുള്ളൂ. ജാതി തിരിച്ച്, മതം തിരിച്ച്, ദേശം തിരിച്ച് നൽകപ്പെടുന്നതല്ല മഹാകവിപ്പട്ടം. പിൽക്കാലത്ത് മഹാകവിച്ചൊല്ല് ജനപ്രിയമല്ലാത്തതായിപ്പോയി. ആ ഇടവേളയിലാണ് മഹാകവിസപ്തകത്തിന് ആ ബഹുമതി മാത്രമല്ല, തഥാവിധമുള്ള സർവ്വാദരവും ലഭിക്കാതെ പോയത്.

ഈ ഏഴു കവികൾ കവിത്രയത്തിലെ മൂന്നു കവികൾക്കു സമന്മാരാണ്. കാലത്തിന്റെ മാറ്റംകൊണ്ട്, കവിത്രയകവികളേക്കാൾ ചില സംഗതികളിൽ മുമ്പേറായിട്ടുണ്ടാകാമവർ, ഈ കവികൾ ഇരുപതാം നൂറ്റാണ്ടിന്റെ കവികളാണ്. ഇരുപതുകൾ വിജ്ഞാന ജൃംഭണത്തിന്റെ നൂറ്റാണ്ടാണ്. ആ നൂറ്റാണ്ടിൽ ജീവിച്ച്, അതിൽ കാലംചെയ്തുപോയവർ. മരണാനന്തരബഹുമതിയായിട്ടാണ് മഹാകവിസപ്തകത്തെ നാം ആദരിക്കുന്നത്. നാളെ, ഭാവിയിൽ, കവിത്രയത്തോടൊപ്പം കവിസപ്തകം എന്ന വിളിയും സഹൃദയജിഹ്വാഞ്ചലത്തെ ധന്യമാക്കും.

നാല്

സപ്തക കവികളുടെ ജനന-മരണത്തിയതികളാണ് ഇനിപ്പറയുന്നത്. ജീവചരിത്രക്കുറിപ്പിന്റെ ഭാഗം.

മഹാകവിസപ്തകം

പേര്	ജനനം	മരണം
ജി.	3/6/1901	1978
പി.	4/11/1905	1978
ഇടശ്ശേരി	22/12/1906	1974
ബാലാമണിയമ്മ	19/7/1909	1980
വൈലോപ്പിള്ളി	11/5/1911	1985
ചങ്ങമ്പുഴ	10/10/1911	1948
കൃഷ്ണവാരിയർ	13/5/1916	1989

ശേഷം ഏഴു കവികളെപ്പറ്റിയുള്ള കുറിപ്പുകളും കൃതിപരാമർശങ്ങളും ഗ്രന്ഥത്തിൽ വായിക്കാം.

ശത്രുസുലഭനായ കാവ്യകാരൻ
മഹാകവി ശങ്കരക്കുറുപ്പ്

ജി.യെപ്പറ്റി വളരെ എഴുതിയിട്ടുള്ള ഡോ. എം. ലീലാവതി കവിയുടെ വക്കീലായിട്ടാണ് അറിയപ്പെട്ടിട്ടുള്ളത്. സാഹിത്യത്തിലും കവിതയിലും വിവാദങ്ങൾ ഏറെയുള്ള കാലത്തെ കവിയായിരുന്നു. ജി. പല വിമർശ ശരങ്ങളും ജി.യെ ലക്ഷ്യം വെച്ചുള്ളതായിരുന്നു. വാദങ്ങൾക്ക് കവിതയിലൂടെ ജി. മറുപടി നൽകി. അതുകൊണ്ട് വിമർശകന്മാരടങ്ങിയില്ല. എന്നാൽ, അവരുടെ കൺമുന്നിൽ, ജി. കവിതയിൽ കൂടുതൽ ഉയരങ്ങളിലേക്കും തദ്വാരാ, കൂടുതൽ ബഹുമാന്യതയിലേക്കും വളർന്നു.

"ഏതു ചേരിയിൽ?" എന്ന ചോദ്യത്തിന്റെ കാലമായിരുന്നു അത്. "മനുഷ്യന്റെ ചേരിയിൽ" എന്നായിരുന്നു ജി.യുടെ മറുപടി. അത് പര്യാപ്തമായ ഒരു മറുപടി അല്ലാഞ്ഞിട്ട് പറയുകയല്ല. ആ മറുപടി അനപേക്ഷിതമായിരുന്നു. തന്റെ കവിതകൾ മറുപടി ആയിരുന്നു. കവി അതിനൊരു ഭാഷ്യം നൽകേണ്ടിയിരുന്നില്ല. ഒന്നോ കൂടുതലോ ഭാഷ്യങ്ങൾ കൊണ്ട് എതിർപ്പിന്റെ കൊടിതാഴ്ത്തുന്നവരായിരുന്നില്ല ജിയുടെ വിമർശകന്മാർ. അതൊരു പ്രസ്ഥാനമായിരുന്നു. സംഘബലം ഉണ്ടായിരുന്നു അതിന്റെ പുറകിൽ.

ജി.യ്ക്ക് സാഹിത്യത്തിൽ വൈതാളികന്മാരും അതിലുമധികം വൈരികളും ഉണ്ടായിരുന്നു. ജിയ്ക്ക് വലിയ ശിഷ്യസമ്പത്ത് ഉണ്ടായിരുന്നു. അവർ വിമർശനത്തിന്റെ കാമ്പിലേക്ക് നോക്കാതെ, കീർത്തനങ്ങളിൽ മുഴുകി. വിമർശനത്തിന്റെ മുമ്പിൽ പതറുക എന്ന ദൗർബല്യം ജിയ്ക്ക് ഉണ്ടായിരുന്നു. അവഗണിക്കേണ്ടതിനെയെല്ലാം കാര്യമായി കണക്കാക്കിയതായിരുന്നു ജിയുടെ പരാധീനത. ഞാൻ അത്ഭുതപ്പെട്ടിട്ടുള്ളത്, ഒരു കാലഘട്ടത്തിലെ സാഹിത്യ വിമർശകന്മാരൊക്കെ, ഏകസ്വരത്തിൽ ജി.യെ വേട്ടയാടുകയായിരുന്നു എന്നു കണ്ടിട്ടാണ്. ഒരു എതിർപ്പുകാരന് സാക്ഷി, മറ്റേ എതിർപ്പുകാരനായിരുന്നു. എല്ലാവരും ചേർന്ന് അത് ജി. വിമർശകന്മാരുടെ ഒരു കൂട്ടുകമ്പനി ആയിരുന്നു. അവരെയൊക്കെ പേരെടുത്ത് പറഞ്ഞു ബഹുമാനിക്കാൻ എനിക്കു ഉദ്ദേശ്യമില്ല.

രൂപത്തികവ്

പിൽക്കാല നവോത്ഥാന കവികളിൽ, കാളിദാസീയമായ ശില്പഭദ്രത കവിതയിൽ പുലർത്തിയ കാവ്യകാരനായിരുന്നു. ജി. കവിത്രയത്തിനു പുറകെ രംഗത്തുവന്ന കവികളെയാണ് പിൽക്കാല നവോത്ഥാന കവികൾ എന്നു ഞാൻ വിളിക്കുന്നത്. ആറേഴുപേരുണ്ടവർ. ശ്രീ പി., ചങ്ങമ്പുഴ അങ്ങനെ കവിത്രയകാലം നിയോക്ലാസിസത്തിൽ നിന്ന് റൊമാന്റിസിസത്തിലേക്കുള്ള പരിവർത്തനത്തിന്റേതായിരുന്നു കവിത്രയമഹാകവികളുടെ കനപ്പെട്ട കൃതികൾ നിയോക്ലാസിസത്തിന്റെ ശിക്ഷണത്തിൽപെട്ടവയായിരുന്നു. വള്ളത്തോളിന്റെ 'ചിത്രയോഗം' ഉള്ളൂരിന്റെ 'ഉമാകേരളം' കുമാരനാശാന്റെ 'വീണപൂവ്' അവയെല്ലാം രൂപത്തികവുള്ള കൃതികൾ ആയിരുന്നു. രൂപത്തികവ് നിയോക്ലാസിസത്തിന്റെ വാണിഭമുദ്ര (Trade Mark) ആകുന്നു. മഹാവിമർശകനായ കേസരി എ. ബാലകൃഷ്ണപിള്ള കവിതയിലെ ഗുരുകാവ്യപാരമ്പര്യത്തെയും ഗാനകാവ്യപാരമ്പര്യത്തെയും പറ്റി വേർതിരിച്ചു പറഞ്ഞിട്ടുണ്ട്. ചങ്ങമ്പുഴയെപ്പറ്റിയുള്ള വിമർശനത്തിലായിരുന്നു അത്. ഗുരുകാവ്യപ്രേമികൾക്ക് ചങ്ങമ്പുഴയുടെ ഗാനകാവ്യപാരമ്പര്യത്തിന്റെ യാഥാർത്ഥ്യം മനസ്സിലായില്ല. ആകയാൽ, അവരുടെ പക്ഷത്തുനിന്ന് ചങ്ങമ്പുഴയ്ക്ക് വലിയ എതിർപ്പുണ്ടായി. മലയാളത്തിന്റെ കാവ്യകലാപാരമ്പര്യം ഗീതിപരമാണ്. രാമചരിതം തൊട്ട് എഴുത്തച്ഛൻ വരെയുള്ളവരുടെ കൃതികൾ ആ വകുപ്പിൽ പെടുന്നു. പിന്നീടാണ്, കാളിദാസീയശ്ലോകപാരമ്പര്യത്തിനു മലയാളത്തിൽ സ്ഥാനം ലഭിച്ചത്. അത് ഒരു ഇടവേളയായിരുന്നു. കവിത്രയത്തിന്റെ ആദ്യകാല കൃതികളോളം അതിന് നില്പ് ഉണ്ടായി. കവിത്രയകവികളുടെ പിൽക്കാലകൃതികളെല്ലാം ഗീതിപരങ്ങൾ ആയിരുന്നു. ശുദ്ധദ്രാവിഡ പാരമ്പര്യമാണത്. വള്ളത്തോളിന്റെ മഗ്ദലനമറിയം, കൊച്ചുസീത, ഉള്ളൂരിന്റെ പിംഗള, കർണ്ണഭൂഷണം, കുമാരനാശാന്റെ ചണ്ഡാലഭിക്ഷുകി, ദുരവസ്ഥ ഇത്യാദികൃതികൾ ഗീതികാവ്യപാരമ്പര്യത്തിൽപ്പെടുന്നു. അവ റൊമാന്റിക്ക് കാവ്യസങ്കേതത്തിലും ഉൾപ്പെടുന്നു.

സ്വാതന്ത്ര്യം

റൊമാന്റിസിസം എഴുത്തുകാരന്റെ സ്വാതന്ത്ര്യമാണ്. പാരമ്പരിണമായ കാവ്യസങ്കേതങ്ങളോടുള്ള അകൽച്ചയാണതിൽ കാണുക. എഴുത്തുകാരന്റെ അനന്യാശ്രിതമായ വിചാരഗതിക്ക് അതിൽ സ്ഥാനമുണ്ട്. പണ്ടത്തെ രീതിയിലാണെങ്കിൽ, കുമാരനാശാന് ദുരവസ്ഥ എഴുതാൻ പാടുണ്ടോ? കാവ്യകലയുടെ മാത്രമല്ല, സമുദായവ്യവസ്ഥയുടെക്കൂടി ചട്ടക്കൂടു പൊളിച്ചെഴുതലാണ് റൊമാന്റിസിസം. അത് കാവ്യകലയിൽ വൻസ്വാധീനമായി പടർന്നതാണ്, പിൽക്കാല നവോത്ഥാന കവികളുടെ കൃതികളിൽ കാണാനായത്.

ജ്ഞാനപീഠപുരസ്കാരം

വയസ്സുകൊണ്ട് ജി. ശങ്കരക്കുറുപ്പ് പിൽക്കാല നവോത്ഥാന കവികളിൽ ആര്യനാണ്. മുൻകാല കവികളുടെ സ്വാധീനം താരതമ്യേന കൂടുതലുള്ളത് ശങ്കരക്കുറുപ്പിലാണ്. കവിതയിലെ കെട്ടുമുറുക്കം പ്രധാനമായിരുന്നു നിയോക്ലാസിക് കവിതകളിൽ. അത് പിന്നീട്, അഴഞ്ഞഴഞ്ഞു വന്നു. നവോത്ഥാന കവിത്രയത്തിന്റെ കൃതികളിൽ കെട്ട് മുറുകിയും മുറുകാതെയുമിരുന്നു. ജി. ശങ്കരക്കുറുപ്പിൽ കവിതയ്ക്ക് കെട്ടുമുറുക്കം എക്കാലവും നിലനിന്നു. എനിക്കു തോന്നുന്നത്, പല വിമർശകന്മാർക്കും അരോചകമായത് ഈ മുറുക്കം ആണെന്നാണ്. റൊമാന്റിക് അയവിന്റെ കാലത്ത് എന്തിന് ഈ മുറുക്കം എന്നവർ അമർഷം കൊണ്ടിരിക്കാം. ശങ്കരക്കുറുപ്പിന്റെ രചനാപാകം ചില വിമർശകന്മാർക്ക് അഹിതമായിരുന്നിരിക്കാം. കവിതയിലുള്ള തങ്ങളുടെ അപ്രീതി കവിക്ക് നേരെ ചാട്ടിവിട്ടു. അങ്ങനെയാണ്, മഹാവിമർശകന്മാർ പലർ കുറുപ്പിന്റെ വ്യക്തിഗതമായ നേട്ടങ്ങളെപ്പോലും അന്യഥാകരിച്ചത്. ശങ്കരക്കുറുപ്പിന് ജ്ഞാനപീഠപുരസ്കാരം ലഭിച്ചപ്പോൾ, അത് അപരാധമായി. ഒരു ലക്ഷം രൂപയോടെയുള്ളതായിരുന്നു, പുരസ്കാരം. "പുരസ്കാരസർട്ടിഫിക്കറ്റ് കിട്ടും, രൂപയില്ല" എന്നായിരുന്നു ഒരാക്ഷേപം.

ശങ്കരക്കുറുപ്പ് പുരസ്കാരത്തുകയിൽ ഒരു സംഖ്യ മാറ്റിവെച്ച് 'ഓടക്കുഴൽ' സമ്മാനം ഏർപ്പെടുത്തി. ആരോപണം വാസ്തവമല്ല, പണമുണ്ട് എന്ന് സ്ഥാപിക്കാനായിരുന്നു ആ ഉദ്യമം. ഓടക്കുഴൽ സമ്മാനം നൽകാനുള്ള അവകാശം ഉപയോഗിച്ച് എഴുത്തുകാരെ പ്രലോഭിപ്പിക്കാൻ ട്രസ്റ്റിന്റെ നടത്തിപ്പുകാർക്ക് കഴിഞ്ഞു. ട്രസ്റ്റും പുരസ്കാരവും സ്മര്യപുരുഷന്മാർക്കോ സ്ഥാപനങ്ങൾക്കോ പ്രശസ്തികരമായിട്ടല്ല കണ്ടിട്ടുള്ളത്. പോക്കറ്റ് കാർട്ടൂൺ പോലെ, അത് ചിലരുടെ പോക്കറ്റ് ബറോ ആയിത്തീരുകയാണ് പതിവ്. പത്മപ്രഭ, വയലാർ എന്നിവയോടൊപ്പം ഓടക്കുഴലും ഉണ്ട്. കാലശേഷം, ജി.യുടെ പ്രശസ്തിക്ക് ഭംഗകരമായിട്ടുള്ളത് ഓടക്കുഴൽ ആണെന്ന് ഞാൻ വിചാരിക്കുന്നു. എന്നെപ്പോലെ ചിന്തിക്കുന്ന പലരെയും എനിക്കറിയാം.

പണ്ഡിതർ ശങ്കരക്കുറുപ്പ്

പ്രകരണം മാറിപ്പോയി ക്ഷമിക്കുക. ഗീതികാവ്യപ്പെരുമയ്ക്കിടയ്ക്ക് ശങ്കരക്കുറുപ്പിന്റെ കവനകലയിലെ ഗുരുകാവ്യചായ്‌വ് നിശ്ചിതകാലയളവിൽ കൊണ്ടാടപ്പെടുവാൻ വയ്യാത്തതായിരുന്നു. നോവൽ ചിന്തനത്തിൽ 'ലാൻഗ്വേജ് ഡ്രിവൺ' എന്നും 'പ്ലോട്ട് ഡ്രീവൺ' എന്നും രണ്ടുവിഭാഗമുണ്ട്. ഭാഷയ്ക്ക് പ്രാധാന്യം: ഭാഷാശൈലികൊണ്ടുള്ള ആകർഷണീയത ആണ് ആദ്യത്തേത്. കഥാംശത്തിനു പ്രാധാന്യം - അതാണ് പ്ലോട്ട് ഡ്രിവൺ. ജി. ശങ്കരക്കുറുപ്പ് പണ്ഡിതർ ജി. ശങ്കരക്കുറുപ്പായിട്ടാണ്, കാവ്യലോകത്ത് അറിയപ്പെടാൻ തുടങ്ങിയത്. കവി, ഭാഷാപണ്ഡിതനായിരുന്നു.

ആ നിലയിലാണ് കാവ്യലോകത്ത് പയറ്റിയത്. അദ്ദേഹം സ്കൂളിൽ ഭാഷാദ്ധ്യാപകനായിരുന്നു. പിന്നീട്, കോളേജിൽ മലയാളം പ്രൊഫസർ ആയി. ഭാഷ പഠിച്ചതുകൊണ്ടും ബിരുദധാരിയായതുകൊണ്ടും എഴുത്തുകാരനാകാൻ ആർക്കും കഴിയില്ല എന്ന് വൈക്കം മുഹമ്മദ് ബഷീർ പറഞ്ഞിട്ടുണ്ട്. അങ്ങനെ ചിന്തിച്ചിട്ടുള്ള മറ്റൊരാൾ പി. കേശവദേവ് ആണ്. കവിത്രയത്തിൽ, വള്ളത്തോൾ പഠിച്ചത് വൈദ്യശാസ്ത്രമാണ്. ആശാൻ അഭ്യസിച്ചത് സംസ്കൃതത്തിലെ തത്ത്വചിന്തയാണ്. രണ്ടാളും മലയാളം ഭാഷ എന്ന നിലയ്ക്ക്, പഠിച്ചിട്ടില്ല. ഉള്ളൂർ പാണ്ഡിത്യപാരാവാരമായിരുന്നു. ആ പാരാവാരത്തിലെ ചില തുരുത്തുകൾ ആയിരുന്നു ഭാഷാപഠനഗവേഷണങ്ങൾ.

പിൽക്കാല നവോത്ഥാനകവികളിൽ ആരാരുണ്ട് പണ്ഡിതൻ എന്നു വിളിക്കപ്പെടാവുന്നവർ? രണ്ടുപേർ. ജിയും. എൻ.വി.യും മാത്രം. വൈലോപ്പിള്ളി ശാസ്ത്രപഠനത്തിൽ ബിരുദമെടുത്തു. കുഞ്ഞിരാമൻനായർ ആകെ പഠിച്ചത് ഇത്തിരി മലയാളം, ഇത്തിരി സംസ്കൃതം ആണ്. കവിയായി കീർത്തിനേടിയതിന്റെ ബലത്തിൽ സമ്പാദിച്ച ഒരു സർട്ടിഫിക്കറ്റുകൊണ്ടാണ് അദ്ദേഹം ഭാഷാദ്ധ്യാപകനായത്. ഇടശ്ശേരിക്കും വക്കീൽ ഗുമസ്തനാകാനുള്ള പഠിപ്പാണുണ്ടായിരുന്നത്. ബാലാമണിയമ്മ വീട്ടിലിരുന്ന് ഇതിഹാസങ്ങളും നോവലുകളും വായിച്ചു. പൊതുവിദ്യാഭ്യാസത്തിന്റെ വഴിക്കുപോയില്ല. ചങ്ങമ്പുഴ മലയാളത്തിൽ എം.എ. എന്നാൽ, ബിരുദത്തിന് പഠിക്കുന്നതിനുമുമ്പുതന്നെ പ്രസിദ്ധനായ കവിയായിക്കഴിഞ്ഞിരുന്നു. ഈ ഏഴുകവികളിൽ കനിഷ്ഠൻ എൻ.വി. കൃഷ്ണവാരിയർ ആണ്. അദ്ദേഹം പഠിച്ച് വ്യാകരണ ശിരോമണി ബിരുദം സമ്പാദിച്ചു. കൂടാതെ, ഭാഷാവൃത്തങ്ങളെ സംബന്ധിച്ച് ഗവേഷണം നടത്തി മദിരാശി സർവ്വകലാശാലയിൽ നിന്ന് 'എം. ലിറ്റ്' ബിരുദം സമ്പാദിക്കുകയും ചെയ്തു.

കൺകെട്ടുകളികൾ

കവിതയിൽ ശങ്കരക്കുറുപ്പിന്റെ മൂലധനം ഭാഷയായിരുന്നു. ജി. കവിതകളിൽ ഭാഷയുടെ സ്ഥാനം കനപ്പടിയാണ്. സാമ്പ്രദായികമായിരുന്നു ജി. കവിത. സാമ്പ്രദായിക കവിത ഭാഷാപ്രധാനമാകാതെ വയ്യ. ഭാഷകൊണ്ടുള്ള കൺകെട്ടുകളികൾ ജി. കവിതയിൽ ഉണ്ട്. ഭാഷയിലെ കൺകെട്ട് കുമാരനാശാന്റെ കാലത്തോടെ അവസാനിച്ചു. കവിതയിൽ, കാര്യത്തിലധികം ഭാഷയ്ക്ക് പ്രാധാന്യം എന്നതാണ് ഭാഷയിലെ കൺകെട്ട്. ജീവിതത്തിൽ, മനുഷ്യർ മുട്ടിത്തിരിയുന്ന പ്രശ്നങ്ങളുണ്ട്. അമ്മാതിരി പ്രശ്നങ്ങളൊന്നുമില്ലാതെ, കവിതയ്ക്കുവേണ്ടി എഴുതിയുണ്ടാക്കുന്ന കവിത, അതിൽ ഒരു പ്രാചീനത ഉണ്ട്. ജി.യുടെ പല കവിതകൾ ജീവിതസ്പർശമില്ലാത്ത വിഷയങ്ങളെ മുൻനിർത്തിയുള്ളതാണ്. അദ്ദേഹം ഞെങ്ങി ഞെരുങ്ങി അതിനെ ജീവിതത്തോട് ഘടിപ്പിക്കുന്നു. ജി.യുടെ കവിതാവിഷയങ്ങളുടെ ഒരു പട്ടിക താഴെ ചേർക്കുന്നു.

"മഴവില്ല്, പ്രഭാതതാരം, പുഷ്പഗീതം, സാന്ധ്യതാരം, വൃന്ദാവനം, രാഗലഹരി, നിത്യത, വനപുഷ്പം, മേഘഗീതം, ഓടക്കുഴൽ, സൂര്യകാന്തി, ചന്ദ്രക്കല, ഭൃംഗഗീതി, പങ്കജഗീതം, മുഗ്ദ്ധരാഗം, നക്ഷത്ര ഗീതം – ജീവിച്ചു കിട്ടിയതല്ലാത്ത വിഷയങ്ങൾ. ഞാൻ 'അപ്രോച് റോഡില്ലാത്ത പാലങ്ങൾ' എന്നാണവയെ വിളിക്കുക. കവിതയിലെ അപ്രോച്ച് റോഡ് ജീവിതമാണ്. എഴുതാൻ വേണ്ടി വിഷയം കണ്ടുപിടിക്കണം. എഴുതുന്നതോ 'ഒരു വക സാഹിത്യമലയാള'ത്തിൽ. ഇംഗ്ലീഷിൽ 'Rhetoric' എന്നു പറയാം. ആ ആശയം കിട്ടാനാണ് 'സാഹിത്യ മലയാളം' എന്ന വാക്ക് ഞാൻ കണ്ടെത്തിയത്.

അഴിമുഖത്ത്

ശങ്കരക്കുറുപ്പിന്റെ അധികം കവിതകളും സാഹിത്യമലയാളത്തിൽ രചിക്കപ്പെട്ടവയാണ്. ഞാനിപ്പറയുന്നതിനു സാക്ഷി എം. ലീലാവതിയാണ്. ലീലാവതി ഒരു പ്രബന്ധത്തിൽ പറഞ്ഞിട്ടുള്ളത്, ജി.യുടെ "ഏറെ ജനകീയവും ഗാനാത്മകവുമായ കൃതി" ചന്ദനക്കട്ടിൽ ആണ് എന്നത്രേ. ചന്ദനക്കട്ടിൽ, ജി. കവിത്വത്തിന്റെ സായാഹ്നത്തിൽ രചിക്കപ്പെട്ട കൃതിയാണ്. അതേ പ്രബന്ധത്തിൽ, ജി.യെ 'ദാർശനിക കവി' എന്നാണ് ലീലാവതി വിളിച്ചിട്ടുള്ളത്. അതേ പ്രബന്ധത്തിൽ, ജി.യുടെ മികച്ച നിരീക്ഷണമായി 'അഴിമുഖത്ത്' എന്ന കവിതയിലെ വരികൾ ഉദ്ധരിച്ചിട്ടുണ്ട്.

"ഹാ! വരും വരും നൂന-
മാദിനമെൻ നാടിന്റെ
നാവനങ്ങിയാൽ ലോകം
ശ്രദ്ധിക്കും കാലം വരും."

അതിൽ ഉള്ളത്, കാവ്യഭംഗിയേക്കാളധികം ദേശാഭിമാനമാണ്. ദേശാഭിമാനത്തിൽ സ്വരാജ്യസ്നേഹം മാത്രമല്ല, പരരാജ്യത്തെപ്പറ്റിയുള്ള ദ്വേഷവും ഉണ്ട്. ഈ രണ്ടാമത് പറഞ്ഞത് മൂർച്ഛിച്ചാൽ, അതിന്റെ പേരാണ് ഷോവിനിസം (Chouvinism) ലോകത്തിലെ മഹാദുരന്തങ്ങളൊക്കെ ഷോവിനിസത്തിൽ നിന്നാണ് ഉണ്ടായിട്ടുള്ളത്.

ശ്രീമതി ലീലാവതി 'ചന്ദനക്കട്ടിലി'നെപ്പറ്റി പറഞ്ഞതു നന്നായി. ജിയുടെ ജനകീയവും ഗാനാത്മകവും ആ കവിത എന്നു ലീലാവതി പറഞ്ഞല്ലോ. ജി.യുടെ ജീവൽസ്പർശകമായ കവിതയുമാണത്. അതിലെ വരികൾ ഉദ്ധരിക്കാം;

വെമ്പലനാട്ടിലെ തമ്പുരാന്റെ
തമ്പുരാട്ടിക്കൊരു കട്ടിൽ വേണം
....
വിരുതനാമൂപ്പിലേക്കരുമയായ
മരുമകൻ ഭാരതം വായിക്കുമ്പോൾ

വലിയൊരു ശങ്ക, 'കബന്ധ' മെന്നാ-
ണറിവാർന്നൊരാ നാടുവാഴി കേട്ടു
കിഴവൻ പരിചാരകനെ വിളിച്ചു
ഒരു വീശുവീശിവാളാത്തളത്തിൽ
ഒരു കുടം ചോരയുമാത്തലയും

കവികൾ എഴുതേണ്ടത് ഇമ്മാതി കഠിനവിഷയങ്ങളെപ്പറ്റിയാണ്. ലോകം മനുഷ്യനു ജീവിക്കാൻ കൊള്ളുന്നതാക്കുന്നതിലേക്ക് കവിത പ്രയോജനപ്പെടുക ഈ വഴിക്കാണ്

ദുരാരോപണം

വളരെ, വളരെ എഴുതിയിട്ട് ജിയുടെ വരികൾ ആരുടെയും നാവിൽ പറ്റിനിൽക്കുന്നില്ല എന്നൊരാക്ഷേപമുണ്ട്. അതൊരു ദുരാരോപണമാണ്. തങ്ങൾക്ക് ഇഷ്ടമില്ലാത്ത കവിയെപ്പറ്റിയുള്ള ദൂഷണം. ജനം സ്വയം മറന്നുപാടുന്ന ജി കവിതകൾ ഉണ്ട്. 'ഇന്നു ഞാൻ നാളെ നീ' അങ്ങനെ യുള്ള ഒരു കവിതയാണ്. അതിലെ,

"ഇല്ല പെരുമ്പറ വിശ്വസ്തയാം നിജ
വല്ലഭതന്നുടെ നെഞ്ചിടിപ്പെന്നിയേ
ഇല്ല പൂവർഷം വിഷാദം കിടന്നല-
തല്ലുന്ന പൈതലിൻ കണ്ണുനീരെന്നിയേ

എന്നീ വരികൾ, കവിത വായിച്ചിട്ടുള്ളവരുടെയൊക്കെ മനസ്സിലുണ്ട്.

അന്നത്തെനക്ഷത്ര, മന്നത്തെയന്തിയു-
മന്നത്തെ മന്ദസമീരനും വേറെയാ.

'ആ മരം' എന്ന കവിതയിലെ വരികൾ. ഒരു പ്രേമമനോജ്ഞരംഗ ത്തിന്റെ ഓർമ്മക്കുറിപ്പ്.

ജിയുടെ 'ഒരു പഴയ ഏട്' എന്ന കവിത വായിച്ചവർക്കാർക്കും അത് വിസ്മരിക്കാനാവില്ല. അതിലെ വരികൾ:

വനപുഷ്പമെന്നാരെ വാഴ്ത്തി ഞാൻ പണ്ടാഗ്രാമ-
കന്യതൻ സ്മരണയാൽ കണ്ണിമ നനഞ്ഞുപോയ്
കാലിമേക്കുവാനായിട്ടീ മലഞ്ചെരുവിലാ-
ബാലികവരും പോകും അന്നു കൂട്ടായി ഞങ്ങൾ
അന്നൊരു സായാഹ്നത്തിൽ കാട്ടുതൈ മാവിൻ കൊമ്പിൽ
ചെന്നിരുന്നതിൽ പൂവാലെറിഞ്ഞു കളിക്കവേ
എന്നുടെ നോക്കോരോന്നുമാമുഗ്ദ്ധകുമാരിതൻ
സ്വിന്നമാം കവിൾപ്പൂവിൽ പുളകം മുളപ്പിക്കെ

ആ മനോഹരിയുടെ നീലനേത്രാകാശത്തി-
ലമരും പറന്നുപോയ് മജനമതിദൂരം
അല്ലല്ലാ, പൂവാലിപ്പയ്യെങ്ങെന്നുചൊല്ലിപ്പെട്ടെ-
ന്നല്ലണിക്കുഴലഴിഞ്ഞെഴുന്നേറ്റവൾ പോയി
അന്തിക്കാർ വക്കിൽ താരം പോലെ, കൺപീലിത്തുമ്പി-
ലേന്തിയ പൊടിക്കണ്ണീരിപ്പൊഴും കാണുന്നു ഞാൻ

ഓടക്കുഴലിൽ പ്രസിദ്ധീകരിച്ച 'എന്റെ കവിത' എന്ന നിബന്ധത്തിൽ കവി, 'എന്റെ കവിത ആ ഗ്രാമഹൃദയത്തിന്റെ തന്നെ ഒരു ഭാഗമാണ്' എന്നു പറഞ്ഞിട്ടുണ്ട്. ഒരു പഴയ ഏട് ആ പ്രസ്താവനയ്ക്ക് ചേർന്ന താണ്. പഠിപ്പുകാർ, ഉദ്യോഗസ്ഥ. ഗ്രാമത്തിൽ പിറന്നവരൊക്കെ ഗ്രാമത്തെ മറക്കുന്നു. നഗരത്തിൽ പോയി പഠിച്ച് അവിടെ ഉദ്യോഗമായി കാലുറയും ടൈയുമായി ചടഞ്ഞുകൂടുന്ന സന്താനങ്ങളെ ഗ്രാമത്തിന് നഷ്ടപ്പെടുന്നു. ഇന്ത്യൻ ഗ്രാമങ്ങൾക്ക് ഗതിപിടിക്കാനാകാത്തത് ഇതു കൊണ്ടാണെന്ന് ഡോ. അമൃക് സിംഗ് പറഞ്ഞു. ഡോ. സിംഗ് പഞ്ചാ ബിൽ യൂണിവേഴ്സിറ്റി വൈസ് ചാൻസലർ ആയിരുന്നു. പ്രമുഖനായ സാമൂഹികചിന്തകനും.

കൊച്ചമ്മ

'ചെങ്കതിരുകൾ' എന്ന സമാഹാരത്തിലാണ് ജി.യുടെ 'കൊച്ചമ്മ' എന്ന കവിതയുള്ളത്. കൊച്ചമ്മ ഓമനയായ പൂച്ചയ്ക്കു പാൽ കൊടു ക്കുകയായിരുന്നു. അതിന്നിടയ്ക്കാണതുണ്ടായത്.

"പുരികം ചുളിച്ചുഗ്രം ഗർജ്ജിച്ചാൾ, കടന്നുപോ
കരിമോന്തയും കൊണ്ടെൻ മല്ലിക്കു കൊതിപറ്റും"
മോളിലേക്കവനൊന്നുനോക്കിനാനാനോട്ടത്തിൽ
കാളിടും ചൂടിൽ ദൈവം പൊരിഞ്ഞുപോയീലല്ലീ?"

ധനികപക്ഷത്തെ ഔദ്ധത്യവും ഏഴയുടെ ദൈന്യവും ആണ് കവി തയിൽ വ്യക്തമാക്കുന്നത്.

ജി.യുടെ 'നിമിഷം' എന്ന കവിത വളരെ ചർച്ചചെയ്യപ്പെട്ടിട്ടുള്ളതാണ്. പ്രത്യാശയാണ് ആ കവിതയുടെ ജീവൻ. അതിൽ പറയുന്നു.

"അംബരമധ്യം തിളയ്ക്കുന്നൊരാദിത്യ
ബിംബവും കെട്ടപോമെങ്കിലാട്ടെ
അക്കരിയൂതിപ്പിടിപ്പിച്ചു മറ്റൊരു
തീക്കട്ടയുണ്ടാക്കും സർഗ്ഗശക്തി"

'കാലം' ആണ് ഒരു കവിതാവിഷയം അതിൽ പറയുന്നു

"ഖരധൂളിയിൽ മഹാസാഗരം നികരുന്നു
ഖരപാതത്താൽകുന്നുമായുന്നു നിഴൽപോലെ

കാലമേ, ദയാഹീനമാകിയ ഭവദീയ-
ലീലമേവളർത്തുന്നു വിസ്മയം ഭയം ശോകം

കാലത്തിന്റെ അപാരമായ ആഘാതശേഷിയാണ് കവിതയിലെ പ്രമേയം. കാലത്തിന്റെ ആഘാതശക്തിയെ മൂർത്തമായവതരിപ്പിക്കുന്നു. അതിനു സാക്ഷിയായിത്തീരുന്ന മനുഷ്യന്റെ ദയനീയാവസ്ഥയും ചിത്രീകരിക്കപ്പെട്ടിരിക്കുന്നു. ഒരേസമയം ആശ്ചര്യം, ഭയം, സങ്കടം – പ്രകൃതി എന്നുമെപ്പോഴും മനുഷ്യനെ ഭയപ്പെടുത്തുന്നതും സങ്കടപ്പെടുത്തുന്നതുമായിരുന്നു.

പ്രേമം

പ്രകൃതി, പ്രേമം, ദേശാഭിമാനം എന്നിവയാണ് തനിക്ക് കവിതാവിഷയങ്ങൾ എന്ന് ജി. പറഞ്ഞിട്ടുണ്ട്. കാലം പ്രകൃതിയാണല്ലോ. പ്രകൃതിയും പ്രേമവും ഒന്നിച്ചുവരുന്ന കവിതയാണ് 'സൂര്യകാന്തി' സൂര്യകാന്തിയും സൂര്യനും പ്രകൃതിയാണ്. സൂര്യകാന്തിക്ക് സൂര്യനോട് പ്രേമം. സൂര്യന് സൂര്യകാന്തിയോട് സഹതാപം. ആ കാമിനീ കാമുകസങ്കല്പം, അത് അതിഭാവനയായിട്ടാണ് എനിക്കു തോന്നിയത്. പ്രകൃതി പ്രതിഭാസങ്ങളിൽ സ്നേഹഭാവം ആരോപിച്ചാൽ അത് അനുവാചക ചിത്തത്തെ സ്പർശിക്കില്ല. പ്രേമം ഒരു പുതിയ വിഷയമാണ്, മനുഷ്യസമുദായത്തിന് മനുഷ്യവർഗ്ഗത്തിന്റെ പ്രയാണത്തിൽ ഇടക്കാലത്താണ്, സ്നേഹം (പ്രേമം) ഒരനുഭൂതിയായി ജീവിതത്തിലേക്ക് പ്രവേശിച്ചത്. 'കാമം' ആണ് മുമ്പ് ഉണ്ടായിരുന്നത്. ലൈംഗികാകർഷണം. അതിൽ പവിത്രമോ, ദിവ്യമോ ആയിട്ടൊന്നുമുണ്ടായിരുന്നില്ല. കാമത്തെ പവിത്രീകരിച്ചാണ് പ്രേമമാക്കിയത്. അതിനെ വാഴ്ത്താൻ കാവ്യകാരന്മാർ മുതിർന്നു. സ്നേഹത്തിന്റെ പേരിൽ ത്യജിക്കാൻ, തപിക്കാൻ, ജീവാഹുതിചെയ്യാൻ മനുഷ്യർ തയ്യാറായി.

മലയാളകാവ്യപംക്തിയിൽ ലീലാകാവ്യത്തിലുള്ളതിനു തുല്യമായ സ്നേഹത്യാഗം, ആത്മാഹുതി, മറ്റേതുള്ളൂ? ലീലയെ സ്നേഹിച്ച മദനനും ലീലയും, മുമ്പു പിമ്പായി മലമുകളിൽനിന്ന് രേവാനദിയിലേക്ക് ചാടി ആത്മാഹുതി ചെയ്തു. ആശാന്റെ കൃതി, നളിനിയും സ്നേഹകാവ്യമാണ്. നളിനിയുടെ സ്നേഹബലി ലീലയ്ക്കുതാഴെയാണ്. നളിനീകാവ്യം കുമാരസംഭവം പോലെയാണെന്ന് പ്രസ്താവിക്കപ്പെട്ടിട്ടുണ്ട്. ഈശ്വരന്മാരുടെ ത്യാഗവും ദുഃഖവും ഭൂമിയിലെ നമ്മുടെ ത്യാഗവും ദുഃഖവും പോലെയല്ല. തിരക്കഥയിൽ പറഞ്ഞപോലെ, ത്യാഗവും ദുഃഖവും ചലച്ചിത്രങ്ങളിലുണ്ട്. അഭിനേതാക്കൾ എന്തോ കാട്ടിക്കൂട്ടുകയാണ്. അതൊന്നും അവരെ ബാധിക്കുന്നില്ല. ഈശ്വരന്മാരുടെ ത്യാഗവും ദുഃഖവുമൊക്കെ സിനിമയിലും ത്യാഗവും ദുഃഖവും പോലെയാണ്.

സ്നേഹത്തെ അധികം കീർത്തിച്ചിട്ടുള്ള കവി കുമാരനാശാനാണ്.

സ്നേഹത്തിൽ നിന്നുദിക്കുന്നു ലോകം
സ്നേഹത്താൽ വൃദ്ധി തേടുന്നു.

എന്ന് ചണ്ഡാലഭിക്ഷുകിയിൽ

പഴകിയ തരുവല്ലി മാറ്റിടാം
പുഴയൊഴുകും വഴി വേറെയാക്കിടാം
കഴിവുമവ മനസ്വിമാർ മന-
സ്സൊഴിവതശക്യമൊരാളിലൂന്നിയാൽ (ലീല)

വള്ളത്തോളിന്റെ ഉഷാനിതദ്ധകാവ്യത്തിൽ സ്നേഹം പ്രമേയമാണ്. എന്നാൽ, അതിനു തീവ്രതയില്ല. വള്ളത്തോളിന്റെ 'രാധയുടെ കൃതാർത്ഥത' യിൽ സ്നേഹത്തിന്റെ പേരിൽ യഥാർത്ഥമായ ത്യാഗമുണ്ട്, ദുഃഖവും.

ഒരു പിഴ

'സൂര്യകാന്തി' യിലെ സ്നേഹകീർത്തനം പ്രധാനമാണ്. സൂര്യകാന്തിയിലെ ജനം പാടി നടന്ന വരികൾ ഉദ്ധരിക്കുന്നു, സൂര്യകാന്തിയുടെ വാക്കുകൾ:

മാമകപ്രേമം നിത്യമൂകമായിരിക്കട്ടെ
കോമളനവിടന്നതൂഹിച്ചാലുഹിക്കട്ടെ
സ്നേഹത്തിൽ നിന്നില്ലല്ലോ മറ്റൊന്നും ലഭിച്ചീടാൻ
സ്നേഹത്തിൻ ഫലം സ്നേഹം;
ജ്ഞാനത്തിൻ ഫലം ജ്ഞാനം.
സ്നേഹമേ പരം സൗഖ്യം സ്നേഹ ഭംഗമേ ദുഃഖം
സ്നേഹം മേ ദിക്കാലാതിവർത്തിയായ് ജ്വലിച്ചാവൂ

സ്നേഹത്തെപ്പറ്റി പെരുപ്പിച്ച് പറയുന്നതിനിടയ്ക്ക് ഒരു പിഴപറ്റി കവിക്ക്

"സ്നേഹത്തിൽ നിന്നില്ലല്ലോ മറ്റൊന്നും ലഭിച്ചീടാൻ
സ്നേഹത്തിൻ ഫലം സ്നേഹം;
ജ്ഞാനത്തിൻ ഫലം ജ്ഞാനം

ഈരടിയുടെ അവസാനഭാഗത്തെ "ജ്ഞാനത്തിൻ ഫലം ജ്ഞാനം" പ്രകരണത്തോട് ഘടിക്കുന്നില്ല. സ്നേഹത്തിന്റെ അടുത്ത് ജ്ഞാനത്തിന് എന്ത് പ്രസക്തി? ആ ഭാഗം പാദപൂരണമായിട്ടാണ് എനിക്കു തോന്നിയത്. ആ ന്യൂനത മറ്റാരെങ്കിലും ചൂണ്ടിക്കാട്ടിയിട്ടുണ്ടോ? എന്റെ ശ്രദ്ധയിൽ പെട്ടിട്ടില്ല. കവിതയുടെ ഒന്നാം വായനയിൽതന്നെ ജ്ഞാനപ്രസ്താവം എന്റെ ആസ്വാദനത്തിന്റെ ചങ്കിൽ തടഞ്ഞു.

ജി.യുടെ ഓടക്കുഴൽ എന്ന കവിത അദ്ദേഹത്തിന്റെ ഭാഗ്യത്തിനാധാരഭൂതമായി. ഓടക്കുഴൽ എന്ന പേരിൽ പ്രസിദ്ധീകരിച്ച ബൃഹദ് സമാഹാരം ആണ് ജ്ഞാനപീഠ പുരസ്കാരലബ്ധിക്ക് പരിഗണിക്കപ്പെട്ടത്. ആ പുരസ്കാരം മഹാകവിക്കു ലഭിക്കുകയും ചെയ്തു. ഓടക്കുഴൽ ഒരൊറ്റ സമാഹാരമല്ല. മുമ്പ് പ്രസിദ്ധീകരിച്ച പല സമാഹാരങ്ങളിൽ നിന്നുള്ള കവിതകൾ തിരഞ്ഞെടുത്ത് ശ്രീ എസ്. ഗുപ്തൻനായരുടെ സുദീർഘമായ അവതാരികയോടുകൂടി പ്രസിദ്ധീകരിച്ച പുസ്തകമാണ്. ജി. 'ഏറ്റവും ശ്രദ്ധേയനായ കവി' എന്ന് അവതാരികയ്ക്ക് അവതാരികാകാരൻ തലക്കുറിചാർത്തി. മഹാകവി വള്ളത്തോളും മഹാകവി ഉള്ളൂരും കാലം ചെയ്യുന്നതിനു മുമ്പാണതുണ്ടായത്. അത് ഒരു ഉയർച്ചയായിരുന്നു, കവിയെ സംബന്ധിച്ച് മഹാകവികൾക്ക് പുറകെ ഒന്നാമൻ എന്ന അംഗീകരണം, ഓടക്കുഴൽ കൊണ്ട് ജി.യ്ക്കു ലഭിച്ചു. 1950-ൽ ഒന്നാം പതിപ്പ്. 60 കവിതകൾ. ഗുപ്തൻ നായർ അവതാരിക എഴുതിയത് 1949ൽ. അന്നു കവിക്ക് 49 വയസ്സ്.

ശരാശരി മൂന്നരപുറം

ഓടക്കുഴലിൽ 60 കവിതകൾ ഉണ്ടെന്ന് പറഞ്ഞല്ലോ. 241 പേജാണ് പുസ്തകത്തിലുള്ളത്. ആദ്യത്തെ 49 പുറം അവതാരികയും കവി എഴുതിയ 'എന്റെ കവിത' എന്ന ആത്മകഥാംശമുള്ള നിബന്ധവുമായി പോയി. ശേഷം 192 പുറമാണ് 60 കവിതയ്ക്ക്. ശരാശരി മൂന്നര പുറം, ഒരു കവിതയ്ക്ക്. ഇത് ഒരു കുറവായി കാണേണ്ട. വള്ളത്തോളിന്റെ സാഹിത്യമഞ്ജരി കവിതകൾക്കുശേഷം പ്രചാരത്തിലിരുന്നത് കുറിയ ഭാവഗീതങ്ങൾ ആണ്. സാഹിത്യത്തിൽ അഖണ്ഡതയ്ക്കുവേണ്ടി ഉച്ചത്തിൽ ശബ്ദിച്ചത് വിമർശകനായ ജോസഫ് മുണ്ടശ്ശേരിയാണ്. അദ്ദേഹത്തിന്റെ പ്രസിദ്ധീകരിച്ച പുസ്തകങ്ങളധികവും ലേഖനസമാഹാരങ്ങളാണ്. ആ കാലത്തെ അധികം വിമർശകന്മാരും വാരികകളിലും മാസികകളിലും വിശേഷാൽ പ്രതികളിലും ആണ് വിമർശനമെഴുതിയത്. ലേഖനങ്ങൾ. അവ ഒന്നിച്ചുകൂട്ടി പുസ്തകങ്ങളായി പ്രസിദ്ധീകരിച്ചു. കവിതയിലായാലും വിമർശനത്തിലായാലും ഇംഗ്ലീഷിൽ മോണോഗ്രാഫ് എന്നു പറയുന്ന ഏകവിഷയകമായ അഖണ്ഡരചനകൾ അത്യപൂർവ്വമായേ ഉണ്ടായിവരുന്നുള്ളൂ.

മാറിയ കാലത്തിന്റെ പ്രതിനിധി ആയിരുന്നു ജി. ശങ്കരക്കുറുപ്പ് ലക്ഷം രൂപ, ജ്ഞാനപീഠപുരസ്കാരം എന്നു കേട്ടപ്പോൾ മലയാളത്തിലെ മുതിർന്ന പണ്ഡിതന്മാരിൽ ചിലർക്ക് വെറുങ്ങലിപ്പുണ്ടായി. അതിനു പറ്റിയ സാഹിത്യവും കവിതയുമൊന്നും ഇവിടെയില്ല; ഇവിടെയുള്ളത് ചില 'മുക്കളാഞ്ചിക്കവികൾ' മാത്രമാണെന്ന് വിളിച്ചു പറഞ്ഞത്, അന്ന് കേരള സാഹിത്യ അക്കാദമിയുടെ അധ്യക്ഷസ്ഥാനത്തിരുന്ന മാന്യദേഹമാണ്. സമ്മാനാർഹമായിട്ട് ഒരു ഗ്രന്ഥമേയുള്ളൂ മലയാളത്തിൽ, ഉള്ളൂരിന്റെ 'കേരള സാഹിത്യചരിത്രം' എന്നുപറഞ്ഞ പണ്ഡിതനും ഉണ്ട്. ജി.യുടെ

ഓടക്കുഴൽ പുരസ്കാരപരിഗണനയ്ക്ക് സമർപ്പിക്കപ്പെട്ടു. അതിനു ചുമതലപ്പെട്ട മലയാളത്തിലെ കമ്മിറ്റിയിൽ അംഗമായിരുന്നവരും അധിക്ഷിപ്തരായി. ഒടുവിൽ, പുരസ്കാരപ്രഖ്യാപനം വന്നപ്പോൾ ആക്ഷേപകാരർ അന്ധാളിച്ചുനിന്നു. തുടർന്നുണ്ടായത് വിപുലമായ സന്നാഹങ്ങളോടു കൂടിയുള്ള ഒരു ജി. ഹിംസായുദ്ധമാണ്.

ഇന്നതൊക്കെ കെട്ടടങ്ങിയിരിക്കുന്നു. ജ്ഞാനപീഠപുരസ്കാരം കേരളത്തിലേക്ക് വീണ്ടും വന്നു. ഭാരതീയ സാഹിത്യത്തിലെ ഒരു സ്ഥിരം ചടങ്ങായത് മാറി. ജ്ഞാനപീഠപുരസ്കാര വലുപ്പമുള്ള വേറെയും പുരസ്കാരങ്ങൾ ഉണ്ടായി. കേരളത്തിൽ തന്നെ ലക്ഷത്തിന്റെ മൂല്യമുള്ള പല പുരസ്കാരങ്ങളുണ്ട്. "ഹാ! ചേർന്നു നിൽപോർ മല കാണുകില്ല." എന്നു പറഞ്ഞതെത്ര ശരി. മല കാട്ടിക്കൊടുക്കാൻ ആരെങ്കിലും പുറമെ നിന്നു വരണം. ഭാരതത്തിന്റെ പെരുമ പാശ്ചാത്യർ പറഞ്ഞിട്ടാണല്ലോ നമ്മളറിഞ്ഞുവശായിട്ടുള്ളത്. ജി.യുടെ ചരിത്രത്തോട് അതു ചേർത്തു പറയാം.

ഓടക്കുഴൽ

'ഓടക്കുഴൽ' എന്ന പുസ്തകത്തിലെ ആദ്യ കവിത 'ഓടക്കുഴൽ' ആണ് അതൊരു ചെറിയ കവിത. 14 ഈരടി അതിലെ ആദ്യത്തെ ഖണ്ഡിക, നാല് ഈരടി താഴെ ചേർക്കുന്നു.

ലീലയിൽ ജീവിത ഗീതികൾ പാടും ദി-
ക്കാലാതിവർത്തി മാഹാത്മ്യശാലിൻ
ആരാലുമജ്ഞാത മാമേതോ മണ്ണിൽ വീ-
ണാരാൽ നശിക്കുവാൻ തീർന്നോരെന്നെ
നിൻ ദയാവൈഭവം ജംഗമാജംഗമ-
നന്ദനമാമൊരു വേണുവാക്കി
ഭാവൽക്കശ്വാസത്താൽ ചൈതന്യപൂർണ്ണമെൻ
ജീവിതനിസ്സാരശൂന്യനാളം

ആസ്തികനാണ് കവി ജി. ശങ്കരക്കുറുപ്പ്. എന്തിലും ഏതിലും ഐശ്വര വിളയാട്ടം കാണുകയും അദ്ദേഹത്തിന്റെ സ്വഭാവമാണ്. അടിയുറച്ചതാണ് അദ്ദേഹത്തിന്റെ വിശ്വാസം. താൻ തനിച്ച് ഒന്നുമല്ല. ഓട ഒന്നുമല്ല. അതെവിടെയും വീണു ജീർണ്ണിച്ചു നശിക്കാം. എന്നാൽ, ഓടക്കുഴലായപ്പോൾ അത് മറ്റൊന്നായി. മനുഷ്യനാകുന്ന നിസ്സാരമായ ഓടയെ, ചൈതന്യവാനായ ഗായകനാക്കിയ ശക്തിയേതോ അതിനെ വർണ്ണിക്കുന്നു കവി.

"ഭാവൽക്കശ്വാസത്താൽ ചൈതന്യ പൂർണ്ണമെൻ
ജീവിതനിസ്സാരശൂന്യനാളം

നിസ്സാരവും ശൂന്യവുമായ നാളം - അതാണ് മനുഷ്യൻ. അതിനെയാണ് ചൈതന്യപൂർണ്ണമാക്കിയത്. ആര്? "നീ" എന്നതിൽ എല്ലാമുണ്ട്.

സംഗീതകല്ലോലിനിയുടെ ഒഴുക്ക്. അതിലെന്തൊക്കെ വരാം. എന്നൊരു ഖണ്ഡികയിൽ പറയുന്നു. തൂമന്ദഹാസത്തിൻ വെൺനിറം. പ്രേമപ്രവാഹത്തിന്റെ തിരയടി. ജീവിതത്തിലെ മത്സരങ്ങൾ, കണ്ണീർ പ്പെയ്ത്ത്, ദാരിദ്ര്യത്തിന്റെ കരിനിഴൽ, പാപപങ്കിലമായ ജീവിതത്തിന്റെ പടുകുഴികൾ – അവയെല്ലാം ചേർന്നൊന്നായി ഒരു ഗാനകല്ലോലിനി. അത് ഓടക്കുഴലിൽ. ലോകസ്വഭാവത്തെപ്പറ്റിയുള്ള ഒരു നിരീക്ഷണം ഓടക്കുഴ ലിൽ ഉണ്ട്. നന്മയെപ്പറ്റിചിന്തിക്കാം ചിലർ, എന്നാൽ,

"തിന്മയെപ്പറ്റിയേപാടൂ ലോകം."

അതെന്തോ ആകട്ടെ. ഈശ്വരനിൽ അർപ്പിച്ച തന്റെ ജീവിതം, "എന്നാളും, ആനന്ദ സാന്ദ്രവും ധന്യവും" ആയിരിക്കും. അതാണ് പ്രത്യാശ. ജീവിക്കാൻ ഊർജ്ജം നൽകുന്നത് അതൊന്നാണ്.

'എന്റെ വേളി', 'ഇന്നു ഞാൻ നാളെ നീ' എന്നീ കൃതികൾ വളരെ യധികം പ്രചരിച്ചിട്ടുള്ള കൃതികളാണ്. ആ 'വേളി' എന്താണെന്ന് എല്ലാ വർക്കും അറിയാം. മൃത്യുവിന്റെ വരവിനെപ്പറ്റിയാണതിൽ പറഞ്ഞിട്ടുള്ളത്. വേളിയും മരണവും രണ്ടല്ലാതാവുന്നു. മൃത്യുവിനെ മരണത്തിന്റെ ആഘോഷത്തോടു കൂടി ഘടിപ്പിച്ചു. ഇന്നതൊരു നാട്ടുവദന്തിയാണ്. എല്ലാവർക്കുമതറിയാം. എന്നാൽ, അത് ഒരു സങ്കൽപ്പത്തിൽ ജീവൻ വെച്ചുവന്നു. അത് കവിതയായി. ക്രാന്തദൃഷ്ടിയെന്നു പറയുന്നതി ലുൾപ്പെട്ട മുൻ കാഴ്ചയാണ്.

"ഇന്നു ഞാൻ നാളെ നീ" ഒരു സാധാരണ മരണവൃത്താന്തം അതിനെ ആകെ ജീവിതത്തോടിണക്കിക്കെട്ടി.

"ജീവിതം പോലെ രണ്ടറ്റവും കാണാത്തൊരാ–
വഴിയിങ്കൽ തനിച്ചു ഞാൻ നിന്നുപോയ്."

ജീവിതത്തെപ്പറ്റിയുള്ള ഒരു കാഴ്ചപ്പാടാണത്. തുടക്കവും അവസാ നവും അറിയാത്ത നിഗൂഢതയാണ് ജീവിതം. ചിന്ത ഉണരുക അടികിട്ടു മ്പോഴാണ്. മരണമാണ് ഏറ്റവും വലിയ അടി. ആരുടെ മരണവും സ്വന്തം മരണം പോലെയാണ്. അത് തനിക്കുള്ള മുന്നറിയിപ്പാണ്. ഇന്നു ഞാൻ – ഞാൻ മൃതനാണ്, സന്ദർഭത്തിൽ, നീ നാളെ എന്റെ വഴിക്കുവരേണ്ട വനാണ്. കരുതിയിരിക്കുക. ഇതാണ് കവിത പറഞ്ഞറിയിക്കുന്ന വൃത്താ ന്തത്തിന്റെ സാരാംശം.

ജനങ്ങളെ ചിന്തിപ്പിച്ചിട്ടുള്ള കവിതകളാണ് 'എന്റെ വേളി' യും 'ഇന്നു ഞാൻ നാളെ നീയും' ശങ്കരക്കുറുപ്പിന്റെ കവിതകൾക്ക് നല്ല ജന സ്വീകാര്യതയുണ്ട്. ജനങ്ങൾക്ക് കണ്ടറിയാവുന്ന മുദ്രകൾ ആ കവിത കളിൽ ഉണ്ട് വിമർശകർക്കിടയിൽ 'അരോചകി' കളും 'മത്സരി' കളും ഉണ്ട്. ഒന്നും പിടിക്കാത്തവർ ആണ് അരോചകികൾ നശിപ്പിക്കാൻ മന സ്സുള്ളവർ ആണ് മത്സരികൾ ഇരു 'വിരുദ്ധ'ന്മാരും ജിക്കെതിരായി തൂലിക ചലിപ്പിച്ചു. സംഘം ചേർന്നാക്ഷേപിക്കുകയും ചെയ്തു. വാസനാശാലി യായ ഒരു കവിയെ, ആ വാസനയുടെ പേരിൽ കുരിശിലേറ്റാൻ അവർ

ശ്രമിച്ചു. 1946ൽ എഴുതിയ ഒരു കവിത 1949ൽ അധികാരത്തിൽ വന്ന കമ്യൂണിസ്റ്റ് ചൈനയ്ക്ക് സ്തുതിപാടിയതാണെന്ന്, അല്ല, ഈ രാജ്യം വെട്ടിപ്പിടിക്കാൻ ചൈനയ്ക്കു കൂട്ടാണെന്ന് വരുത്തുന്ന വിധത്തിലുള്ള ആരോപണം. വിമർശനം ആരോപണമാവരുത്. ഖണ്ഡനമാകാം. യുക്തി ഭദ്രമായ വിയോജിപ്പാണ്. ഖണ്ഡനം. ദുരാതീതമായ വക്രീകരണ ങ്ങളെക്കൊണ്ടുള്ള അധിക്ഷേപമല്ലത്. ഈ ഒടുവിൽ പറഞ്ഞത്, ജി.യുടെ പേരിൽ വളരെ ഉണ്ടായിട്ടുണ്ട്.

പാരസികം

ജി. 'പാരത്രിക' കവിതയുമായി ബന്ധപ്പെട്ടിട്ടുണ്ട്. ഉമർഖയ്യാമിന്റെ കൃതി തർജ്ജമ ചെയ്തു. തന്റെ ഇംഗ്ലീഷ് പഠനം, ടാഗോറിനെയും ഉമർ ഖയ്യാമിനെയും അറിയാൻ ഉപകാരപ്പെട്ടു എന്ന്. 'എന്റെ കവിത' എന്ന നിബന്ധത്തിൽ ജി. പറഞ്ഞിട്ടുണ്ട്. 'വിളംബരം' എന്ന കവിത എഴുതിയ തിന്റെ പുറകിൽ ഉമർഖയ്യാമിന്റെ കവിതയുടെ സ്വാധീനമുണ്ടെന്ന് ഞാൻ വിചാരിക്കുന്നു. 'ഇന്നേ ഉള്ളൂ നമുക്ക്, നാളെ എന്തോ' അറിയില്ല എന്നാണ് ഖയ്യാമിന്റെ കവിതയിൽ പറഞ്ഞിട്ടുള്ളത്. ആ കാവ്യത്തിന്റെ സ്പിരിറ്റ് ജി.യുടെ വിളംബരത്തിൽ ഉണ്ട്. ഇന്ത്യൻ സാഹിത്യം പഠിച്ചാൽ ആ വിധം ചിന്ത ഉണ്ടാവില്ല. വൈരാഗ്യമാണ് നമ്മുടെ വൈദികകൃതികളും ഇതി ഹാസങ്ങളും അനുവാചകരിലേക്ക് പകർന്നിട്ടുള്ളത്. പാരത്രിക ചിന്ത യാണ് അവ പ്രചരിപ്പിച്ചത്. എല്ലാം അനന്തര ജന്മങ്ങൾക്കുവേണ്ടി. ഈ ജന്മത്തിൽ എല്ലാം പരിവർജ്യം. വിളംബരത്തിലെ വരികൾ ഉദ്ധരി ക്കുന്നു.

വേലനാളെ, ജഗത്തിനിന്നുത്സവ
വേളയെന്നു വിളംബരം ചെയ്യുക
....
വീണക്കമ്പിമുറുക്കു, മുറുക്കുമൽ-
പ്രാണപ്രേയസി പാടൂ മധുരമായ്
ഗാനത്തിന്റെ ലഹരിയിലെന്നിലെ
ഞാനലിഞ്ഞലിഞ്ഞില്ലാതെയാകട്ടെ
....
ഈവസന്തിത്തിലാരാനും ദുഃഖിച്ചാൽ
ദൈവകോപമവനിൽ പതിയുമേ!

വിളംബരത്തിൽ കാണുന്ന ഉത്സുകതയാണ് "സാന്ധ്യതാര" ത്തിലും കാണുന്നത്. അതിന്റെ തുടക്കത്തിൽ,

"ആരുനീയാനന്ദകന്ദമേ! ലോകത്തിൽ
ചാരുതചാർത്തിന പൊട്ടുപോലെ
വാരുണദിക്കിന്റെ കർണ്ണാവതസമാം
വാരുറ്റ വാടാമലരുപോലെ

നീലിമകോലുമാവാനമാം തീർത്ഥത്തിൽ
നീരിലിറങ്ങിവണങ്ങിപ്പോകെ
ക്ഷീണയാം വാസരശ്രീയറിയാതൂർന്നു
വീണതാം രത്നാംഗുലീയംപോലെ"

ഇതിലെ എല്ലാ "പോലെ"യും കവിയുടെ കണ്ടുപിടിത്തമാണ്. അതിനെയാണ്, കല്പനാചാതുര്യം എന്നു പറയുന്നത്. കല്പനകളെ അലങ്കാരപംക്തിയിൽ പെടുത്തുകയായിരുന്നു. പഴയ പതിവ്. ഇപ്പോൾ, ലേഖകന്മാർ 'ബിംബം' എന്നാണ് പറയുന്നത്. ഒരർത്ഥവുമില്ലാത്ത കവിതയും കീർത്തിക്കപ്പെടുന്നു, ബിംബനാമധേയത്തിൽ.

സാന്ധ്യതാരത്തിലെ മറ്റൊരു ഖണ്ഡിക

"ആരുനീയാനന്ദകന്ദമേ! ശാന്തിതൻ
ചാരുസ്മിതത്തിന്റെ ലേശംപോലെ
പല്ലവിതമായ ലോകസമാധാന-
മല്ലതന്നാദ്യത്തെ മൊട്ടുപോലെ
പ്രേമപരിമളം വീശാൻ തുറന്നോരു
ഹേമമയമായ ചെപ്പുപോലെ

തിരുവില്വാമലയിൽ ജോലി ചെയ്യുന്ന കാലത്താണ് ജി. സാന്ധ്യതാരം എഴുതിയത്. 1930 കളുടെ ഉത്തരാർദ്ധത്തിലായിരുന്നു അത്. ലോകത്തെ വിറപ്പിച്ച ഒന്നാം ലോകമഹായുദ്ധത്തിന്റെ കെടുതികളിൽനിന്ന് ലോകം വിമുക്തമായിക്കഴിഞ്ഞിരുന്നില്ല. മറ്റൊരു മഹായുദ്ധത്തിന്റെ ആദ്യ പോർവിളികൾ സ്പെയിനിൽ നിന്നു കേട്ടിരുന്നു. പിന്നീടധികം വൈകിയില്ല, രണ്ടാംലോക മഹായുദ്ധം തുടങ്ങാൻ." പല്ലവിതമായ ലോകസമാധാന മുല്ലയുടെ മൊട്ടിനെപ്പറ്റി പറഞ്ഞതിലുള്ളത് സമാധാനകാംക്ഷയാണ്.

മറ്റൊരു ഖണ്ഡികയിൽ പറയുന്നു:

"ഈയക്ഷരത്തിൽ വെളിച്ചത്തിലുൽബുദ്ധ-
മായിടുമന്തരാത്മാവു പൊങ്ങി
പാരിൽ നിഴലുകൾ വിട്ടകന്നങ്ങനെ
പാർക്കുന്ന പൊത്തിനെ വിസ്മരിച്ചും
ഭാവന മന്ദം വിരുത്തിപ്പറക്കുന്നു
പാവനമേതോനഭസ്ഥലത്തിൽ

മഹാകവി ജി. കവിതയിൽ വള്ളത്തോൾ പക്ഷക്കാരനായിരുന്നു. ആ നിലയിൽ തുടരുമ്പോൾ തന്നെ, ഉള്ളൂരിന്റെ കവിതകൾ വായിച്ച്, മഹാകവിയെപ്പോലെ ഉല്ലേഖ പ്രേമിയാവുകയുണ്ടായി. കവികൾ സ്വന്തം കളരി കണ്ടെത്തുക പിന്നീടാണ്. ആദ്യമൊക്കെ പ്രശസ്തകവികളുടെ "മാറ്റൊലി"യാവുക എന്നത് യുവകവികൾക്ക് പറഞ്ഞിട്ടുള്ളതാണ്.

കവിതയിൽ തന്റെ 'കളം' കണ്ടെത്താൻ പരിശ്രമിക്കുകയായിരുന്നു ശങ്കരക്കുറുപ്പ്. തുടക്കത്തിൽ, ശബ്ദവിഷയത്തിൽ കവിക്ക് കമ്പമുണ്ടായിരുന്നു. വള്ളത്തോൾ പത്രാധിപരായിരുന്ന 'ആത്മപോഷിണി' യിലേക്ക് ഒരു മംഗളശ്ലോകം അയച്ചു യുവകവി. 'ശബ്ദവിഷയത്തിൽ അധികം ഭ്രമം വേണ്ട' എന്ന ഉപദേശമാണ്, ഒരു കത്തിലൂടെ, വള്ളത്തോൾ, യുവകവിക്കു നൽകിയത്.

ഇവിടെ ജിയുടെ 'എന്റെ കവിത' യിലെ ഒരനുഭവക്കുറിപ്പ് ഉദ്ധരിക്കുന്നത് നന്നെന്നു ഞാൻ വിചാരിക്കുന്നു ജി. എഴുതി.

ശബ്ദാലങ്കാരഭ്രമം

'മഹാകവി വള്ളത്തോളിന്റെ ആധിപത്യത്തിൽ പ്രസിദ്ധപ്പെടുത്തിയിരുന്ന 'ആത്മപോഷിണി'യിലാണ് എന്റെ കവിത അരങ്ങേറ്റം നടത്തിയത്. ഒന്നാമതയച്ച മംഗളപദ്യം മഹാകവി സദയം വായിച്ചു ശബ്ദാലങ്കാര ഭ്രമം പരിവർജ്ജിക്കാൻ പ്രേരിപ്പിക്കുന്ന ഒരു കത്തെനിക്കെഴുതി. രണ്ടാമത്തെ മംഗളശ്ലോകം രചനയേയും തിരഞ്ഞെടുക്കേണ്ട പദങ്ങളേയും സംബന്ധിക്കുന്ന ചില സൂചനകൾ ലഭിക്കുന്നതിന് എനിക്ക് സഹായമായിത്തീർന്നു. 'നീരന്ധ്ര നീലജലദപ്പലകപ്പുറത്ത്' എന്നാരംഭിക്കുന്ന മൂന്നാമത്തെ മംഗള പദ്യത്തിന് അഭിനന്ദന ദ്യോതകമായ ഒരു കാർഡാണ് ലഭിച്ചത്. എനിക്കു ധൈര്യമായി' (പുറം 45, ഓടക്കുഴൽ, എന്റെ കവിത എന്ന നിബന്ധം (1993)

വള്ളത്തോൾ, 'നീരന്ധ്ര നീല ജലദപ്പലകപ്പുറത്ത്' പ്രസിദ്ധീകരിച്ച് യുവകവിയെ അഭിനനന്ദിച്ച് കാർഡയച്ചത് സ്വയം നിരാശപ്പെട്ടിട്ടാണെന്ന് ഞാൻ വിചാരിക്കുന്നു. "ശബ്ദാലങ്കാര ഭ്രമം പരിവർജ്ജിക്കാൻ താൻ ഉപദേശിച്ചത് ഫലം ചെയ്തില്ല എന്ന വിചാരം അദ്ദേഹത്തിനുണ്ടായോ, എന്തോ, ശങ്കരക്കുറുപ്പിനെ ഉള്ളൂർക്കളരിയിൽ തുടരാൻ വിട്ട് വള്ളത്തോൾ കയ്യൊഴിച്ചതാകാം. ഉപദേശം പാഴിലാകുന്നത് ഉപദേഷ്ടാവിന് സന്തോഷകരമാവില്ലല്ലോ. ഈ നീരന്ധ്രനീല ജലദപ്പലക." ജി.യുടെ കാവ്യജീവിതത്തിൽ ഉടനീളം അദ്ദേഹത്തിന് ബാദ്ധ്യതയായി നിലനിന്നിട്ടുണ്ട്. ഭാഷയിന്മേൽ ഏറെ മനസ്സിരുത്തുന്ന കവിയാണ് ജി. അത് ഗുണത്തിലധികം ദോഷമാണ് ചെയ്തത്.

സാന്ധ്യതാരത്തോട് ചേർത്തുപറയേണ്ട ഒരു കൃതിയാണ് "നാളെ" അതൊരു ഉജ്ജ്വല രചനയാണ്. ആ കൃതിയെ അവലംബമാക്കി കവിക്കെതിരായി ആക്രമണങ്ങൾ ഉണ്ടായി. സ്കൂളിൽ നിന്ന് കോളേജിലേക്ക് ഉദ്യോഗക്കയറ്റം കിട്ടിയ അവസരമായിരുന്നു അത്. പഴയ കൊച്ചിരാജ്യത്ത് ഉദ്യോഗമൊക്കെ 'നേത്യാരമ്മ' യുടെ കൺട്രോളിൽ ആയിരുന്നു. തൃശൂരിൽ ഒരുകാലത്ത് മൂന്നു വകുപ്പദ്ധ്യക്ഷന്മാരുടെ ഓഫീസുകൾ ഉണ്ടായിരുന്നു. മൂന്നിലും നിയമിതർ നേത്യാരമ്മമാരുടെ മക്കൾ ആയിരുന്നു. ആ മക്കൾ പദവിക്ക് അനർഹരായിരുന്നു എന്നു വാദമില്ല. ഒന്ന് വിദ്യാഭ്യാസ

വകുപ്പ്, ഒന്ന് എൻജിനീയറിംഗ് വകുപ്പ്, ഒന്ന് മെഡിക്കൽ വകുപ്പ് വിദ്യാഭ്യാസവകുപ്പിന്റെ തലവൻ ഓക്സ്ഫോഡ് ബിരുദമുള്ള ഐ.എൻ. മേനോൻ ആയിരുന്നു. ശങ്കരക്കുറുപ്പിന് മഹാരാജാസ് കോളേജിലെ പ്രൊഫസർ പദവി ലഭിച്ചത് കനപ്പെട്ട ശുപാർശയിന്മേലാകണം. മലയാളത്തിൽ ബിരുദകോഴ്സ് ആരംഭിക്കുകയായിരുന്നു, മഹാരാജാസ് കോളേജിൽ ആ പദവിക്ക് അന്ന് യോഗ്യതയുള്ള വ്യക്തി മലയാളം - സംസ്കൃതം ഇരട്ട ബിരുദാനന്തര ബിരുദമുള്ള ശ്രീ ജോസഫ് മുണ്ടശ്ശേരി ആയിരുന്നു. നിയമനവുമായി ബന്ധപ്പെടുത്തി മുണ്ടശ്ശേരിയുടെ പേര് പത്രപംക്തികളിൽ സ്ഥാനം പിടിച്ചിരുന്നു. മുണ്ടശ്ശേരി മഹാരാജാസ് കോളേജിലെ നിയമനം ലഭിക്കാനായി യത്നിക്കുകയും ചെയ്തു. എന്നാൽ, നിയമനം പോയത് ശങ്കരക്കുറുപ്പിലേക്കാണ്. മുണ്ടശ്ശേരിക്ക് നിരാശയ്ക്കു കാരണമായി. മുണ്ടശ്ശേരിയുടെ ആത്മകഥയായ 'കൊഴിഞ്ഞ ഇലകളി'ൽ അതിനെപ്പറ്റി പറഞ്ഞിട്ടുണ്ട്.

ശത്രുബാധ

മഹാരാജാസ് കോളേജിലെ ജോലി ജിയ്ക്ക് നഷ്ടപ്പെടാതിരുന്നതിന്റെ അടിസ്ഥാനമെന്തായിരുന്നു എന്നതിനെപ്പറ്റിയുള്ള ചിന്തയിലാണ് തൃശൂർ നിയമനങ്ങളെപ്പറ്റി ആലോചന വന്നത്. ആ നിയമനങ്ങളുടെ പുറകിലെ കരംതന്നെയാകും, ശങ്കരക്കുറുപ്പിനെ ജോലിയിൽ നിലനിർത്തിയത്. ആ കരത്തിന്റെ ബലം കുറുപ്പിന് രക്ഷാകവചമായിരുന്നിരിക്കാം. ശങ്കരക്കുറുപ്പിന്റെ ജീവിതത്തിൽ ഉയർച്ചകൾ പലതുണ്ടായി. എല്ലാം ശത്രുബാധ വർദ്ധിക്കാൻ ഇടവെച്ചു. മഹാരാജാസിലെ നിയമനം വിമർശകനായ മുണ്ടശ്ശേരിയുടെ അപ്രീതിക്കു കാരണമായി. വെറും ഒരു കവി ആയിരുന്ന കുറുപ്പ് മഹാകവി ആയത്, ആദ്യകാലത്ത് കവിയെ തുണച്ച ശ്രീ പുത്തേഴത്ത് രാമൻ മേനോന് അനിഷ്ടകരമായി. കോളേജിൽ നിന്ന് പിരിഞ്ഞപ്പോൾ, ശങ്കരക്കുറുപ്പിന് റേഡിയോവിൽ ഒരു നിയമനം ലഭിച്ചു. അതുമൂലം റേഡിയോവിൽ പ്രൊമോഷൻ കാത്തിരുന്നവരുടെ അനിഷ്ടം പടർന്ന് റേഡിയോ സ്റ്റേഷൻ ഒരു ജി വിരുദ്ധ കേന്ദ്രമായി. ജ്ഞാനപീഠം എല്ലാ വിരോധങ്ങൾക്കും കൊമ്പുമുളപ്പിച്ചു. ജി.യെപ്പറ്റി ഭാഗ്യഹീനൻ എന്നു പറഞ്ഞുകൂടാ. ഒന്നൊന്നായി ഭാഗ്യങ്ങൾ അദ്ദേഹത്തെ തേടി വന്നല്ലോ. അദ്ദേഹത്തെപ്പറ്റി ഒരുഗ്രഹപ്പിഴക്കാരൻ എന്നാണ് ഞാൻ പറയുക. ഗ്രഹപ്പിഴ സ്ഥിരസങ്കടകാരി അല്ല. സങ്കടം വന്നും പോയുമിരിക്കും. കൂടുതൽ വ്യക്തതയ്ക്കായി ഞാൻ ലോഞ്ജിനസ്സിനെ കൂട്ടുപിടിക്കുന്നു. അരിസ്റ്റോട്ടലിനു ശേഷം യവന കാവ്യചിന്തയെ സ്വാധീനിച്ച പണ്ഡിതനാണ് ലോഞ്ജിനസ്. അദ്ദേഹം പറഞ്ഞത്, എഴുത്തുകാരന് വേണ്ടത് ഭാഗ്യവും ഉപദേശവും ആണ് എന്നത്രേ. ഭാഗ്യമെന്നാൽ മേധാശക്തി, ഉപദേശമെന്നാൽ പഠിപ്പ്. രണ്ടും ഉണ്ട്, ജിയ്ക്ക്. പക്ഷേ, ഇല്ലാത്തത് ജ്യോതിഷികൾ പറയുന്ന വെറും ഭാഗ്യം. ലോകദൃഷ്ടിയിൽ ഭാഗ്യവാനാണ്

ശങ്കരക്കുറുപ്പ്. എന്നാൽ, മനഃസമാധാനവും സൗഖ്യവും അദ്ദേഹത്തിന്റെ ജീവിതത്തിൽ കമ്മി ആയിരുന്നു.

മഹാരാജാസ് കോളേജിലെ ഉദ്യോഗത്തിനു വെല്ലുവിളിയായി ത്തീർന്നു. 'നാളെ' എന്ന കവിതയെപ്പറ്റി ഇനി പറയാം. നാളെ നാളെ നല്ല കല എന്നതിനേക്കാളധികം, ധിഷണാപരമായ ധീരതയായിരുന്നു. ബുദ്ധിമാനായ മനുഷ്യൻ ജീവിതസാഹചര്യങ്ങളെപ്പറ്റി ചിന്തിക്കേണ്ട രീതിയുടെ ഒരു മാതൃകയാണ് നാളെ എന്ന കവിത. അതിൽ നിന്നുള്ള ഭാഗങ്ങൾ ഉദ്ധരിക്കുന്നു.

"ജന്മസിദ്ധമാം പദം
പുണ്യലബ്ധമെന്നോർത്തു
വൻമദം ഭാവിക്കുന്നോ-
രുന്നതനക്ഷത്രമേ
വെമ്പുക വിളറുക
വിറകൊള്ളുക നോക്കൂ
നിൻപുരോഭാഗത്തതാ
ധീരതേജസ്സാം നാളെ
കൂരിരുൾ പറക്കുന്നു,
നിങ്ങൾതൻ ഭാഗ്യത്തോടെ,
പാരിടമുണരുന്നു,
നിങ്ങൾതൻ ഭയത്തോടെ
രക്തമാമുടുപ്പിന്മേൽ
രക്തപുഷ്പവും കുത്തി
വ്യക്തവൈഭവം വന്ന-
തെന്തിനാണെന്നോ, നാളെ
വേലതൻ ജയത്തിന്റെ
പവിഴക്കൊടിക്കൂറ
ലീലയിൽപ്പറപ്പിച്ചു
പാരിനെപ്പുതുക്കുവാൻ!
നിങ്ങൾ കൈയടക്കിയ
മോദവും പ്രകാശവും
മങ്ങലിൽക്കിടക്കുന്ന
മന്നിനു പകുക്കുവാൻ
നാലഞ്ചുതാരങ്ങൾക്കു
പുഞ്ചിരിക്കൊള്ളാൻ നിന്ന
കാലമക്കരിയില-
ത്തുമ്പിന്മേൽ വിറയ്ക്കുന്നു

പാവമാം കൃഷിക്കാരൻ-
തന്മുഖ, മാനന്ദോദ്യൽ
പാവനശ്രീയാൽ വെല്ലു
വിളിക്കും ഭവാന്മാരെ
വെമ്പുക വിളറുക
വിറകൊള്ളുക നോക്കൂ
നിൻപുരോഭാഗത്തതാ
ധീരകർമ്മാവാം 'നാളെ'

മൂന്നു ഖണ്ഡികയാണ് ഈ കവിത. ആദ്യഖണ്ഡികയാണ് പകർത്തിയത്. മറ്റുഖണ്ഡികകളിലെ ആശയാദർശദീപ്തിയുള്ള ചില ഈരടികൾ കൂടി ഉദ്ധരിക്കുന്നു. രണ്ടാം ഖണ്ഡികയിൽ നിന്ന്,

ഇല്ലിനി ദരിദ്രത-
യിപ്രഭാതത്തിൻ പൊന്നിൽ-
പ്പുല്ലിനും മരത്തിനും
തുല്യമാണവകാശം
ഇല്ലിനിയസമത
തളിർക്കാം കുരുക്കുത്തി
മുല്ലയ്ക്കും വാനം പുൽകും
മുകിലിൻ പടർപ്പിനും
മൂന്നാം ഖണ്ഡികയിൽ നിന്ന്,
നീതിതൻ ചുടുകണ്ണീർ
തുടപ്പാൻ വന്നൂ 'നാളെ'
നീ തികച്ചാനന്ദിച്ചു
കൊണ്ടാലും കൃഷീവല!
പാരിനെ മരതക
പ്പച്ചയാലുടുപ്പിച്ച
പാവമേ, ഭവാനർദ്ധ-
നഗ്നയായ് കാലം പോക്കീ

....

നിൻ നിണച്ചൂടില്ലെങ്കിൽ
മരവിച്ചേനേ രാജ്യം
നിൻ നെറ്റിവേർത്തില്ലെങ്കിൽ
മരുവായേനേ ലോകം....

ജി.യുടെ ഈ കവിതയ്ക്കു ഒരു 'കമ്യൂണിസ്റ്റ് മാനിഫെസ്റ്റോ' വിന്റെ വീറും വീര്യവുമുണ്ട്. ഇമ്മാതിരി കൃതികൾ മലയാളത്തിൽ വേറെയും

ഉണ്ട്. 1930 കളിൽ ആണ് സ്വാതന്ത്ര്യപ്രസ്ഥാനത്തിന്റെ കാഹളം ജനം കേട്ടുണരുന്നത്. കവികൾ ചിന്താകുലന്മാരായി. സാമ്രാജ്യാധികാരത്തെ വിപാടനം ചെയ്യുക, അതോടെ, സമുദായതലത്തിൽ മാറ്റമുണ്ടാക്കുക. ഏഴകളുടെ കണ്ണീർ തുടയ്ക്കുക കവിതയുടെ പാവനധർമ്മമായി. കവികൾ കുഞ്ചൻനമ്പ്യാർ മുതൽ സുഗതകുമാരി വരെയുള്ളവർ അസമത്വത്തിനും അന്യായത്തിനുമെതിരെ തൂലിക ഉപയോഗിച്ചു. എല്ലാ കവിതയും സാഹിത്യവും നന്മയുടെ ഭാഗം പറയുന്നു. അത് മനസ്സിലാക്കാനുള്ള വിശാലമനസ്സ് കേരളത്തിൽ കമ്യൂണിസ്റ്റ് പ്രസ്ഥാനത്തിനുണ്ടായില്ല. കമ്യൂണിസ്റ്റുകാർ സ്വാർത്ഥംഭരികളാണ്. "നമ്മ ആൾ" മാത്രമാണ് അവരുടെ കണ്ണിൽപെടുക. ശങ്കരക്കുറുപ്പിന് കെ.പി. ജി. നമ്പൂതിരിയുടെ സ്ഥാനം പോലും അവർ നൽകിയില്ല. ചങ്ങമ്പുഴയെ അവർ പുരോഗമനത്തിന്റെ വകുപ്പിൽ പെടുത്തിയില്ല. 'വാഴക്കുല' പിന്തിരിപ്പൻ കൃതിയാണെന്നു വരുത്തുവാൻ അവർ എത്ര കടലാസ്സ് എഴുതിത്തള്ളി, എത്ര സ്റ്റഡിക്ലാസുകൾ നടത്തി!

നോട്ടപ്പിഴവ്

കേരളം നവോത്ഥാനമാർഗ്ഗത്തിൽ വളരെ മുന്നോട്ടുപോയി. അതിന്റെ പുറകിലുള്ളത് അനേകമനേകം സാമൂഹിക സംരംഭങ്ങളും സാഹിത്യ-കലാപ്രവർത്തനങ്ങളുമാണ്. അതൊക്കെ തള്ളിക്കളഞ്ഞതാണ് കമ്യൂണിസം ചെയ്ത തെറ്റ്. "നാളെ" എന്ന കവിതയെ ഒരു പുരോഗമനകൃതിയായോ, ജി. ശങ്കരക്കുറുപ്പിനെ ഉല്പതിഷ്ണുവായ കവിയായോ വിപുലമായ പ്രചാരണശേഷിയുള്ള കേരളത്തിലെ കമ്യൂണിസം കണ്ടില്ല എന്നതിലെ നോട്ടപ്പിഴവിനെപ്പറ്റിയാണ് മുകളിൽ ഞാൻ പറഞ്ഞത്.

അന്വേഷണം, വിശ്വദർശനം, ശിവതാണ്ഡവം തുടങ്ങിയ ചില കവിതകൾ കൂടിയുണ്ട്. സ്പർശിക്കപ്പെടേണ്ടതായിട്ട്. അന്വേഷണം ഈശ്വരാന്വേഷണമാണ്. ഭക്തിയും ദൈവവും എത്ര പറഞ്ഞാലും എഴുതിയാലും തീരാത്ത വിഷയമാണ്. 'അന്വേഷണ' ത്തിന്റെ ഹൃദയഭാഗത്തെ വരികൾ ഉദ്ധരിക്കാം.

"കണ്ടവരില്ലാപാരിൽ
കണ്ടുവെന്നുരപ്പവർ
കണ്ടവരല്ല, കാണാൻ
ഞാൻ സ്വയം യത്നിക്കണം
ആരെ ഞാനന്വേഷിപ്പ-
താപ്രേമധാമം തന്നെ
തീരെയില്ലെന്നോതുന്ന
നാവെനിക്ക വിശ്വാസ്യം
....

ഇല്ലമേ മനശ്ശാന്തി
ഓമലിന്നരികത്ത്
വല്ലകാലത്തും ചെല്ലാം
ഈയാശയാണെൻ ശക്തി

കാണില്ല, കാണാൻ സാദ്ധ്യതയില്ല ദൈവത്തെ. അതറിഞ്ഞിട്ടും ദൈവത്തെത്തേടി നടക്കുന്നത്രേ. അന്വേഷണത്തിൽ പറഞ്ഞതൊക്കെ വളച്ചുകെട്ടാണ്. വക്രോക്തി എന്നതിനെ വിളിക്കാം. അന്വേഷണത്തിന്റെ അതേ വകുപ്പിൽ പെടുത്താവുന്ന കൃതികളാണ് 'വിശ്വദർശനം', 'ശിവ താണ്ഡവം', 'പാണനാർ' എന്നീ കൃതികൾ. വിശ്വദർശനത്തെ, "നീരന്ധ്ര നീലജലദപ്പലകപ്പുറത്ത്" എന്നു തുടങ്ങുന്ന, വള്ളത്തോൾ ശരിവെച്ച മംഗള ശ്ലോകത്തിന്റെ വിപുലനം ആയി കണക്കാക്കാം. വള്ളത്തോൾ, യുവകവിയോട് ശബ്ദവിഷയത്തിൽ അധികം ഭ്രമം വേണ്ട എന്നു പറഞ്ഞു. അതാദ്യം. പിന്നീട്, മഹാകവി ചെയ്തത് 'നീരന്ധ്രനീലജലദ പ്പലക' ഉൾപ്പെട്ട കൃതി താൻ പത്രാധിപരായ മാസികയിൽ പ്രസിദ്ധീക രിക്കുകയാണ്. അത് എളുതരമായി കണ്ടു, ശങ്കരക്കുറുപ്പ്. അതിന്റെ തുടർച്ചയാണ്, വിശ്വദർശനാദി അഭ്യാസങ്ങൾ. കവിയായാൽ പിന്നെ കാല് മണ്ണിലല്ല.

'വന്ദനം സനാതനാനുക്ഷണ വികസ്വര
സുന്ദര പ്രപഞ്ചാദികന്ദമാം പ്രഭാവമേ!"

ശ്വാസം പിടിച്ചു വായിക്കേണ്ട സാരസ്വതം. അങ്ങനെ ചിലതുകണ്ടാൽ സന്തോഷം കൊണ്ടു തുള്ളിച്ചാടുന്നവരുണ്ട്. ശിവതാണ്ഡവത്തെപ്പറ്റി കീർത്തനം എഴുതിപ്പിടിപ്പിച്ചവരുണ്ട്. കാറ്റുകൊണ്ട് കെട്ടിടം കെട്ടുന്ന വിദ്യ യാണത്. 'വരുവരകവേ, നരനിലെ സ്നേഹസ്വരൂപനാകിയപരം പുരു ഷനെ കടുംതുടികൊട്ടി, പാട്ടുപാടി ഉണർത്തുന്നു" പോൽ

ആസ്തിക്യം

എനിക്ക് ഇതൊക്കെ വായിച്ചപ്പോൾ 'മകരക്കൊയ്ത്തിൽ' വൈലോ പ്പിള്ളി എഴുതിപ്രസിദ്ധീകരിച്ച കുറിപ്പിലെ ചില ഭാഗങ്ങളാണ് ഓർമ്മ യിൽ വന്നത്. വൈലോപ്പിള്ളി എഴുതി:

- 'ആദ്ധ്യാത്മികം എന്നു പറയുന്ന മേഖലയിൽ നിന്ന് എന്റെ കവിത കൾ ഒഴിഞ്ഞുനിൽക്കുന്നു.
- 'സൂഫികളിലോ കബീറിലോ ടാഗോറിലോ കാണുന്നതുപോലെ, ഐശ്വരമായ ഉന്മാദം, പൊതുവേ, എന്റെ കവിതകളിലില്ല.
- സ്വർഗ്ഗനരകങ്ങളെക്കുറിച്ചോ ജന്മജന്മാന്തരങ്ങളെക്കുറിച്ചോ ചിന്തിച്ച് ഞാൻ വ്യാകുലപ്പെടാറില്ല.'

പതിമൂന്നു ഉദീരണങ്ങൾ മകരക്കൊയ്ത്തിലെ കാഴ്ചപ്പാടിൽ ഉണ്ട്. എല്ലാം ഇവിടെ ഉദ്ധരിക്കുന്നില്ല, അതിന്റെ ആവശ്യമില്ല. ആദ്ധ്യാത്മികം എന്ന മേഖലയെ ഒഴിച്ചു വിട്ടു, വൈലോപ്പിള്ളി. തന്റെ കവിതകളിൽ

'ഐശ്വരമായ ഉന്മാദമില്ല,' അദ്ദേഹം പറയുന്നു. 'പിൽക്കാല നവോത്ഥാന' കവികളിൽ പി. ഭക്തകവിയാണ്. ജി. ആസ്തിക്യത്തെ കാര്യമായി കരുതുന്ന കവിയാണ്. അതദ്ദേഹത്തിന് കവിതാവിഷയമാണ്. എൻ.വി. കൃഷ്ണവാരിയരും വൈലോപ്പിള്ളിയും ആസ്തിക്യത്തിനു പുറത്താണ്. ബാലാമണിയമ്മ ഭക്തിവിഷയത്തിൽ ഉദാസീനയാണ്. ഇടശ്ശേരിയും അങ്ങനെതന്നെ. ആസ്തിക്യം വൻ തിരിച്ചുവരവ് നടത്തിക്കൊണ്ടിരിക്കുകയാണ്. കേസരി ബാലകൃഷ്ണപിള്ള 'തേവർവാഴ്ത്തി സാഹിത്യ' ത്തിനെതിരായി ഉറച്ച നിലപാടെടുത്തു. കേസരിക്കു ശിഷ്യപ്പെട്ടാണ്, കേശവദേവ് രാമായണവും ഭാരതവും ചുട്ടുകരിക്കണമെന്ന് പറഞ്ഞത്. 1930കളിൽ ആണതുണ്ടായത്. പിന്നീട് ദശകങ്ങൾക്കുശേഷം 'നിർമാല്യം' എന്ന ചലച്ചിത്രമുണ്ടായി. പുഴ ഒഴുകി കടലിൽ ചേരുന്നു. എന്നാൽ, ഏറ്റമുണ്ടാവുമ്പോൾ, കടലിലെ വെള്ളം പുഴയിലേക്ക് അടിച്ചു കയറുന്നു. ഭക്തിയുടെ ഏറ്റമുള്ള കാലമാണിത്. പൂജയും പ്രാർത്ഥനയും ശയനപ്രദക്ഷിണവും മലകയറ്റവും വർദ്ധിച്ചു. അതീതകാലത്തെ സമ്പ്രദായങ്ങളിലേക്കാണോ നമ്മുടെ പോക്ക്?

പെരുന്തച്ചൻ

സാധാരണ മനുഷ്യകാര്യങ്ങളെപ്പറ്റി സാധാരണ ഭാഷയിൽ ജി രചിച്ച പല കൃതികളുണ്ട്. അവയിൽ എണ്ണപ്പെട്ട ഒന്നാണ് 'പെരുന്തച്ചൻ' അതിലെ തച്ചന്റെ ദുഃഖം മറയില്ലാത്തതാണ്. അതിലെ ഈരടികൾ പകർത്തുന്നു.

"ചിരിച്ചുകണ്ടിട്ടില്ല നാനിയെപ്പിന്നീടാരും...
ആരു വിശ്വസിക്കും കൈപ്പിഴയല്ലാതെ, ന്നെത്ര
പേരുരച്ചാലും തന്തയിതു ചെയ്യുമോ നാനി?
ഭീമമാമപമൃത്യു, പിണയാതിരുന്നെങ്കിൽ-
പ്പിണയ്ക്കാതിരുന്നെങ്കിലെന്നുഹാ തിരുത്തുന്നു-
ണ്ടുണരുന്നൊരെന്നന്തഃകരണം കൂടെക്കൂടെ!

സർക്കസ്സിലെ കമ്പിനടത്തം പോലെയുണ്ട്, ഈ കവിതയുടെ രചന. നാനിക്കു വിശ്വാസമായിട്ടില്ല, തന്റെ അന്തഃകരണവും അടങ്ങിയിട്ടില്ല. പെരുന്തച്ചന്റെ ചിത്താവേഗം യഥാതഥമായി ആവിഷ്കരിക്കുകയത്രേ പെരുന്തച്ചനിലെ കവികർമ്മം. ആപൽസ്സംഭവത്തിലെ അപരാധി താനല്ല, താനല്ല എന്നങ്ങുറപ്പിക്കാൻ കഴിയുന്നില്ല. നാനി പിന്നീട് ചിരിച്ചിട്ടില്ല. ചിരിക്കാൻ തനിക്കും അവകാശമില്ല. അന്തഃകരണത്തിന്റെ മുമ്പിൽ താനും അപരാധി, സൂക്ഷ്മതയോടെയാണ് സന്ദിഗ്ദ്ധനിമിഷങ്ങൾ ജി. കാവ്യത്തിലേക്ക് പകർത്തിയിരിക്കുന്നത്. ജി.യുടെ മികച്ച കവിതകളിൽ ഒന്നാണ് പെരുന്തച്ചൻ.

വെമ്പലനാട്ടിലെ തമ്പുരാന്റെ തമ്പുരാട്ടിയുടെ കട്ടിലിനെപ്പറ്റി എഴുതിയ ജി.യിൽ പതിവില്ലാത്ത സരള ഭാഷയാണുള്ളത്. ലളിതസുകുമാരമായ

രചന. അതാണ് നല്ല രചന അത് ജിയ്ക്ക് വശപ്പെടാതെയില്ല എന്നാൽ, ഉൾമനസ്സിലെ ഉള്ളൂർ ഭ്രമം കവിതകളിലെ ഭാഷയെ നനുന്നനെയാക്കാനനുവദിക്കുന്നില്ല. എന്നാൽ, 'നിഴലുകൾ നീളുന്നു' എന്ന കവിതയിലും അതേ സരളശാലീന ഭാഷാ ശൈലികാണാം.

പഴകുംതോറുമേറുന്നു
പരം മമതയെങ്കിലും
ഈ വീടുവിട്ടിറങ്ങീടാ-
നിനിത്താമസമില്ലഹോ

കവിതയുടെ മറ്റൊരു ഭാഗത്ത് മരണത്തെപ്പറ്റി പറയുന്നു.

മുരളീരാഗമധുര-
മുഖനാമൊരു യാത്രികൻ
വരും വിളിക്കും ഞാൻ പോകും
വാതിൽ പൂട്ടാതെയക്ഷണം

ഇനി വരുന്നത് മരണത്തോടുള്ള നിസ്സംഗസമീപനം

കാലാൽതട്ടി നിരത്തട്ടെ
കാലം ജീർണ്ണിച്ചതൊക്കെയും
നിത്യമാനസ ബന്ധങ്ങൾ
നിരാലംബങ്ങളൂഴിയിൽ

നിത്യം എന്നതിന് സ്ഥിരപ്പെട്ട എന്നാണർത്ഥം പറയേണ്ടത്. നിത്യമെന്നു പറഞ്ഞാൽ, അതിൽ അനിത്യതയ്ക്ക് സ്ഥാനമില്ല. എത്രയും ഗാഢമായ സ്നേഹത്തിനുമുണ്ട് ഭംഗം, മരണം എല്ലാവക ബന്ധങ്ങളെയും ഭഞ്ജിക്കുന്നു. ഒന്നിനുമില്ല ആലംബം; അതായത്, ആശ്രയം, പിടിച്ചു നിൽക്കാൻ ഒരിഴപോലുമില്ല. എല്ലാം പോയെന്നറിയുമ്പോഴത്തെ നിസ്സഹായത. മരണം നിസ്സാരമാണെന്ന് എല്ലാവരും പറയുന്നു. എന്നാൽ, യഥാർത്ഥമായി, അതുവരുമ്പോൾ, ഉള്ള സ്ഥിതിയാണ് അവസാനത്തെ വരിയിൽ കാണുക.

ഖണ്ഡകാവ്യം

ജി.യുടെ കൃതികളിൽ ഒന്നിനെപ്പറ്റികൂടിയേ പറയാനുള്ളൂ "മൂന്നരുവിയും ഒരു പുഴയും" ആണത്. 'രണ്ടിടങ്ങഴി'യിലെ കോരൻ, ചാത്തൻ, ചിരുതമാരെ ഓർമ്മയുള്ളവർക്ക് പയ്ങ്കൻ, കുറുമ്പൻ, കാളിമാരുടെ ചരിത്രം അനായാസമായി മനക്കണ്ണിൽ തെളിഞ്ഞുകിട്ടും. പയ്ങ്കനും കറുമ്പനും കാളിയും സമപ്രായക്കാർ. ഒന്നിച്ചു ജോലിയെടുത്തു. അവർ തമ്മിൽ അടുപ്പമുണ്ടായി. പക്ഷേ, ഒരു പെണ്ണിന് രണ്ടു പുരുഷന്മാർ ഉണ്ടാകാൻ വയ്യല്ലോ. അതിനെപ്പറ്റി കാളിയുടെ ചിന്ത:

ഒരു തോടിനു രണ്ടു
വക്കാവാം തന്നെക്കാക്കാൻ
ഒരു പെണ്ണിനു, പല
പ്പെണ്ണിനങ്ങനെ വയ്യ

കാളി പയ്ങ്കന്റെ ആയി, കുറുമ്പൻ സ്പർദ്ധിച്ചു നടന്നു

ഇതുതന്നെയാണ് രണ്ടിടങ്ങഴി കഥയിലും ആദ്യം സംഭവിച്ചത്.

കോരനും ചാത്തനും ചങ്ങാതിമാർ. ചിരുത അവർക്കിടയിൽ. അവൾ കോരനെ വരിച്ചു. ചാത്തൻ ക്ഷുഭിതനായി. പിന്നീട്, കേസിൽ പെട്ട് കോരൻ ജയിലിലായി. ആപൽഘട്ടത്തിൽ കോരൻ ചിരുതയെ ചാത്തന്നേൽപിച്ചുകൊടുത്തു. ചാത്തനും ചിരുതയും ദമ്പതിമാരായി കഴിയട്ടെ എന്നാണ് കോരൻ വിചാരിച്ചത്. ജയിൽവാസം കഴിഞ്ഞ് കോരൻ തിരിച്ചുവന്നു. അവൻ പാർട്ടി ഓഫീസിൽ കൂടി. മുഴുവൻ സമയ പാർട്ടി പ്രവർത്തനത്തിന് അവൻ തയ്യാറെടുക്കുകയായിരുന്നു. അതിനിടയ്ക്കാണ് ചാത്തൻ ചിരുതയെ സഹോദരിയായി കരുതി പരിപാലിച്ചുപോന്നെന്ന് കോരൻ അറിയുന്നത്. അത് കഥാഗതിയെ മാറ്റി.

ജി.യുടെ കഥയിൽ, കാളി പയ്ങ്കന്റെ ആയശേഷം, കുറുമ്പൻ ക്ഷുഭിതനായി നടന്നു. ഉറ്റമിത്രങ്ങളായിരുന്നു പയ്ങ്കനും കുറുമ്പനും ശത്രുക്കളായി. കാളിയിലൂടെ കഥാഭാഗം ചുരുളഴിയുന്നു. കഥയുടെ തുടക്കം

പയ്ങ്കനെത്തിയിട്ടില്ല
പോയിട്ടു നാളേഴെട്ടായ്
പയ്ങ്കനീറ്റവെട്ടാൻ പോയ്
കിഴക്കൻ മലങ്കാട്ടിൽ

ആരും കൂട്ടില്ലാതെയാണ് പൈങ്കൻ പോയത്. കുറുമ്പനോട് പറഞ്ഞാൽ, കാളി ആലോചിച്ചു. അവൻ പോയന്വേഷിക്കും, എന്നാൽ അവനെ അവൾ കാണുന്നത് പയ്ങ്കന് പൊറുക്കാനാവില്ല. കാളി ചിന്തിക്കുന്നു.

ഇല്ല ഞാൻ കുറുമ്പനെ
കാണില്ല കേട്ടാലെന്നെ
കൊല്ലും, ആ മടവാളാൽ
തന്നെ പയ്ങ്കനും ചാവും

ആരും തുണയ്ക്കാനില്ലാതെ കാളിനാളുകൾ കഴിച്ചുകൂട്ടി. അവശതയിൽ. അവൾ പുഴക്കരയിൽ ആയിരുന്നു. 'കോലാനു'വേണ്ടിയാണ്, പയ്ങ്കൻ ഈറ്റവെട്ടാൻ പോയത്. കോലാൻ തലങ്ങും വിലങ്ങും ശകാരം ചൊരിയുന്ന ദുഷ്ടനാണ്. പനിച്ചു, പനി നന്നായ് മാറുന്നതിനു മുമ്പാണ് പയ്ങ്കൻ പോയത്. പയ്ങ്കൻ വരാത്തതിനെപ്പറ്റി കോലാൻ പറഞ്ഞു.

"നിഴൽ കാണണ്ടേ പോയ
പയ്ങ്കന്റെ, പോയാൽ പോയ
വഴിയാണി, ല്ലൊന്നിന്നും
തിന്നചോറിനു നന്ദി"

കോലാൻ തുടർന്ന് പറഞ്ഞത്,

"ചത്തടിയട്ടെ വല്ല
കാട്ടിലും കരിമല്ലൻ
പുത്തനായ് ഞാൻ തല്ലിച്ച
മടവാൾ പൊയ്പോയാലോ

കോലാന്റെ രോഷപ്രസ്താവന കേട്ടപ്പോൾ, കാളിക്ക്,

മടവാളുകൊണ്ടാണീ-
കോലാന്റെ കരിനാക്കെ-
ന്നിടനെഞ്ഞുപൊട്ടുമ്പോൾ
പറയാൻ തോന്നിപ്പോയി.
എന്നാൽ,

അവൾ ഒന്നും പറഞ്ഞില്ല. അത്യാഹിതത്തിന്റെ വൃത്താന്തങ്ങൾ ആണ്, അവൾ കേട്ടുകൊണ്ടിരുന്നത്.

മലവീണു പോയാന
ചത്തൊലിച്ചു പോൽ, ചത്തു
മലച്ചു പെരുമ്പാമ്പും
പട്ടിയുമൊഴുകിപ്പോയ്
ആരും തുണയ്ക്കില്ലാതെ പുലപ്പെണ്ണ് പുഴക്കരയിൽ,
കണ്ണുമഞ്ഞളിക്കുന്നു
കാതടയുന്നു പുല-
പ്പെണ്ണടുത്തെഴും ചേരിൽ
ച്ചാരിനിൽക്കുവാൻ നോക്കി
ചാരരുതതിൽപ്പക-
യുണ്ടചേരിനുചൊല്ലി
ദൂരെ നിന്നാരോ, കാളി-
യുർമയെപ്പോലെ കേട്ടു

തുടർന്ന്,

നേരം പോയ്, കൊടുങ്കാറ്റായ്
മഴയായ് ഇടിയായ് ആ

ത്തീരത്തില്ലാരും നന-
ഞ്ഞൊലിച്ചു പുലപ്പെണ്ണ്
കിടന്നിരുന്നും പിറ്റേ-
ന്നാളും നിശ്ശേഷ്ടം ചേരിൻ
മടിയിൽത്തലയുമായ്
പിന്നെയും പൊന്തീവെള്ളം

പിന്നീട്, കുറുമ്പൻ വന്നു. അവൻ വൈകിപ്പോയി. വൻ കൊടുക്കാറ്റായിരുന്നു. ചേര് കടപറിഞ്ഞൊഴുകിപ്പോയി. കുറുമ്പനെ സംബോധന ചെയ്ത്, ഭരതവാക്യം

കണ്ണുനീർ തുടയ്ക്കുക
നീ മടങ്ങുക നിൻ നാ-
ളെണ്ണുക, നിനക്കെല്ലാ-
മായിരുന്നവർ പോയി

1964ൽ ആണ്. ജി. "മൂന്നരുവിയും ഒരു പുഴയും" രചിച്ചത്. ലളിതമായ നാട്ടുഭാഷയിൽ കവിതയെഴുതാൻ ശങ്കരക്കുറുപ്പിന് ആവില്ല എന്ന ആക്ഷേപത്തിനുള്ള മറുപടിയാണ് ഈ ഖണ്ഡകാവ്യം. അഖണ്ഡ ജീവിത പ്രതിപാദനം തനിക്കും ശക്യമെന്ന് കവി തെളിയിച്ചു. എന്റെ നാട്ടിൻപുറത്തിന്റെ സജീവചിത്രമിതിലുണ്ട്" എന്ന് ജി. പറഞ്ഞത് അഭിമാനത്തോടെയായിരിക്കും. മലവെള്ളം നദിയിൽ പൊങ്ങി. ആപത്തുണ്ടാകുന്നതിന്റെ സൂക്ഷ്മ ചിത്രമാണ് കാവ്യത്തിലുള്ളത്. മേഘജാലം മലകയറുന്നതിനെ കവി ചിത്രീകരിക്കുന്നു.

"അന്തിക്കു മുമ്പേകാട്ടു
കൊമ്പന്മാരെപ്പോൽ പന്തി
പന്തിയായ് മലകേറി
മറിഞ്ഞു കാർമേഘങ്ങൾ"

പിന്നെ പെരിയാറിന്റെ ഊറ്റം വർണ്ണിക്കപ്പെടുന്നു

"പെരിയാറിനു മദം
പൊട്ടിതൻതടംതട്ടി
നിരത്തിക്കുടികളെ
വിറപ്പിച്ചിരച്ചോടി"

കാളിയുടെ അനുഭവം:

"ഇടിവെട്ടുമ്പോപ്പാവം
കാളിതൻകരളിലാ-
ണിടിവാൾ, തൻ പയ്ങ്കന്
വല്ലതും പിണഞ്ഞാലോ"

പെരിയാറിനെപ്പറ്റിയുള്ള ഒരു വർണ്ണന:

“കുരിശുമ്മൂടിയുടെ
പിന്നിലെക്കാട്ടിൽക്കൂടി
ച്ചിരിയും കളിയുമായ്
ചൂരൽക്കാടുകൾ നൂണ്
പാറകളുരുട്ടിയും
തട്ടിയും ചെറുപ്പത്താൽ
പാറമേൽ നിന്നുചാടി
പ്പാറകൾ തോറും തുള്ളി
വെൺചിലമ്പുകൾ ചിന്നീ-
ക്കാട്ടുപക്ഷികളോടു
കൊഞ്ചിയങ്ങനെകല്ലു
കളിക്കും പെരിയാറും”

പൈങ്കന്റെ മലങ്കാട്ടിലേക്കുള്ള പോക്ക് കാളിയുടെ കണ്ണിൽ,

“ഇറുക്കിത്തൻ കക്ഷത്തിൽ
മടവാൾ, മടിക്കുത്തിൽ
ഇറുത്തപുകയില
ഞെട്ടിയുമായിപ്പോയി
ക്ഷീണമിത്തിരിയു-
ണ്ടെന്നാകിലും ഭാവിച്ചീലെ-
ന്താണത്തമാണാനിൽപ്പിൽ,
എന്തലിവാണാക്കണ്ണിൽ
കണ്ണിൽ വെള്ളമോ, നുള്ളും
കവിളത്തുപോ, പുല-
പ്പെണ്ണിന്റെ തൈര്യം പയ്ങ്കൻ
മലകാണാത്തോനാണോ?
ഈ മലമ്പനിപ്പൂതം
തുള്ളിയാൽ തളർന്നോളും
നീ മടിച്ചുനിൽക്കാതെ
പടിക്കെപ്പണിക്കുപോ”
വരമ്പുകടന്നിട-
ത്തോടുകൾകവച്ചുവെ-
ച്ചുരമാർന്നകൈതോല
വക്കുകളിടയ്ക്കിടെ

മടവാളിനാൽമാടി
ത്തോടിറമ്പിന്മേൽക്കൂടി
നടന്നുനടന്നക-
ന്നകന്നുപോയീ പയ്ങ്കൻ"

തുലാവർഷം ഉടൻ പൊട്ടിച്ചാടുമെന് ആരും ഓർത്തില്ല. മലയിൽ കിഴക്കെങ്ങോ ഉരുൾപൊട്ടി. ആ ഉരുൾപൊട്ടിയത് മലയിലല്ല പയ്ങ്കന്റെയും കാളിയുടെയും ജീവിതത്തിലാണ്. കുറുമ്പന്റെയും അതൊരു ട്രാജഡി യാണ്. എന്നാൽ, ആ വിധത്തിൽ അത് ആഖ്യാനം ചെയ്യപ്പെട്ടിട്ടില്ല. ശരാശരിയിൽ താണവരുടെ ജീവിതത്തിനെന്തു വില? ലീലയുടേയും നളിനി യുടേയും ട്രാജഡിക്കു സമാനമാണ് കാളിയുടെ ട്രാജഡിയും ഹുമയൂൺ കബീറിന്റെ Men and Rivers എന്ന നോവലിൽ നദി ജനപദങ്ങളെ വിഴുങ്ങിക്കളയുന്ന കഥയുണ്ട്. അതുപോലെ തന്നെ, ജി.യുടെ ഈ കഥയും. ഗീർവ്വാണങ്ങളുടെ പെയ്ത്തുള്ള ജി.യുടെ കൊണ്ടാടപ്പെട്ട, കവി കതകൾ വിസ്മൃതിയിലാവുമ്പോഴും പയ്ങ്കൻ, കാളി, കുറുമ്പൻത്രയ ത്തിന്റെ കഥ അനുവാചക ചിത്തത്തിൽ നിലനിൽക്കും എന്ന് ഞാൻ വിചാരിക്കുന്നു.

ജി.യുടെ പ്രതികരണം

ഈ ഖണ്ഡകാവ്യവുമായി ബന്ധപ്പെട്ട് എനിക്ക് ഒരനുഭവമുണ്ട്, പറ യാൻ. ഞാൻ കാലിക്കറ്റ് യൂണിവേഴ്സിറ്റിയിലെ മലയാള പഠന ബോർഡിന്റെ ചെയർമാൻ ആയിരുന്നു. ആറ്റൂർ രവിവർമ്മയും മുതിർന്ന പല പ്രൊഫസർമാരും ബോർഡിൽ അംഗങ്ങളായിരുന്നു. ഡിഗ്രിക്ക് പഠി ക്കുന്നവരുടെ മലയാളം സിലബസ്സിൽ ഒരു ഖണ്ഡകാവ്യം പഠിപ്പിക്കാൻ വകുപ്പുണ്ടായിരുന്നു. കവിത്രയത്തിന്റെ കൃതികളിൽ ഒന്ന് എന്നായിരുന്നു വ്യവസ്ഥ. ബോർഡ് അതിൽ ഒരു ഭേദഗതി വരുത്തി. കവിത്രയത്തിന്റെ കൂടെ ചങ്ങമ്പുഴയേയും ജി.യേയും ഉൾപ്പെടുത്തി. ജി.യുടെ "മൂന്നരു വിയും ഒരു പുഴയും" പാഠപുസ്തകമായി നിശ്ചയിക്കുകയും ചെയ്തു. ഞാൻ എറണാകുളത്ത് പോകുമ്പോൾ 'ഭദ്രാലയ' ത്തിൽ പോകുന്ന പതി വുണ്ടായിരുന്നു. ഒരിക്കൽ ചെന്നപ്പോൾ, കാലിക്കറ്റ് യൂണിവേഴ്സിറ്റിയിലെ പഠനബോർഡിനെപ്പറ്റി ജി. ചോദിച്ചു. "ബോർഡ് ചെയർമാൻ ആണ് പഠി ക്കാനുള്ള ഖണ്ഡകാവ്യമായി 'മൂന്നരുവിയും ഒരു പുഴയും' നിശ്ചയിച്ചി ട്ടുണ്ട്." ഞാൻ പറഞ്ഞു. ജി.യുടെ പ്രതികരണം എന്നെ അന്ധാളിപ്പിച്ചു. കൊള്ളാവുന്ന ഏതെങ്കിലും കൃതി തിരഞ്ഞെടുക്കാമായിരുന്നില്ലേ? "കൊള്ളാവുന്നത് തന്റെ മറ്റൊരു കൃതിയോ, വേറെ കവികളുടെ കൃതിയോ?" മഹാകവി ഉദ്ദേശിച്ചതെന്താണെന്ന് എനിക്കു മനസ്സിലായില്ല. മക്കളിൽ ചിലരെ കണ്ടുകൂടാത്ത പിതാക്കളുണ്ട്. "അവൻ ഗുണം പിടി ക്കില്ല" എന്ന് മകനെ ശപിക്കുന്ന പിതാക്കളുണ്ട്. 'ജി.' "മൂന്നരുവിയും ഒരു പുഴയും' തന്റെ കൃതികളിൽ കൂട്ടുന്നില്ലായിരുന്നെന്നോ? എങ്ങനെയാണ്,

മഹാകവിയുടെ വാക്കുകളെ ഞാൻ മനസ്സിലാക്കേണ്ടത്? പലനാൾ അത് എന്റെ തലയിൽ കിടന്ന് കലമ്പൽ കൂട്ടി.

ശ്രീ. ഗുപ്തൻ നായർ, അവതാരികയിൽ, ശങ്കരക്കുറുപ്പിനെ പ്രസ്ഥാനപരമായ പല കള്ളറകളിൽ പെടുത്തി ശ്ലാഘിച്ചിട്ടുണ്ട്. "ശങ്കരക്കുറുപ്പ് – ഒരു മിസ്റ്റിക് 'ശങ്കരക്കുറുപ്പ് ഒരു വിപ്ലവകവി', 'കുറുപ്പ് – ഒരു ഇന്റർനാഷണലിസ്റ്റ്', 'സിംബോളിസത്തെക്കുറിച്ച്' എന്നിങ്ങനെയാണ് വിഭജനം. വെള്ളം കടക്കാത്ത അറകളോ ഇവ?

പൊതുവിദ്യാഭ്യാസം

1961 കോഴിക്കോട് 'കേരളസാഹിത്യസമിതി' രൂപീകരിച്ച സമ്മേളനത്തിൽ ജി. മുണ്ടശ്ശേരി, കുറ്റിപ്പുഴ തുടങ്ങിയ പ്രാമാണികന്മാരൊക്കെ പങ്കെടുത്തിരുന്നു. ജി പ്രസംഗിക്കുകയാണ്. ധാരാവാഹിയായ ആ പ്രസംഗം ഭാവനയുടെ ചിറകുകളിൽ കയറി പറക്കുന്നു. അതേ, അങ്ങനെയാണ് ജി. പ്രസംഗിക്കുക. പ്രസംഗം നടക്കുന്ന ഹാളിന്റെ വരാന്തയിൽ, മുണ്ടശ്ശേരി പ്രസംഗം കേട്ടും കേൾക്കാതെയും നടക്കുന്നു. എന്നെക്കണ്ടപ്പോൾ മാസ്റ്റർ ചോദിച്ചു,

"എന്താണ് മഹാകവി പറയുന്നത്? വല്ലതും മനസ്സിലാകുന്നുണ്ടോ?"

പിന്നീട് ഒരാത്മഗതം പോലെ മാസ്റ്റർ പറഞ്ഞു:

"പൊതുവിദ്യാഭ്യാസമില്ലാത്തതിന്റെ തരക്കേടാണത്."

ഇത് മാസ്റ്റർ എപ്പോഴും പറയാറുള്ളതാണ്.

ക്ലാസ്സിലിരുന്നും കോളേജിൽ ചേർന്നും പഠിച്ചാലേ പഠിപ്പാവൂ എന്നുണ്ടോ? ബാലാമണി അമ്മ സ്കൂളിൽ പഠിച്ചിട്ടില്ല. പി. ഒരിടത്തെ പഠിപ്പും പൂർത്തിയാക്കിയിട്ടില്ല. ഇടശ്ശേരിക്ക് എടുത്തു പറയാനുള്ള പഠിപ്പില്ല. കുട്ടികൃഷ്ണമാരാർക്ക് ഇംഗ്ലീഷ് പഠിപ്പില്ല. അവരൊക്കെ സാഹിത്യത്തിൽ പിടിച്ചു കയറിയവരല്ലേ? ശങ്കരക്കുറുപ്പിന്റെ കഥയും മറ്റൊന്നല്ല. എന്നാൽ, കുറ്റം കാണാൻ എല്ലാവരും ഓടിച്ചെല്ലുന്നത് ജി.യിലേക്കാണ്. മുണ്ടശ്ശേരി പറഞ്ഞതിനെയും അത്രകാര്യമായി എടുക്കേണ്ടതില്ല. ■

പി. കുഞ്ഞിരാമൻനായർ
'ഫുൾസ്റ്റോപ്പില്ലാത്ത മഹാകവി'

പോയകാലത്തിന്റെയും വരുംകാലത്തിന്റെയും കവിയാണ് പി. കുഞ്ഞിരാമൻനായർ. വർത്തമാനകാലത്തെപ്പറ്റി അപ്രീതിയേ ഉള്ളൂ, അദ്ദേഹത്തിന്. വർത്തമാനകാലസ്ഥിതിയെപ്പറ്റി അദ്ദേഹം ക്രോധാവിഷ്ടനായിരുന്നു. 'നരബലി' എന്ന കവിത അദ്ദേഹമെഴുതിയത്, പ്രതികാരദാഹത്തോടെയാണ്. പക്ഷേ, കവിയുടെ പ്രതികാരം എവിടെ ചെന്നെത്താൻ? കവി അഡ്മിനിസ്ട്രേറ്ററല്ല; പടനായകനല്ല, സമുദായതലത്തിൽ മാറ്റമുണ്ടാക്കാവുന്നത് അവർക്കാണ്. എന്നാലും അവരും നിഷ്കർമ്മികൾ ആണ്, ജനാധിപത്യ സംവിധാനത്തിൽ കവികൾക്ക് അലറാം. അസംതൃപ്തർക്കും അലറാം. അതാണ് ജനാധിപത്യത്തിന്റെ മേന്മ. അഭിപ്രായസ്വാതന്ത്ര്യം പരിപൂർണ്ണമാണ്, ജനാധിപത്യത്തിൽ. അത് നഷ്ടപ്പെട്ടേക്കുമോ എന്ന ഭീതി ഉണ്ടെന്നേ ഉള്ളൂ.

നരബലി എന്ന കവിതയിലെ ആദ്യശ്ലോകം ഹിമാലയത്തെപ്പറ്റിയുള്ളതാണ്. അത് നല്ല തുടക്കമാണ്. കാളിദാസൻ കുമാരസംഭവകാവ്യം തുടങ്ങിയത് ഒരു ഹിമാലയവർണ്ണനയോടെയാണ്. മഹാകവി പി. ഹിമാലയത്തെപ്പറ്റി ആലങ്കാരികമായി പറയുന്നു:

അമ്പിളിക്കല ചൂടുന്ന
വിനായകന്റെ വാഹനം
കിടക്കുന്നു, പൂഞ്ഞയുള്ള
വെള്ളക്കാള, ഹിമാലയം

ഹിമാലയത്തെ ഇവിടെ ഒരു മുഖംമൂടിയായിട്ടാണ് ഞാൻ മനസ്സിലാക്കുന്നത്. പറയാൻ പോകുന്ന കടുത്ത സംഗതി കേൾക്കുമ്പോൾ, അനുവാചകമനസ്സിന് ഒരു സാന്ത്വനം. ആമുഖം നീട്ടേണ്ടതില്ല. പ്രമേയത്തിലേക്ക് കടക്കാം. ഇടിവെട്ടുപോലെയുള്ളതാണ് കവിയുടെ വാക്കുകൾ.

കട്ടുതിന്ന പണക്കുമ്പ
വീർത്തൊരൂരാളരെങ്ങുപോയ്?

പങ്കക്കാറ്റേറ്റുറങ്ങാനോ
ദേവസ്വം മാളികയ്ക്കുമേൽ

തുടർന്നു വരുന്ന വിമർശം ആത്മോപാലംഭനരൂപത്തിലാണ് ശ്രദ്ധിക്കുക:

കഞ്ഞിവെള്ളം കുടിക്കാതെ
പൈതങ്ങൾ പിടയുമ്പോഴും
പെരുത്ത വേതനം തിന്നു
വീർക്കുമീ ഞാൻ മരിക്കണം

പീടികത്തിണ്ണ വീടാക്കി-
സ്സഹോദരി മയങ്ങവേ,
കൈക്കോഴയാൽ ബങ്കളാവു
തീർക്കുമീ ഞാൻ മരിക്കണം

സാമൂഹിക വിമർശനം, രാഷ്ട്രീയ വിമർശനം എന്നിങ്ങനെ വിമർശനങ്ങൾ പലതുണ്ട്. അതൊക്കെ തൊലിക്കു താങ്ങാവുന്ന വിമർശനങ്ങളാണ്. എന്നാൽ, കുഞ്ഞിരാമൻനായരുടെ കവിതയിലെ വിമർശനങ്ങളാണ്. ആത്യന്തിക വിമർശം. അത് അർജ്ജുനന്റെ അമ്പു പോലെയാണ്. എടുക്കുമ്പോൾ ഒന്ന്, തൊടുക്കുമ്പോൾ ഒന്ന്, എയ്യുമ്പോൾ പത്ത്, കൊള്ളുമ്പോൾ നൂറ്. ചെന്നുകൊള്ളാത്തിടമില്ല. കടുത്ത വിമർശനം.

നരബലി അനുവാചകലോകത്തിന്റെ ചുണ്ടത്തു പറ്റിപ്പിടിച്ച കവിതയാണ്. അതിന്റെ പേരിൽ കവി പി. വളരെ വാഴ്ത്തപ്പെട്ടു. 'അമ്പുകൊള്ളാത്തവരില്ല കരുക്കളിൽ' എന്നു പറഞ്ഞപോലെ പി. ചാട്ടിവിട്ട ഭർത്സനം എല്ലാ കോണുകളിലും കൊണ്ടലച്ചു.

നാനാകാര്യങ്ങളെക്കൊണ്ട് അസംതൃപ്തനായിരുന്നു കവി, കുഞ്ഞിരാമൻനായർ. രണ്ടു ശ്ലോകങ്ങൾ, രണ്ടു മണ്ഡലങ്ങളെ സംബന്ധിച്ച വിമർശനം; കടുത്ത വിമർശനം:

1. മനോരാജ്യം കയ്യടക്കി
   വാഴുമാംഗ്ലേയ ഭാഷകൾ
   ദാസിയായ് കഴിയുംനാട്ടു-
   ഭാഷതൻ മകനാണിവൻ

സാമ്രാജ്യഭരണം ഉണ്ടായിരുന്ന രാജ്യമാണിത്.സാമ്രാജ്യഭരണം പോയെന്നാണ് ഔദ്യോഗിക നിലപാട്. എന്നാൽ ആ പോയവരുടെ ഭാഷയ്ക്കാണ് രാജ്യത്ത് ആധിപത്യം. നാട്ടുഭാഷകൾക്ക് ദാസ്യവൃത്തി. കുഞ്ഞിരാമൻനായർക്ക് ഓർക്കാൻ വയ്യ. പാരതന്ത്ര്യമാണ് അത്. നമ്മുടെ ഭരണാധികാരികൾക്കില്ല, ആ വികാരം. അതുകൊണ്ട്, കവി പറ്റുന്നേടത്തെല്ലാം തന്റെ രോഷം പ്രകടിപ്പിക്കുന്നു.

2. തണുത്തു കോച്ചി രാവെല്ലാം
   വിള കാത്തുകിടന്നവൻ
   ഉച്ചക്കഞ്ഞിക്കു കൂകുന്നു
   ജന്മിതൻ പടിവാതിലിൽ

വയലിൽ പണിയെടുത്ത്, വിള ഉണ്ടാക്കുന്നവനാണ് യഥാർത്ഥ കൃഷിക്കാരൻ. വിള അവന്നിരിക്കണം. പക്ഷേ, അവനിപ്പോഴും അടിമപ്പണിക്കാരൻ തന്നെ. രാത്രി പുഞ്ചയ്ക്കു കാവലിരിക്കുന്നു. തണുത്തു വിറച്ച് ഉറക്കം മുട്ടുന്നു. പിന്നെ, ഉച്ചയ്ക്ക്, ഭൂവുടമയുടെ പടിക്കൽ ചെന്ന് കൂകുന്നു-കഞ്ഞി കിട്ടാൻ. കുട്ടനാട്ടിലെ വയലിൽ പണിക്കാർക്ക് രണ്ടു നേരവും പച്ചനെല്ല് കൂലിയായി കൊടുക്കുന്നു. അവരതു കൊണ്ടുപോയി പുഴുങ്ങി, വറുത്ത്, കുത്തി, കഞ്ഞിവെച്ചു കുടിക്കുന്നു. കോൺഗ്രസ്സിന്റെ നേതാവും പിൽക്കാലത്ത് മാതൃഭൂമിയിൽ പത്രാധിപരും ആയിരുന്നിട്ടുള്ള ശ്രീ. എ.പി. ഉദയഭാനു എഴുതിയ ഒരു ലേഖനത്തിൽ പറഞ്ഞിട്ടുള്ളതാണത്. ആ നില, അവിടെ മാത്രമല്ല, എവിടെയും ഉള്ളതാണ്. മഹാകവി പി.യുടെ മനസ്സിൽ അതിപ്പോഴും പച്ചയായി നിൽക്കുന്നു. അധികാരികൾ അത് അറിയുന്നുവോ?

സ്വന്തം ഭാഷ

'സർക്കസ്സുകാരന്റെ സിംഹം' എന്ന കവിത പി. 1938ൽ ആണെഴുതിയത്.

എത്രമാറിപ്പോയ്ച്ചുറ്റു-
പാടേ, നിൻമർമ്മം തോറും
കുത്തിനോവിച്ച കാള-
രാവുചേക്കയിലേറി,
കൃത്രിമവെളിച്ചത്തിൻ
സ്വർണ്ണപ്പല്ലുകൾ വീണു
സ്വാർത്ഥലോഭത്തിൽ പെരും
കൂടാരക്കൊടി താണു
ഒന്നുയർന്നു നീസ്വന്ത
ഭാഷയിൽ ശബ്ദിച്ചാലും
ഒന്നുയർന്നു നീ ദേവ
ഭാഷയിൽ ഗർജ്ജിച്ചാലും

സർക്കസ്സിലെ സിംഹം ഗർജിക്കാൻ മറന്നുപോകുന്നു. അടിമത്തഭരണത്തിൽ ഇന്ത്യക്കാർ സ്വന്തം ഭാഷയും സംസ്ക്കാരത്തിന്റെ ഭാഷയും മറന്നു. കുഞ്ഞിരാമൻ നായർ നാട്ടുഭാഷയ്ക്കും വൈദികഭാഷയ്ക്കും വേണ്ടി നിലകൊണ്ടു. അതദ്ദേഹത്തിന്റെ സ്ഥിരഭാവമായിരുന്നു. അതദ്ദേഹത്തിന്റെ തൂലികയിൽ എന്നുമെപ്പോഴുമുണ്ടായിരുന്നു.

'ഭാരതമുരളി' എന്ന ചെറിയ കവിത. 1943 ൽ ആണ് രചന. അതിൽ, കവിയുടെ ചോദ്യം.

നീരവം ചക്രം നിലയ്ക്കാതെ പിന്നെയും
നീളുമുടുതുണി നൽകിയില്ലെങ്കിലോ
ഹാ! പരമാരു തുണയ്ക്കിന്നു ഭാരത-
ദ്രൗപദിദേവി തൻ മാനം മറയ്ക്കുവാൻ?

ദ്രൗപദീവസത്രാക്ഷേപകഥയോട് ചേർത്ത് ഭാരതത്തിലെ സ്ഥിതിയെപ്പറ്റി കവി, ഉൽക്കണ്ഠയോടെ ചോദിക്കുന്നു. ചോദ്യം ഭാരതത്തോട്-ഇന്ത്യാക്കാരനോട്. ഭാരതീയരുടെ മാനം കാക്കേണ്ടയോ എന്ന്.

'ഗാന്ധിഗ്രാമം എവിടെ?' എന്ന കവിത.

അതിൽപറയുന്നു: സൂര്യനെ പുറംതള്ളി, ഭരണം ഇരുട്ടിനെ ഏൽപ്പിച്ചു. ചന്ദ്രനില്ലാത്ത രാത്രി. നാലഞ്ചു നക്ഷത്രങ്ങളുണ്ട്. കാടും നാടും മുഖം മറച്ചുനിൽക്കുന്നു. സഭയിലുള്ളത് മൂങ്ങകൾ. ഇരുട്ടിന്റെ കിങ്കരൻ ജംബുകൻ ആജ്ഞകൾ നൽകുന്നു. നെറികേടാണിവിടെ പൗരുഷം; സേവ, കാര്യംകാണാൻ. നൂലിഴപോലും തല പൊക്കുന്ന വെമ്പിലയായി. സത്യത്തിന്റെയും സമത്വത്തിന്റെയും സ്വാതന്ത്ര്യത്തിന്റെയും സൗരഭ്യം പരത്തുന്ന ഗാന്ധിഗ്രാമം എന്നുയർന്നു വരും? അതായിരുന്നു കവിയുടെ സ്വപ്നം. ഭാരതത്തിന്റെ സ്വപ്നവും.

ഓണക്കവിതകൾ

മഹാകവി പി. എഴുതിയിട്ടുള്ള ഓണക്കവിതകൾക്ക് കണക്കില്ല. 1. പൊയ്പോയ പൊന്നോണം (47ന് മുമ്പ്), 2. ഉത്രാടരാത്രി (77), 3. മലനാട്ടിന്റെ മഹാകവി(52), (4) ഉത്രാടത്തിൻ നാൾ(60), 5. പൊന്നോണക്കാലം (50), 6. ഓണപ്പാട്ട്(70), ആകെ 43 ഓണക്കവിതകൾ എന്ന് ഒരു കണക്കെടുപ്പിൽ. 8 തിരുവാതിരക്കവിതകൾ 7 വിഷുക്കവിതകൾ 3 പുത്തരി കവിതകൾ.

"മലനാട്ടിന്റെ മഹാകവി" എന്ന കവിതയിൽ നിന്നൊരു ഭാഗം പകർത്തുന്നു.

പൊന്നോണത്തുമ്പിക്കു വാനിലുയരുവാൻ
കുഞ്ഞിയുറുമ്പിനു തേൻ നുകരാൻ
കാട്ടിലെത്തത്തകൾക്കില്ലം നിറയ്ക്കുവാൻ
ചിറ്റാടക്കുഞ്ഞിനു പൊട്ടുകുത്താൻ
ഓടച്ചെടിക്കു കൈകൊട്ടിക്കളിക്കുവാൻ
തോട്ടിനു നാടോടിപ്പാട്ടുപാടാൻ
വിണ്ണിലെ പൂക്കൾക്കു കണ്ണുമിഴിക്കുവാൻ
വണ്ണാത്തിപ്പുള്ളിനു വില്ലുകൊട്ടാൻ

ആനന്ദവെൺനുര തുമ്പപ്പൂ നുള്ളുന്നൊ-
രാഴിത്തിരികൾക്കു പൂവിളിക്കാൻ
പൂതസൗന്ദര്യമാമാമ്പലത്തോണിയിൽ
പൂത്തിരിവോണമേ നീയണഞ്ഞു.

കുഞ്ഞിരാമൻ നായർ മലനാട്ടിനെ അകംപുറം കണ്ടറിഞ്ഞിട്ടുള്ള കവിയാണ്. ഓരോ പൂവും ചെടിയും ഓരോ കിളിയും കൂവലും ഓരോരോ ഭാഗവും കാണാൻ ഓരോ ആണ്ടറുതിയും പൂരവും കാണാൻ താൻ കാത്തുകിടന്നിട്ടുണ്ട്. കേരളത്തിനെ വാഴ്ത്തിയ പല കവികളുണ്ട്. പ്രകൃതി ഗായകത്വത്തിനു കേളികേട്ടവരുണ്ട്. എന്നാൽ, കേരളത്തെ അടിതൊട്ട് മുടിയോളം കച്ചകെട്ടിനിന്നു, കണ്ടവർ കുഞ്ഞിരാമൻനായരെപ്പോലെ വേറെ ആളില്ല. മുകളിൽ ഉദ്ധരിച്ച കവിതാഭാഗത്ത് എന്തെല്ലാമുണ്ടെന്ന് നോക്കുക. തുമ്പി, ഉറുമ്പ്, തത്ത, ചിറ്റാട, ഓടച്ചെടി, തോട്, നക്ഷത്രങ്ങൾ, വണ്ണാത്തിപ്പുള്ള്, തുമ്പപ്പൂവ്, ആഴിത്തിരകൾ, പൂവിളി, ആമ്പലത്തോണി - ഒറ്റവായുവിൽ അത്രയും. അതാണ് കുഞ്ഞിരാമൻനായരുടെ രീതി. വർണ്ണന തുടങ്ങിയാൽ അതനർഗ്ഗളമായിത്തുടരും. കുഞ്ഞിരാമൻനായർ ഫുൾസ്റ്റോപ്പില്ലാത്ത കവി എന്നാണ് വിളിക്കപ്പെടുന്നത്.

ഇരുവ്യക്തിത്വച്ഛായകൾ

കവി പി.യിലേക്ക് ചുഴിഞ്ഞു നോക്കിയപ്പോൾ ഞാൻ കണ്ടത് രണ്ട് വ്യത്യസ്ത വ്യക്തിത്വചരായകളാണ്. കവിതയിൽ ജയദേവൻ, ജീവിതത്തിൽ ശ്രീകൃഷ്ണൻ. കവിതയിൽ മതിമറന്നു മുഴുകിയ കവി, ജീവിതത്തിൽ സ്വയം മറന്നുപോയ വ്യക്തിയുമാണ്. രണ്ടിനും പേരും യഥാക്രമം ജയദേവകൃഷ്ണന്മാർ.

സങ്കടങ്ങൾ

കുഞ്ഞിരാമൻനായർ കവിത വായിക്കുമ്പോൾ, ഇടയ്ക്ക് കയറി സംസാരിക്കും. കവിത വായിക്കാൻ തുടങ്ങുന്നതിനു മുമ്പുമുണ്ടാകും സംസാരം. എല്ലാം ആത്മാലാപങ്ങളാണ്. തന്നിൽ, വളരെ സങ്കടങ്ങൾ മൂടിപ്പൊതിഞ്ഞുവെച്ചിട്ടുള്ള കവിയാണ് കുഞ്ഞിരാമൻനായർ. ഒരാത്മാലാപമാണ് താഴെ ചേർക്കുന്നത്.

'നക്ഷത്രമണ്ഡലം നോക്കി നടന്ന്, കല്ലും മുള്ളും നിറഞ്ഞ പൊട്ടക്കിണറ്റിലടിതെറ്റി വീണു. ജീവിതത്തിലെന്നപോലെ, സാഹിത്യജീവിതത്തിലും തികച്ചും പരാജിതനായിത്തീർന്ന എനിക്ക് അന്നുമിന്നും എടുത്തോമനിക്കാൻ ചില മധുരസ്വപ്നങ്ങളുണ്ട്.

- പാവനപ്രേമത്തിൻ പൂജയാണെൻ ജീവിതഗാനപ്രപഞ്ചമെല്ലാം

- കളിത്തോഴിയായ നിളാനദിയോടുകൂടിയാടിവന്ന ആ ദിവ്യഭാവനാവിലാസ ദിവ്യലഹരിയാണ് അന്ന് എന്റെ പ്രിയതമ. എന്നാലിന്നവളെന്നെയിട്ടെറിഞ്ഞു പൂങ്കുയിൽ പോലെ പറന്നു പോയി. അവളെന്നെ അന്ധതാ

മിസ്രത്തിലാഴ്ത്തി, ഉർവ്വശിയെപ്പോലെ വിണ്ണേറി. എന്നാലിന്നും ആ സ്വപ്നസ്വുന്ദരിയുടെ നിറംമങ്ങിയൊരു ചെറുചിത്രം എന്റെ ഉള്ളിലുണ്ട്. ആ പടത്തിനുമുമ്പിൽ പ്രണാമദീപമർപ്പിച്ചുവരുന്നു.

ഇഷ്ടപ്പെട്ട കവിത

• തനിക്ക് ഏറ്റവും ഇഷ്ടപ്പെട്ട കവിതയെപ്പറ്റി കവി ദീർഘമായി ഉപന്യസിച്ചിട്ടുണ്ട്. ആ കവിതയിലെ വരികൾ:

അത്രയും പ്രാണനിൽ പ്രാണനായ് നിന്നു നീ
യാത്ര പറയാതെ പോയതുചിതമോ?
വിണ്ണിൻവെളിച്ചമെഴുതി നിന്നീടുമോ
കണ്ണിലൊരുകുറികൂടി ക്ഷണപ്രഭേ?

കവിത തുടരുന്നു:

പാവനമാമീശ്ശരന്നദീവിചിയിൽ
പായ നിവർത്തിയ കൊച്ചുകേവഞ്ചിയിൽ
പൂർണ്ണചന്ദ്രോദയവേളയിൽ മന്മനം
പൂർണ്ണമാകുന്നു, സ്മരണതൻ വീർപ്പതിൽ

കുഗ്രാമപാർശ്വം വലംവെയ്ക്കുമാനദി
പുണ്യയമുനയാരാധികയുള്ള നാൾ
ആമുളങ്കാടും വനവും മുരളികാ-
ഗാനം തുളുമ്പുന്ന കൊച്ചുവൃന്ദാവനം
മഞ്ഞണിശ്യാമളശൈല നിരകൾതൻ
മന്ദ്രനിശ്ശബ്ദതവാഴുമാസ്സീമയിൽ
നിശ്ചലനക്ഷത്രദീപികയേന്തിയ
നിശ്ശബ്ദയാമിനി മന്ദമണയവേ
ഉല്ലസൽസന്ധ്യാസമീരൻ വിതറിയ
മുല്ലമലരൊളിപ്പൂമണിമെത്തയിൽ
എത്രനാൾ കാത്തുനിന്നീലിവൻ, പുഞ്ചിരി-
ച്ചാർത്തണിഞ്ഞിട്ടുമുകിലൊളിവർണ്ണനെ

ആ വിലാസിനിനൃത്തമാടിയ രംഗമണ്ഡപം-അതെവിടെ? ചന്ദ്രികാധവളമായ ആ നിളാപുളിനമെവിടെ?

കവിത തുടരുന്നു:

“കുന്നണിപ്പുവാം ചെറുശിവക്ഷേത്രത്തിൽ
നിന്നുനോക്കീടുകിൽ കാണാകുമസ്ഥലം
തൈത്തെങ്ങിനത്തെതുണകൂട്ടി വേനലിൽ
തൈവാഴപട്ടണിപ്പന്തലിടുംസ്ഥലം

ആ വസന്തച്ചെറുകൂട്ടിൽ വസിച്ചു,മൽ-
ജ്ജീവനിൽപ്പൂന്തേൻ തളിച്ചൊരപ്പെൺകുയിൽ

ഗീതഗോവിന്ദത്തിൽ രാധയും കൃഷ്ണനും മേളിക്കുന്നതിലെ ആ സ്വയംമറന്ന ലയനത്തിന്റെ ഒരു കിരണം പി.യുടെ നിളാപരമ്പരക്കവിതകളിലുണ്ട്. പി.യുടെ കവിതകളിൽ വലിയൊരു വിഭാഗം വള്ളുവനാടൻ വൃന്ദാവനത്തെ സംബന്ധിച്ചുള്ളതാണ്. വള്ളുവനാട് വൃന്ദാവനവും നിള യമുനയും ആയി. അത് ഭാവനാലോകം. ആ ലോകത്തിലായിരുന്നു എക്കാലവും മനസ്സുകൊണ്ട് പി. കുഞ്ഞിരാമൻ നായർ

കളിയച്ഛൻ

കുഞ്ഞിരാമൻനായരുടെ എല്ലാവരും ശ്ലാഘിച്ചിട്ടുള്ള കൃതി 'കളിയച്ഛൻ' ആണല്ലോ. ഗുരുനിന്ദ-അതിലെ പശ്ചാത്താപമാണ്, കാവ്യവിഷയം. അച്ഛന്റെ ഹിതത്തിനു നിന്നില്ല എന്നതിൽ കവിക്ക് പശ്ചാത്താപമുണ്ടായിരുന്നു. കുടുംബത്തോടാകെ അപരാധം, തന്റെ ഭാഗത്തുനിന്നുണ്ടായി. കളിയച്ഛനിൽ ഗുരുപ്രഭാവം ആണ് കാണുന്നത്. കൃപർ, ദ്രോണർ, പിന്നെ, രോഹിത് വെമ്മുല ആത്മഹത്യ ചെയ്യുന്നതിലേക്കെത്തിച്ച ഹൈദരാബാദിലെ വൈസ് ചാൻസലർ, അനുഗ്രഹിച്ചതിലധികം ഉപദ്രവിച്ചവർ ആയിരുന്നു, നമ്മുടെ ഗുരുക്കന്മാർ. ഏകലവ്യന്റെ തള്ളവിരൽ മുറിച്ചു വാങ്ങിയ ദ്രോണനെ നല്ല ഗുരുവായി കണക്കാക്കാനാകുമോ? ഇന്ത്യാഗവൺമെന്റ് മികച്ച 'കോച്ചു'കൾക്ക് 'ദ്രോണ' അവാർഡ് കൊടുക്കുന്നു - ഞാൻ അറിഞ്ഞിടത്തോളം കോച്ചുകളൊക്കെ 'നനഞ്ഞേടം കുഴിക്കുന്നവ'രാണ്. വൈകാരികമായും ലൈംഗികമായും പലരും ശിഷ്യജനങ്ങളോട് അതിക്രമം കാണിക്കുന്നു. കൃപാചാര്യർ ജാതിക്കാര്യം പറഞ്ഞാണ് കർണ്ണനെ വിലക്കിയത്. പരശുരാമൻ കർണ്ണനോട് ചെയ്തതിൽ കണ്ടതും അതിലുമധികം കഠിനമായ ജാതിസ്പർദ്ധയാണ്. ശിഷ്യൻ ബ്രാഹ്മണനല്ലെന്നറിഞ്ഞപ്പോൾ, ശപിച്ചു, പഠിച്ച വിദ്യകളൊന്നും വേണ്ടപ്പോൾ ഉപകരിക്കാതിരിക്കട്ടെ എന്ന്. ഇന്ത്യ ലോകസ്പോർട്സിൽ പിന്നോക്കമായിരിക്കുന്നത്, ഇന്ത്യൻ ഗുരുവർഗ്ഗ പാരമ്പര്യവശാൽ ആണ്. ചെയ്യേണ്ട ജോലി ചെയ്യാതിരിക്കുക, ഫണ്ട് പോക്കറ്റിലാക്കുക. ഇതാണ്, സ്കൂൾ-കോളേജ്-യൂണിവേഴ്സിറ്റി തലങ്ങളിൽ സ്പോർട്സ് ആശാന്മാർ ചെയ്തുകൊണ്ടിരുന്നിട്ടുള്ളത് മുളയിൽ നുള്ളുകയല്ല, മുളയിലേ മുരടിപ്പിച്ചുകളയുന്നതാണ് അവരിൽ അധികം പേരുടേയും സേവനം.

കളിയച്ഛനിൽ കവി, ഗുരുവിനെ മാനത്തോളം പൊക്കിക്കാണിച്ചിട്ടുണ്ട്. ഗുരു ദൈവം ആണെന്ന വിശ്വാസം ഇന്ത്യക്കാർക്കുണ്ട്. അതിനു ചേരും വിധമുള്ളതാണ് കളിയച്ഛനിലെ പ്രസ്താവങ്ങൾ.

"ദുർമുഖം കാണെണ്ടെനിക്കെന്നു ദേശികൻ"

അത് ശാപമായി. അതിന്റെ കാരണമെന്താണെന്ന്,

"ഉച്ചണ്ഡഗർവ്വമൊരുങ്ങീല വൻകളി-
യച്ഛന്റെയിച്ഛയ്ക്കു വേഷമെടുക്കുവാൻ"

കളിയോഗം വിട്ടുപോകാൻ ആലോചന
അത് വേണ്ടെന്ന് പറഞ്ഞവരുണ്ട്.
"ഒന്നാമതായിട്ടണിയറയ്ക്കുള്ളിൽ നീ
ചെന്നുടൻ പറ്റിയ തെറ്റു തിരുത്തുകിൽ
വിട്ടുപോകേണ്ട നീയോഗം കരയേണ്ട
മാറ്റിത്തമെല്ലാമെരിചാമ്പലാം സ്വയം
തെറ്റുകളെന്തും പൊറുത്തിങ്ങരങ്ങത്തു
തോറ്റവർക്കുറ്റകളിയച്ഛനല്ലയോ?
മോഹാന്ധകാരം തിരുത്തുമിസ്സൽഗ്ഗുരു
ദ്രോഹിയ്ക്കഭയമരുളുമിപ്രേമവാൻ
ശിഷ്ടഗുരുവിൻ വിരലിൻ തലപ്പൊന്നു
തൊട്ടാലകലും തിമിരമശേഷവും
ബ്രഹ്മസ്വരൂപൻ ഗുരു കനിഞ്ഞീടുകിൽ
ബ്രഹ്മാണ്ഡമൊക്കെയും നിൻ കളിപ്പന്തൽതാൻ"

കഥകളി പ്രകരണത്തിലാണ് കവിത സങ്കൽപ്പിച്ചിട്ടുള്ളത്. കഥകളിക്കു പുറത്തും സംഗതമാണ് അതിലെ സംഭവാംശം. ആദ്ധ്യാത്മികമായ ഒരർത്ഥവും ഉണ്ടാകാം കളിയച്ഛന്. എന്നാൽ, കവി പി.യിൽ സഹജമായി ഒരു വിങ്ങിപ്പൊട്ടലുണ്ട്. താൻ പഠിക്കാൻ പോയി; മുഴുവൻ പഠിച്ചില്ല. ദാമ്പത്യത്തിലെ പങ്ക് താൻ നിറവേറ്റിയില്ല. വീട്ടിൽ അച്ഛന്റെ ഇംഗിതത്തിനു താൻ വഴങ്ങിയില്ല. ജീവിതംകൊണ്ട് താൻ പകിട കളിച്ചു. ഓരോ കവിയിലും ഒരു പുരാതനൻ ഉണ്ടെന്നു പറയും. ഓരോ കവിയിലും ഒരു സ്വയം വിമർശകൻ ഉണ്ടെന്നും പറയാം. കുഞ്ഞിരാമൻനായരിലെ സ്വയംവിമർശകനാണ് 'കളിയച്ഛന്റെ കർത്താവ്' എന്നു പറയാൻ ന്യായമുണ്ട്. അതെന്തായാലും കളിയച്ഛൻ സഹൃദയലോകത്തെയാകെ കവിയിലേക്കാകർഷിച്ചു.

തപോവനം

ഒറ്റപ്പാലം സാഹിത്യപരിഷത്ത് സമ്മേളനത്തിലാണ് കവി ഈ കവിത വായിച്ചത്. സമ്മേളനത്തിൽ, പ്രസിഡന്റ് ഡോക്ടർ രാധാകൃഷ്ണൻ ഉണ്ടായിരുന്നു. കവിയുടെ ഗുരുവന്ദനാദി പ്രകടനങ്ങൾ ഉണ്ടായി. എല്ലാം ചേർന്ന്, കളിയച്ഛൻ ഒരു വലിയ സംഭവമായി.

കടുപ്പിച്ച ഇഷ്ടാനിഷ്ടങ്ങളുള്ള കവിയാണ് കുഞ്ഞിരാമൻനായർ. അദ്ദേഹം വയലിനെ തപോവനമായി കാണുന്നു. കൃഷിക്കാരൻ ഋഷിയാണ് അദ്ദേഹത്തിന്റെ ഭാവനയിൽ.

മെക്കാളയുടെ മകൾ

ആംഗല ഭാഷയെ 'മെക്കാളയുടെ മകളായി'ട്ടാണ് പി. കാണുന്നത്. 'കൈവിടാ, മെക്കോളതന്നോമന മകളെ ഞാൻ' എന്നത്രേ നമ്മുടെ വിചാരം, 'മെക്കാളയുടെ മകൾ' എന്ന കവിതയിൽ. കവി പറയുന്നത്

വസ്തുതയാണ് 'ഹിന്ദി വേണ്ട, ആംഗലം മതി' എന്ന് തമിഴ്നാട് അലറിയ സംഭവമുണ്ടല്ലോ. ഹിന്ദിക്ക് തമിഴ്നാട്ടിൽ ഇനിയും പ്രവേശനമായിട്ടില്ല. കേരളത്തിൽ, നമ്മുടെ സ്ഥിതിയും എന്താണ്? നാട്ടിടവഴികളിൽ കൂടി 'സ്പോക്കൺ ഇംഗ്ലീഷ്' ക്ലാസുകൾ നടത്തുന്ന സ്ഥാപനങ്ങളുണ്ടിവിടെ. സ്വാതന്ത്ര്യലബ്ധിയുടെ അവസരത്തിൽ 'മെട്രിക്കുലേഷൻ' പഠിപ്പ് ഇംഗ്ലീഷിലായിരുന്നു. മലയാളവും ഹിന്ദിയും സംസ്കൃതവും പതിഞ്ഞ മട്ടിൽ നിലനിന്നു. ഭാഷ(മലയാളം)ക്ലാസിൽ പഠിപ്പിക്കാൻ തുടങ്ങിയത് മെക്കാളയുടെ വിദ്യാഭ്യാസ പരിഷ്കാരത്തോടെയാണ്. ഇംഗ്ലീഷും ഗണിതവും ശാസ്ത്രങ്ങളും മാത്രമേ പൊതുഫണ്ടുകൊണ്ടു പഠിപ്പിച്ചുകൂടു എന്നായിരുന്നു മെക്കാളയുടെ നിശ്ചയം. നാട്ടുഭാഷകൾ പഠിപ്പിക്കൽ ഒരു സൗജന്യമായി പിന്നീടനുവദിച്ചു.

കലർപ്പുകൾ

മെക്കാളയ്ക്കു മുമ്പ് എന്തായിരുന്നു സ്ഥിതി? പഠിപ്പൊക്കെ സംസ്കൃതമായിരുന്നു. ഉത്തരേന്ത്യയിലത് ഫാർസിയും അറബിക്കുമായിരുന്നു. നാട്ടുഭാഷകൾക്ക് വിദ്യാഭ്യാസമണ്ഡലത്തിലേക്ക് പ്രവേശനമുണ്ടായിരുന്നില്ല. കേരളത്തിൽ കവികളും പണ്ഡിതന്മാരുമൊക്കെ സംസ്കൃതം പഠിച്ചവരായിരുന്നു. തുഞ്ചത്തെഴുത്തച്ഛന്റെ പഠിപ്പും സംസ്കൃതമായിരുന്നു. പി.കുഞ്ഞിരാമൻനായർ പഠിച്ചതും സംസ്കൃതം തന്നെ. സംസ്കൃതം പഠിച്ച് സംസ്കൃതത്തിൽ കവിതയെഴുതി, മേൽപ്പുത്തൂരിനെപ്പോലുള്ളവർ. എഴുത്തച്ഛൻ മലയാളത്തിൽ കവിത രചിച്ചു. സംസ്കൃതം മലയാളത്തിനിടയ്ക്ക് ധാരാളമായി കുത്തിത്തിരുകുകയും ചെയ്തു. മലയാളത്തിൽ കവിത വായിക്കാൻ ആളുകൾ ഇഷ്ടപ്പെടാത്തതിനുള്ള കാരണങ്ങളിലൊന്ന്, ഭാഷയിലെ സംസ്കൃതക്കലർപ്പാണ്. ഇപ്പോൾ കവിതയിൽ ഇംഗ്ലീഷ് കലർപ്പും ഉണ്ട്.

ഇംഗ്ലീഷ് പഠിക്കാൻ നിശ്ചയിച്ചാൽ, പഠിക്കാൻ എളുപ്പമുള്ള ഭാഷയാണ്. 26 അക്ഷരങ്ങളേ ഉള്ളൂ. ഇംഗ്ലീഷിന്റെ മേൽ, മലയാളത്തിന്റെ മേലുള്ള പോലെ, അന്യഭാഷകളുടെ മേൽക്കോയ്മയില്ല. നമ്മുടെ ഭാഷയിലെ എഴുത്തുകാർ, അവർ സംസ്കൃതം പഠിച്ചവരാണെങ്കിൽ, ആവശ്യത്തിനും അന്തസ്സിനും സംസ്കൃതപദ്യങ്ങൾ കൃതികളിൽ കുത്തിച്ചെലുത്തും. സാധാരണ പഠിപ്പു മാത്രമുള്ളവർക്കൊന്നും, മലയാളത്തിലെ പദ്യങ്ങൾ വായിച്ചുരസിക്കാനാവില്ല. കവിതയും സാധാരണ ജനങ്ങളും തമ്മിൽ പണ്ടുതന്നെ അകൽച്ചയുണ്ട്. ഇപ്പോഴതു വർദ്ധിച്ചുകൊണ്ടിരിക്കുന്നു. വാലും തുമ്പുമില്ലാത്ത കവിതാരചനയുടെ കാലത്ത് അത് കുറയില്ല; വർദ്ധിക്കുകയാണ് ചെയ്യുക - ഞാൻ ഭയപ്പെടുന്നു.

ഓങ്ങലേ ഉള്ളൂ

'ഇന്ത്യയ്ക്ക് സ്വയം മേൽവിലാസമുണ്ടാകണമോ?' പി. ചോദിക്കുന്നു. അതിന് 'രണ്ടുംകെട്ട വിദേശവിദ്യാഭ്യാസത്തിന്റെ നശിച്ച മൂശമാറ്റുക' പി. നിർദ്ദേശിക്കുന്നു.

നമുക്ക് അതും സമ്മതമാണ്. എന്നാൽ അത് നാം ചെയ്യില്ല. സ്വാതന്ത്ര്യം ലഭിച്ചിട്ടിപ്പോൾ 70 കൊല്ലമായി. നമ്മൾ ഓങ്ങുകയേ ഉള്ളൂ. അടിക്കുകയില്ല. അതാണ് നമ്മുടെ പരാധീനത.

നീണ്ടതും കുറിയതുമായി പി.യുടെ മറ്റനേകം കവിതകളുണ്ട്, ചർച്ച യ്ക്കെടുക്കേണ്ടതായിട്ട്. അതിനിവിടെ മുതിരുന്നില്ല. പി.യുടെ ദീർഘിച്ച രണ്ടു രാമായണാഖ്യാനങ്ങളുണ്ട്. 1. ശ്രീരാമചരിതം, 2. സീതാദേവി അഥവാ വരഭിക്ഷ. സീതാദേവിയുടെ മേൽ അപവാദകഥ ഉണ്ടായി, ശ്രീരാമൻ പത്നിയെ ഉപേക്ഷിക്കാൻ നിശ്ചയിച്ചതിനുശേഷമാണ് പി. യുടെ രണ്ടു കൃതികളിലെയും പ്രധാന സംഗതികൾ ഉണ്ടാകുന്നത്. ശ്രീരാമചരിതത്തിൽ രാമായണകഥ അപ്പാടെ സംഗ്രഹിച്ചിട്ടുണ്ട്. വരഭിക്ഷ യുടെ ഒടുവ് ഭാഗത്ത് സീതാദേവി ശ്രീരാമന്റെ പാദങ്ങളിൽ പ്രണമിച്ച് തന്റെ ചില ഇംഗിതങ്ങളെപ്പറ്റി പറയുന്നു. സീതയുടെ ഒരർത്ഥന ഉണ്ട്. അതിനെയാണ്, കവി ഭിക്ഷയാക്കിയത്. വരഭിക്ഷയെ വരം, ശ്രേഷ്ഠം ആയി, ഭിക്ഷ എന്നും വരനോടുള്ള അർത്ഥന എന്നും അർത്ഥത്തിൽ ഘടിപ്പിക്കാം.

സംഗ്രഹം

'ശ്രീരാമചരിത'ത്തിൽ, രാമകഥ വളരെ വളരെ ചുരുക്കിപ്പറഞ്ഞിരി ക്കുന്നു. ശ്രീരാമപട്ടാഭിഷേകം നിശ്ചയിച്ചു. അതിനെപ്പറ്റി, കുറ്റപ്പെടുത്ത ലിങ്ങനെ:

നാളെപ്പുലർന്നാൽ നൃപനായി രാമൻ
കൗസല്യ പൃഥ്വീശ്വരന്നമ്മയായി
ഭൃത്യപ്പണിക്കായ് ഭരതൻ, നിനക്കോ
കൗസല്യതൻ മുറ്റമടിച്ചുവാരാം.

അയോദ്ധ്യയിലും സപത്നീമത്സരമുണ്ടായിരുന്നു. മത്സരം തീപ്പിടി പ്പിക്കാൻ ആളുകളും. പി. അതിലേക്കൊന്നും കണ്ണുപായിച്ചില്ല. അദ്ദേഹം കുറിച്ചു.

രാമന്നുസത്യം പെരുതാം കിരീടം
രാമന്നു ധർമ്മം പെരുതായ ചെങ്കോൽ

പിന്നത്തെ സംഭവം

വനംഗമിക്കുന്നൊരു തൻ പ്രിയന്റെ
മുമ്പിൽ പുറപ്പെട്ടിതു സീതയപ്പോൾ

വനയാത്രയിൽ കണ്ടു കന്നുപൂട്ടി ചേറണിഞ്ഞു, കരിതോളിലേന്തി വരുന്നു കൃഷിക്കാരൻ, അവരുടെ വയലുകൾ പിന്നിട്ടുപോയി. യാത്രയിൽ സീതയെ സംബന്ധിച്ചുണ്ടായ മാറ്റമിങ്ങനെ.

അയോദ്ധ്യയിൽ കുങ്കുമംതൊട്ടു സീത
ആശ്രമത്തിൽ ഭസ്മം തൊട്ടു.

കാട്ടിൽ എന്തുണ്ടായി?
ഒന്നാക്കിത്തീർത്തതവരെ
കാട്ടിലേകാന്തജീവിതം

പിന്നീടുണ്ടായത്:

ചൊന്നാൾ വൈദേഹി രക്ഷിക്കാൻ;
ധീമാൻപോയീല ലക്ഷ്മണൻ

സീതാദേവി ലക്ഷ്മണനെ ആക്ഷേപിച്ചു. ദുരുദ്ദേശം ആരോപിച്ചു. അത് കവി ശ്രദ്ധിക്കാതെയില്ല.

ഏതോ കാട്ടുപിശാചൊന്നു
ബാധിച്ചു ദേവിയെ ക്ഷണം

അതില്ലെങ്കിൽ, അങ്ങനെയൊന്നും പറയുകയുണ്ടാവില്ല എന്നതിന്റെ സൂചന

വിരഹതാപം

ഇനിവരുന്നത് ശ്രീരാമന്റെ വിരഹതാപ വർണ്ണന ആണ്.

മമകണ്ണിനു കൃഷ്ണവർണ്ണമായ്-
ത്തെളിവേറും മധുമാസചന്ദ്രിക
മമകാതിനപസ്വരങ്ങളായ്
തളിരുണ്ണും കുയിലിന്റെ പഞ്ചമം

വാനരപ്പട ലങ്കയ്ക്കടുത്തെത്തി. അതിനെപ്പറ്റി. പറയുന്നു.

തളർന്ന കണ്ണാലീക്ഷിച്ചു
മെല്ലവേ വാനരപ്പട
കണ്ണെത്താത്ത്ര ദൂരത്തെ
കാര്യസിദ്ധിയെ.....

ലങ്കയിലെ യുദ്ധം എഴുത്തച്ഛൻ ഗംഭീരവർണ്ണനയ്ക്കു വിഷയമാക്കി. കുരുക്ഷേത്രത്തിലെ യുദ്ധവും അതുപോലെ തന്നെ എഴുത്തച്ഛനിൽ ക്ഷാത്രവീര്യമുണ്ടായിരുന്നു എന്നാണ് കരുതേണ്ടത്. ഇതിഹാസങ്ങൾ വൻയുദ്ധപുരാണങ്ങളാണ്. പി. ആ വഴിക്ക് പോകുന്ന കവിയല്ല. അദ്ദേഹത്തിൽ യുദ്ധപ്രിയത ഇല്ലായിരുന്നു. ലങ്കയിലെ പ്രധാന യുദ്ധം രാഘവ രാവണാഹവയം. 'പെരുംപറദ്ധ്വാനമടിച്ചുപൊന്തിച്ചു' എന്നതിൽ യുദ്ധ കോലാഹലം സംഗ്രഹിച്ചു. തുടർന്നു പറയുന്നത് വിഭീഷണനെ രാജാവായി വാഴിച്ചതാണ്. 'ശാന്തി തൻ ബിംബമെന്നപോൽ' എന്ന് അതിനെപ്പറ്റി.

തുടർന്ന് പറയുന്നത്

'കൽപ്പിച്ചു പോൽ ശ്രീരാമൻ
സീതയെപ്പുതയാക്കുവാൻ'

അത് ചെയ്യേണ്ടതാര്? അഗ്നി. അഗ്നിഭഗവാൻ ഞെട്ടിപ്പോയി, 'ചാരിത്രത്തീയടുക്കയാൽ'.

പുരാണത്തിലെ നുണകൾ

കഥാരംഗം പിന്നെ അയോദ്ധ്യയിൽ. ഭരതൻ തീർത്ഥനീരിനാൽ രാമതൃപ്പാദം കഴുകി. കണ്ണീരുംകൊണ്ടും കഴുകി. 'ധാരയായ്പ്പെയ്ത കണ്ണുനീരിനാൽ' എന്നെടുത്തുപറഞ്ഞിരിക്കുന്നു.

ശ്രീരാമൻ കൈകേയീപാദങ്ങളിൽ ആണ് ആദ്യം പ്രണമിച്ചത്.

ശേഷം കഥ സംഗ്രഹിച്ചു പറയുന്നു കവി. 'ആ സത്യനിഷ്ഠ, ആ ത്യാഗനിരതത്വം – ആ മാതിരി സൽഗുണങ്ങളൊക്കെ, പുരാണത്തിലെ നുണകൾ എന്നു വിളിക്കപ്പെട്ടതത്രേ, നമ്മുടെ നൂറ്റാണ്ട്. കാലം അമ്മാതിരി ചീത്തയായിപ്പോയെന്ന നെടുവീർപ്പിലാണ്, പി. തന്റെ സംഗ്രഹിച്ച രാമകഥ എഴുതി അവസാനിപ്പിച്ചത്.

സംഗ്രഹമൂല്യം

കുമാരനാശാന്റെ ബാലരാമായണം പോലെ പി.യുടെ രാമകഥ. എന്നാൽ, ആശാൻ പി.യെപ്പോലെ ചുരുക്കിയില്ല തന്റെ രാമായണം. ആകയാൽ, അതിനു സാഹിത്യമൂല്യമുണ്ട്. പി.യുടെ രാമകഥയ്ക്ക് സംഗ്രഹമൂല്യമേ ഉള്ളൂ.

വരഭിക്ഷ

സീതാദേവി അഥവാ 'വരഭിക്ഷ' എന്നാണ് രാമായണത്തിലെ ഈ കഥാഭാഗത്തിന് കവി നൽകിയ ശീർഷകം. അതിലെ 'അഥവാ' കുറച്ചു പഴയകാലത്തെ ഒരു കവനകൗശലം ആകുന്നു. രോഗം പിടികിട്ടാത്ത ഭിഷഗ്വരൻ(പുതിയ ഡോക്ടർമാരും) പലതിനും പറ്റുന്ന മരുന്നുകൾ കുറിച്ചുകൊടുക്കുന്നു, രോഗിക്ക്. ശീർഷകം കൃതിയുടെ ആകത്തുകയ്ക്ക് പറ്റുന്നില്ല എന്നു തോന്നുമ്പോഴാണ് എഴുത്തുകാരൻ 'അഥവാ'യെ ആശ്രയിക്കുന്നത്. പി. നവോത്ഥാനകവിപംക്തിയിൽപ്പെടുന്നു, എങ്കിലും അദ്ദേഹം കൂട്ടത്തിൽ അധികം പഴഞ്ചനാണ്. നിയോക്ലാസിസിസത്തിൽ നിന്ന് പൂർണ്ണമായി വിട്ടുമാറാത്തതാണ് അദ്ദേഹത്തിന്റെ കവനാഭിരുചി. രാമായണം ചുരുക്കി–വളരെ ചുരുക്കി–എഴുതി. അതിലേക്ക് തന്റേയോ കാലത്തിന്റെയോ ആയിട്ട് പുതുമയൊന്നും എഴുത്തുകാരൻ സംഭാവന ചെയ്തില്ല. പുതിയ അർത്ഥമില്ലെങ്കിൽ, പുതിയ വ്യാഖ്യാനമില്ലെങ്കിൽ,

പുരാണകഥയോ ഇതിഹാസഭാഗമോ എഴുത്തുകാരൻ എഴുത്തിന് പ്രമേയമാക്കുന്നതിൽ കഥയില്ല. കഥ ഇവിടെ കഥയല്ല; കാര്യം, സാര പ്പെട്ട കാര്യം, ആകുന്നു. ആ വഴിക്കു ചിന്തിച്ചാൽ, പി.യുടെ ശ്രീരാമചരിതം വെറുമൊരു കഥയില്ലായ്മ ആകുന്നു.

സീതാദേവി അഥവാ വരഭിക്ഷ അങ്ങനെയല്ല. അതിൽ എണ്ണപ്പെട്ട രണ്ടംശങ്ങളുണ്ട്. 'അന്യായ' പക്ഷത്തുനിന്നുള്ള വാദവും പ്രതിയുടെ കുറ്റസമ്മതവും. 'അന്യായ'ത്തെ അക്ഷരാർത്ഥത്തിലെടുക്കേണ്ട. കോടതി യിൽ നീതിക്കായി കൊടുക്കുന്ന കേസിനെപ്പറ്റി 'അന്യായം'കൊടുത്തു എന്നാണ് പറയുക. സീതാദേവിയുടെ കേസിൽ അന്യായം കൊടുത്ത് വാദിക്കുന്ന വക്കീൽ ശാന്ത(ദശരഥന്റെ മകൾ) ആകുന്നു. ബലപ്പെട്ട ഒരു കേസുമായായാണ് ശാന്ത വരുന്നത്. ശാന്ത പറഞ്ഞു:

ഞാൻ വന്നതിന്നൂഴിപനോടു, സീത-
യ്ക്കായിട്ടൊരൊറ്റപ്പിടി ഭിക്ഷ വാങ്ങാൻ

സ്ത്രീപക്ഷത്തിനുവേണ്ടി ഒട്ടേറെ കാര്യങ്ങൾ കൃതിയുടെ ആദ്യ ഭാഗത്ത് കവി തന്നെ പറഞ്ഞിട്ടുണ്ട്.

ആണിന്റെ വാൾവീശൽ ഒച്ചയുണ്ടാക്കുന്നു. ഒഴുക്കുന്ന ചോരയും അറിയപ്പെടും. രണ്ടും ലോകമറിയുന്നു. പക്ഷേ, അറിയപ്പെടാതെ പോകുന്ന ഒന്നുണ്ട്. സ്ത്രീ പൊഴിക്കുന്ന കണ്ണീർ വീഴുന്ന ശബ്ദം.

സ്ത്രീ, പുരുഷന്റെ മനസ്സിനെ പട്ടിൽ പൊതിഞ്ഞു സൂക്ഷിക്കുന്നു. എന്നാൽ നാരീചിത്തത്തെ പുരുഷൻ, എവിടെയെങ്കിലും മറന്നുവെച്ചു പോകുന്നു.

പുരുഷനു വിനോദനത്തിനായി നിർമ്മിച്ച പാവയാണോ സ്ത്രീ?

ഇതൊക്കെ പ്രബന്ധത്തിന്റെ ആമുഖത്തിലെ പ്രസ്താവനകൾ.

ചോദ്യങ്ങൾ

പിന്നീട്, ശാന്ത കേസ് ഏറ്റെടുക്കുന്നു. ശാന്ത പറയുന്നു:

ഞാൻ വന്നത് സീതയ്ക്കായി, രാജാവിനോട് ഭിക്ഷ വാങ്ങാനാണ്. സ്ത്രീയുടെ മാനത്തിനെതിരായി പൊന്തുന്ന വാളിന് മുമ്പിൽ നിൽക്കാ നുമാണ്. ശാന്ത തുടരുന്നു.

'സ്ത്രീയുടെ മനസ്സ് നിഗൂഢമാണ്. ഗംഗാനദി പോലെ പാവനവും അഗാധവുമാണ്. സ്ത്രീയുടെ മനസ്സറിയാൻ പുരുഷന് കെൽപ്പില്ല.

എന്നാൽ കുടുംബത്തിന്റെ ഭാരം വഹിക്കുന്നത് സ്ത്രീയാണ്. പണ്ടേ മുതൽക്ക്.

"അല്ല, ഞാൻ ചോദിക്കാൻ മറന്നു, എന്താണ് ജാനകിയുടെ അപ രാധം? പത്തും തികഞ്ഞ കാലത്ത് കാട്ടിൽ പുലിക്ക് തിന്നാൻ വിട്ടുകൊടുക്കാൻ മാത്രം വലുതായിട്ട്?"

ശാന്തയുടെ ചോദ്യങ്ങൾ

"ഇതോ മഹാധർമ്മമിയന്ന രാജ്യം?
ഇതോ സുഖത്തേനൊഴുകുന്ന രാജ്യം?
ഇതോ മഹാധാർമ്മികരുള്ള രാജ്യം?
ഇതോ മഹാൻ രാഘവനാണ്ട രാജ്യം?

അയോദ്ധ്യയുടെ അടിത്തറയിളക്കുന്ന ചോദ്യങ്ങൾ.

"മൈഥിലത്തിൽ നിന്ന് വന്നിട്ട്, സീത ഇന്നോളം സുഖമെന്തെന്നറിഞ്ഞിട്ടില്ല. കൂർത്ത മുള്ളുള്ളതായിരുന്നു അവൾ കിടന്ന തൽപം."

ശാന്ത അത്രയും പറഞ്ഞ് തിരിച്ചുപോയി. ആ ചോദ്യങ്ങൾ രാഘവഹൃത്തിൽ കൊടുങ്കാറ്റായാഞ്ഞടിച്ചു. അതിനു പുറകെ സീതയുടെ ആഗമനം.

പ്രണാമം

സീത വന്നത് ചോദ്യം ചെയ്യാനല്ല. രാമപാദങ്ങളിൽ പ്രണമിക്കാനാണ്. സീതയുടെ വാക്കുകൾ:

"പ്രാണേശ്വരാ, നമസ്കാരം
തൃപ്പാദനഖരശ്മിയാൽ
പ്രകാശമാനമായ്ത്തീർന്നി-
തെന്റെ ജീവിതമന്ദിരം.
തിരുനാമങ്ങൾ ചൊല്ലീടാൻ
തൃപ്പാദങ്ങൾ തലോടുവാൻ
അർഹയല്ലെങ്കിലും ഭാഗ്യ-
മുണ്ടായി, സുകൃതത്തിനാൽ"

സീത പറയുന്നു:

"പ്രണയകാലത്ത് കല്ല് തങ്കംപോലെയാകും. എന്റെ ഈ നിസ്സാരമായ ജീവിതം സ്നേഹംകൊണ്ട് ശോഭിച്ചതായിരുന്നു. എന്നെ വന്ന് ആശീർവ്വദിച്ചു, മൈത്രേയിയും ഗാർഗിയും. അതവരുടെ വാത്സല്യം."

സീതാദേവി, കല്യാണപ്പന്തലിൽ ആര്യപുത്രനെ കണ്ടതിനെപ്പറ്റി പറയുന്നു: "ജനലിലൂടെ, മൂടുപടത്തിൽ സ്വയം മറഞ്ഞു നിന്നു നോക്കുമ്പോൾ, സ്വപ്നത്തിൽ താൻ കണ്ടിരുന്ന ദേവനെ കണ്ടിട്ട്, സ്തംഭിച്ചു നിന്നുപോയി. സന്തോഷം, ആശ്ചര്യം. ജീവിതത്തിൽ തനിക്കു കഷ്ടതകളേർപ്പെട്ടു; എന്നാൽ, ആ ജീവിതം സ്വർഗ്ഗമായിരുന്നു. ഞാൻ കൃതാർത്ഥയാണ്.

"സുഖാനുഭവം വേണ്ടെനിക്ക്; സ്നേഹത്തിലെ ദുഃഖം മതി."

"ഞാൻ നിമിത്തം അവിടന്ന് കഷ്ടപ്പെട്ടു. അതെന്റെ പാപത്തിന്റെ

ഫലം. ഭൂമി മുള്ളു നിറഞ്ഞപോലെയായി, മനുഷ്യച്ചോര കുടിക്കുന്നവരെക്കൊണ്ട്."

ശ്രീരാമന്റെ ജീവിതമെങ്ങനെയാണെന്ന് സീത:

"മരുത്തിലെ നെടുവൃക്ഷം
കയ്പിലെ മധുരംതുലോം
വിഷത്തിലെയമൃതം പോൽ
ഭൂവിൽ താവകജീവിതം

സീതാദേവി രാമന്റെ ജീവിതത്തിന്റെ മാഹാത്മ്യത്തെപ്പറ്റിയാണ് പറയുന്നത്. തന്റെ കാര്യത്തിലല്ല ശ്രദ്ധ, ഭർത്താവിന്റെ ജീവിതത്തിന്റെ മേന്മയിലാണ് കണ്ണ്. കുലവധൂടികൾക്ക് അങ്ങനെയാണ് ഭർതൃവൃത്താന്തം.

സീത പിന്നെയും പറഞ്ഞു:

'ചേറാണ്ടു പത്നിയാൽ രാമ-
രാജാവിന്റെ യശഃപടം

അഭാഗിനി

"എനിക്കായ് ദുഃഖമില്ലൊട്ടും
എനിക്കായില്ല സാദവും
ഈയഭാഗിനിതൻ പാപാൽ
മനുവംശംകളങ്കിതം
"അങ്ങേയ്ക്കായുള്ളൊരാ ദുഃഖം
അതാണെൻ ശാശ്വതമാം സുഖം
അങ്ങേയ്ക്കായ് വരുമാപത്തേ
യെന്റെ സമ്പത്തനശ്വരം"

സീതാദേവി പറഞ്ഞുകൊണ്ടിരുന്നു.
അങ്ങേയ്ക്കായി മരിച്ചാൽ
അതാണെന്റെ ജീവിതം
അങ്ങയ്ക്കു വേണ്ടി ഞാൻ ബന്ധനത്തിൽപ്പെട്ടാൽ
അതാകും എന്റെ സ്ഥിരപ്പെട്ട മുക്തി.

എനിക്കായി അങ്ങു ദുഃഖിക്കേണ്ടിവന്നാൽ, അതെനിക്ക് പ്രാണദണ്ഡമാകും. എനിക്കായി ഞാൻ കരഞ്ഞാൽ അത് എന്റെ പ്രളയാർണ്ണവം ആകുന്നു.

സീതാദേവി പിന്നീട് താൻ വന്നതിന്റെ കാര്യം പറഞ്ഞു.

"എന്റെ സ്വാമിയെ കാണാനാണ്, ഈ പാതിരയ്ക്കു ഞാൻ വന്നത്. പാദം തൊട്ട് തലയിൽ വെക്കാനായിട്ടാണ് വന്നത്. എനിക്ക് ഇനിയുള്ളത്

ഒരു സന്ന്യാസിജീവിതമാണ്. അനേകം പുണ്യാശ്രമങ്ങളുള്ള ഗംഗാ തീരത്താണത്.

"എനിക്ക് ഒരു മോഹമേ ഉള്ളൂ ഇപ്പോൾ. എന്റെ അഭ്യർത്ഥന. അങ്ങുന്ന് ഗൃഹസ്ഥാശ്രമത്തിലേക്ക് മടങ്ങേണം. ഗൃഹസ്ഥാശ്രമത്തെ ധന്യ മാക്കണം."

സീതയെന്നു പേരുള്ള ഒരു സ്ത്രീ ഉണ്ടായിരുന്നു; അവളെ അങ്ങ് മറക്കണം. കണ്ണിലെ കരട് എടുത്തുകളയുംപോലെ അവളെ മനസ്സിൽ നിന്ന് പുറംതള്ളണം. അവൾ പത്നി ആയിരുന്നു എന്ന് ഓർമ്മിക്കേണ്ട. ദാസിയായിരുന്നു എന്ന് വിചാരിച്ചാൽ മതി. പ്രേമം വേണ്ട; സ്നേഹം വേണ്ട; ദയ ഉണ്ടായാൽ മാത്രം മതി.

ജീവിതേശ്വരൻ

"എന്റെ തലയിൽ കൈവെച്ച് പോകാൻ എനിക്ക് അങ്ങ് അനുമതി നൽകുക"

തുടർന്ന്, സീതാദേവി പറഞ്ഞു:

"രാമദേവൻ തന്നെയെന്നും
സീത തൻ ജീവിതേശ്വരൻ"

സീതാദേവി രാമദേവന്റെ പക്കൽ നിന്നാഗ്രഹിച്ച ഭിക്ഷയാണ്, മുകളിൽ സംഗ്രഹിച്ചു ചേർത്ത വചനങ്ങളിലുള്ളത്. ഒന്നും കിട്ടാനല്ല, എല്ലാം വിട്ടുകൊടുക്കാനാണ് സീത ശ്രീരാമന്റെ അടുത്തു വന്നത്. തന്നെ മനസ്സിൽ നിന്നും കൂടി കളയണമെന്നാണ് ദേവി അർത്ഥിച്ചത്.

ഐതിഹാസികമായ ലാളിത്യം

പി.യുടെ കവിതയുടെ മുദ്ര സരളതയാണ്. ഐതിഹാസികമായ ഒരു ലാളിത്യം അതിനുണ്ട്. പി.എന്ന കവിക്ക് കഠിനമായ ഇഷ്ടാനിഷ്ട ങ്ങളുണ്ട്. ഹൂണഭാഷയോടു തീരാത്ത വൈരം. ഹൃദയത്തിലെ സ്നേഹ സമ്പന്നത. നിളാപുളിനത്തോടുള്ള ഭ്രമം. വള്ളുവനാടിനെ വൃന്ദാവനമായി കണ്ടത്. ജയദേവൻ, കാവ്യത്തിൽ രാധയെ പ്രതിഷ്ഠിച്ചപോലെയാണ്, പി. തന്റെ ഭാവനയിലും കൃതികളിലും നിളാവൃത്താന്തങ്ങളെ കൊണ്ടു അമ്മാനമാടിയത്. വള്ളുവനാടൻ വൃന്ദാവനത്തിലെ കവി പല ബന്ധ ങ്ങളിൽ പെട്ടുഴറി. വൃന്ദാവനത്തിലെ കൃഷ്ണനും അങ്ങനെയായിരു ന്നല്ലോ. ഗോപവാടവും വൃന്ദാവനവും കൃഷ്ണന് അന്തഃപുരങ്ങളായി രുന്നു. കൃഷ്ണൻ എട്ട് എണ്ണിക്കെട്ടി. പതിനാറായിരം വീണുകിട്ടി. ആ കാലത്ത് അതൊക്കെ സാധാരണമായിരുന്നു. കൃഷ്ണൻ രാജാവായി രുന്നു. പി. എത്ര കെട്ടി എന്നതു സംബന്ധിച്ച് കണക്കില്ല. ചെന്നേടമെല്ലാം അദ്ദേഹത്തിനു കുണ്ഡിനമായിരുന്നുപോൽ. കാഞ്ഞങ്ങാട്ടെ വീട്ടിൽ

പിതാവ് നിശ്ചയിച്ചു നടത്തിയ വിവാഹത്തിലെ വധുവും, അതിൽ മക്കളും ഉണ്ടായിരുന്നു. അവിടേക്ക് ചരിക്കാൻ പി.യുടെ കാലുകൾ മടിച്ചു.

കുഞ്ഞിരാമൻനായർ പട്ടാമ്പിയിലും തഞ്ചാവൂരും സംസ്കൃതം പഠിച്ചു. ഭാഷാസ്വാധീനത്തിൽ അദ്ദേഹം ആർക്കും പിന്നിലായിരുന്നില്ല. എന്നാൽ കാഞ്ഞങ്ങാട്ടും വള്ളുവനാട്ടിലും പ്രചാരത്തിലുള്ള സാമാന്യഭാഷയിൽ ആണ് അദ്ദേഹം കവനവൃത്തി നിർവഹിച്ചത്. വളച്ചുകെട്ടലും ആർഭാടവുമില്ല; ഭാഷാപരമായ ആടോപം ഒട്ടുമില്ല. പ്രാസത്തിനോ ശ്ലേഷത്തിനോ വേണ്ടി അദ്ദേഹം പണിപ്പെട്ടില്ല. രണ്ടുവരി എഴുതിയാൽ, അതിന്റെ വാലായി ഒരലങ്കാരം വേണം എന്ന ശാഠ്യം ചില കവികൾക്കുണ്ട്. ഇപ്പോൾ, അലങ്കാരമല്ല, ബിംബങ്ങളാണ് കവികളെ വലയ്ക്കുന്നത്. ഒരു ന്യൂനത പി.യുടെ കവിതയ്ക്കുണ്ട്.

പറഞ്ഞാലും പറഞ്ഞാലും കഥ തീരായ്മ. പറഞ്ഞതിനുമേൽ പറഞ്ഞു കൊണ്ടിരിക്കൽ. ■

ഇടശ്ശേരി – ശക്തിയുടെ കവി

"കുഴിവെട്ടിമൂടുക
    വേദനകൾ
കുതികൊൾക
    ശക്തിയിലേക്കു നമ്മൾ"

ഇടശ്ശേരിക്കവിതയിൽ രണ്ടു 'തീപ്പൊരികൾ' ആണുണ്ടായിരുന്നത്. 'പണിമുടക്ക'വും 'പുത്തൻകലവും അരിവാളും.'

കുഴിവെട്ടി മൂടുക വേദനകൾ.

"കുതികൊൾകശക്തിയിലേക്കു നമ്മൾ"

അത് പണിമുടക്കത്തിലെ ആഹ്വാനം. പുത്തൻകലവും അരിവാളും എന്ന കവിതയിലെ ആഹ്വാനം.

"അധികാരം കൊയ്യണമാദ്യം നാം
അതിനുമേലാകട്ടെ പൊന്നാര്യൻ."

രണ്ടാഹ്വാനങ്ങളും പരസ്പരപൂരകങ്ങളാണ്. ഉല്പതിഷ്ണുവിമർശകനായ സി.ജെ. തോമസ്, 'പണിമുടക്ക'ത്തിനു എഴുതിയ അവതാരിക മൂർച്ചയേറിയ വ്യാജസ്തുതിയായിരുന്നു. അവതാരികയുടെ അവസാന ഭാഗത്ത് അദ്ദേഹം പറഞ്ഞു:

"എടോ, ഇടശ്ശേരി, താൻ വ്യാമോഹിക്കുകയാണ്, ഋഷിപുംഗവന്മാരുടെയും ശിവജിമാരുടെയും പാരമ്പര്യമുള്ള ഭാരതത്തിൽ ഈ ചരക്ക് ചെലവാകുകയില്ല."

പത്തുമക്കളുള്ള രാമൻ പണിയെടുത്തിരുന്ന മില്ലിൽ പണിമുടക്കം. പണിമുടക്കം അവസാനിപ്പിക്കാനോ, മില്ല് തുറക്കാനോ മുതലാളി മുതിരുന്നില്ല. മുതലാളി 'പുത്രകാമേഷ്ടി' നടത്തുകയാണ്. രാമന്റെ പത്തു മക്കൾ പട്ടിണിയിൽ മരിക്കുന്നു. അമ്മയുടെ ശാപം.

'ഇടിവെട്ടി' പൊട്ടരുതൊറ്റ കൂമ്പും
കുടിലദുർമ്മർത്യതേ, നിൻ കടയ്ക്കൽ"

ഇടശ്ശേരി വർണ്ണിച്ച പണിമുടക്കം മറ്റൊരു കഥയാണ്. അത് ഇന്നത്തെ കഥയല്ല. ഇന്നത്തെ കഥ, "കതികൊൾക ശക്തിയിലേക്കു നമ്മൾ" എത്തേണ്ടടത്തെത്തി നിൽക്കുന്നു.

മാറ്റങ്ങളുടെ നൂറ്റാണ്ട്

വേദനകൾ പണ്ടേ കുഴിച്ചുമൂടി, ശക്തിയാർജ്ജിച്ചു, തൊഴിലാളിവർഗ്ഗം. തൊഴിലാളി ഒരൂറ്റക്കാരനാണ്, ഇന്നത്തെ സമുദായത്തിൽ. അവന് സംഘബലമുണ്ടിന്ന്. മില്ല് പൂട്ടിയിട്ട് പുത്രകാമേഷ്ടി നടത്താൻ യാതൊരു മുതലാളിയും ഇന്ന് ധൈര്യപ്പെടുകയില്ല. പത്തുമക്കളുടെ ആ അമ്മ അതീത കാലത്തെ യാഥാർത്ഥ്യമാണ്. വേദനകൾ കുഴിച്ചു മൂടപ്പെട്ടു. 'ശക്തി' എന്ന സന്ദേശം ഏഴകളെ ബലിഷ്ഠരാക്കി. ശക്തിയോടെ ചെയ്യപ്പെടുന്നവയാണ് ഇന്നത്തെ സമരങ്ങളെല്ലാം. സമരം ചെയ്യുന്നേടത്തേക്ക്, ശക്തി, അത് ഉള്ളേടത്തുനിന്ന് ഒഴുകിയെത്തുന്നു. സംഘബലം മാത്രമല്ല, നിയമബലവും ഉണ്ട്, തൊഴിലാളിക്ക്. തൊഴിലാളിയുടെ അവശത ആത്യന്തികമല്ല. സി.ജെ. തോമസ്, തൊഴിലാളിസമരത്തെപ്പറ്റി ഇന്നെഴുതുകയാണെങ്കിൽ, അദ്ദേഹം വ്യാജസ്തുതിയുടെ മാർഗ്ഗം അവലംബിക്കുകയില്ല. ഇരുപതാംനൂറ്റാണ്ടിന്റെ മധ്യത്തിലാണ് തോമസ് അവതാരിക എഴുതിയത്. ഇരുപതാം നൂറ്റാണ്ട് മാറ്റങ്ങളുടെ നൂറ്റാണ്ടായിരുന്നു.

ഇടശ്ശേരിയുടെ ആഹ്വാനം, "അധികാരം കൊയ്യണമാദ്യം." അതും സംഭവിച്ചു. പാട്ടക്കൃഷിക്കാരന്റെ ദൈന്യമാണ്, ഇടശ്ശേരി, കവിതയിൽ ചൂണ്ടിക്കാട്ടിയത്. ഇന്ന് പാട്ടക്കൃഷിക്കാരില്ല, കേരളത്തിൽ. 1957–59 കാലത്ത് ആ വ്യവസ്ഥയുടെ വേരറുക്കപ്പെട്ടു. വിത്തിട്ടവൻ വിള കൊയ്യുന്നു. 'വിളജപ്തി'ക്കായി, കോടതി ആമീനും പൊലീസും വരില്ലിന്ന്. 'വിളജപ്തി' നിയമവിധേയമായ ക്രൂരത ആണെന്ന് ഇടശ്ശേരി പറഞ്ഞു. നിയമവിധേയമായ ക്രൂരതകൾ വേറെയുണ്ട്. അതവസാനിച്ചിട്ടില്ല, കൃഷിമണ്ഡലത്തിൽ.

വിവേകത്തിന്റെ ശബ്ദം

ഇടശ്ശേരിയുടെ കൃതിയിൽ, വിളജപ്തിയെ ചെറുക്കാൻ ഉശിരുള്ളവരെപ്പറ്റി പറഞ്ഞിട്ടുണ്ട്.

കൊയ്യില്ലിവിളമറ്റാരും ചെറു-
കോമനിറങ്ങി, കണ്ടത്തിൽ
മല്പം താക്കിത്തിപ്പുലിപോലെ
ചിറിയടുത്തു, ചാത്തപ്പൻ
അവരെ തടഞ്ഞു, വിവേകത്തിന്റെ ശബ്ദം:
"അധികാരം കൊയ്യണമാദ്യംനാം;
അതിനുമേലാകട്ടെ പൊന്നാര്യൻ"

നിയമത്തോടൊറ്റപ്പെട്ട് നിന്ന് എതിർത്ത് കഴുത്തു പൊട്ടിക്കുന്നവരുടെ കഥ അവസാനിച്ചിട്ടില്ല. നാട്ടിലിറങ്ങി ജനങ്ങളെ പിന്നിലണിനിരത്തി നിയമത്തിന്റെ പിൻബലം നേടുന്നതിനുപകരം, കാട്ടിലൊളിച്ച് സ്വയംകൃതമായി മരണം വരിക്കുകയാണ് ചിലർ ചെയ്യുന്നത്. ആറാളെ കൂട്ടി ബൊളീവിയ പിടിക്കാൻ പോയ ചെഗുവേര വലിയൊരു ദുസ്വാധീനമായിട്ടുണ്ട്, ചെറുപ്പക്കാർക്കിടയിൽ. ഒളിവ്പ്രവർത്തനം ജനങ്ങൾക്കിടയിൽ, ജനങ്ങളുടെ പിന്തുണയോടെ, വേണം നടത്താൻ എന്ന് മാവോയിസത്തിന്റെ ഉപജ്ഞാതാവ് പറഞ്ഞിട്ടുണ്ട്. "വെള്ളത്തിൽ മത്സ്യം പോലെ" എന്നും അദ്ദേഹം പറഞ്ഞു. വെള്ളമെന്നത് വിപുലമായ ജനപിന്തുണയാണ്. ഇടശ്ശേരി "അധികാരം കൊയ്യണമാദ്യം" എന്നുപറഞ്ഞിട്ട് അരമുക്കാൽ നൂറ്റാണ്ടോളമായി. അതൊന്നും അതിവിപ്ലവകാരികൾ കേട്ടിരിക്കില്ല. "തോക്കിൻ കുഴലിലൂടെ വരുന്ന വിപ്ലവ"ത്തിന് ജനത്തിന്റെ പിൻബലം വേണ്ടായിരിക്കും.

ദ്വേധാഭീമൻ

ഇടശ്ശേരിയുടെ "പുത്തൻകലവും അരിവാളും" എന്ന സമാഹാരത്തിൽ, "പരിപൂർണ്ണതയിലേക്ക്" എന്ന പേരുള്ള ഒരു കവിതയുണ്ട്. കുട്ടപ്പന്റെ മനസ്സ് അക്ഷരത്തിലേക്ക് തിരിഞ്ഞതിന്റെ ചരിത്രമാണ് അതിലുള്ളത്. പുലരുമ്പോൾതൊട്ട് കുന്നിൻചെരുവിൽനിന്നു കിളയ്ക്കുകയാണ്, കുട്ടപ്പൻ. അവൻ കാണുന്നുണ്ടായിരുന്നു, അയൽക്കാരി സരള സ്കൂളിലേക്ക് പോകുന്നത്. അവന് അവളിൽ മോഹമുദിച്ചു. അവൻ അവളോട് വിവാഹാഭ്യർത്ഥന നടത്തി. അവൾ കൂസൽ കൂടാതെ നടന്നു പോയി. എന്നാൽ, അവൾ പിറ്റേന്ന് ഒരു കത്ത് അവന് കൊടുത്തു. അവൻ ആ കത്തിന്മേൽ ഉമ്മവെച്ചു. അവന് അക്ഷരമറിയില്ല, വായിക്കാൻ.

കുട്ടപ്പൻ കത്തുമായി സരളയെ സമീപിച്ചു:

"അവനെത്തികാലത്തേസരളതൻഗേഹത്തി-
ലിടറിയകാൽവെപ്പും വീർപ്പുമായി
ഇടറിയകണ്ഠത്തോടറിയിച്ചുകാമുക-
നീതിലെന്തേചാർത്തിയൊരിംഗിതംനീ
അറിയില്ല വായിക്കാൻ" കത്തുനിവർത്തിയാൾ
അവളുടെ മുമ്പിൽ സദയംനിന്നു..."

അവൻ ചോദിച്ചു: "എഴുതാൻ പഠിപ്പിച്ചു തരുമോ നീ?"

അവൾ മുറ്റത്തെ മണലിൽ "സരള" എന്നെഴുതി. അവൻ അത് നോക്കി എഴുതി. അങ്ങനെ എഴുതാൻ പഠിച്ചു. കുട്ടപ്പനെപ്പറ്റി, "കട്ടിഭീമൻ" എന്നാണ് കവി പറഞ്ഞത്. അക്ഷരം പഠിച്ചുകഴിഞ്ഞപ്പോൾ അവൻ ദ്വേധാഭീമനായി. "പരിപൂർണ്ണതയിലേക്ക്" എന്ന ഈ കവിതയെപ്പറ്റി അവതാരികയിൽ കൃഷ്ണവാരിയർ നിഷ്കർഷിച്ചു പറഞ്ഞിട്ടുണ്ട്.

മഹാദുഃഖങ്ങൾ

രണ്ടു മഹാദുഃഖങ്ങളുണ്ട്, ഇടശ്ശേരിയുടെ കൃതിയിൽ: "പെങ്ങളും വിവാഹസമ്മാന"വും. കൊച്ചിലേ അമ്മ മരിച്ചു; അനുജന് പെങ്ങൾ അമ്മയും രക്ഷിതാവും സ്നേഹമയിയായ സഹോദരിയും എല്ലാമായി. അവൻ ആയിരുന്നു, അവൾക്ക് ജീവിതം. അവൻ, നാലാം വയസ്സിലെ നട്ടപ്രാന്തിൽ കളിമെച്ചിണ്ട കൊണ്ടെറിഞ്ഞു മുഖത്തു മുറിവുപറ്റി. മുറിവ് പഴുത്തു. അതൊരു വടുവായി തീർന്നു. അതിനെ ഒരാഭരണം ആയാണ് അവൾ കരുതിയത്. അവന്റെ അനിഷ്ടത്തെ കരുതി അവൾ കമിതാവിനെ ഉപേക്ഷിച്ചു. അവൻ വളർന്ന് ഒരാണായി. അവൻ സദാചാരത്തെപ്പറ്റിയും സംസ്കാരത്തെപ്പറ്റിയും ചിന്തിക്കുന്നവനായി. അവന്റെ നോട്ടത്തിൽ പെങ്ങളുടെ "ഇന്നലെകൾ" നല്ല പന്തിയല്ല. അവനു വല്ലായ്മ. സമൂഹം സഹോദരിയെപ്പറ്റി എന്തുപറയും? "കേട്ടതെല്ലാം ശരിയോ?" അവൻ ചോദിച്ചു. സഹോദരി പറഞ്ഞു:

തേവിത്താണകുളംപോലേറെ-
ക്കലുഷിതമേതൽകന്യാചരിതം

ചുറ്റുമുള്ള ആളുകൾ, സമുദായം ദുശ്ചരിതയായ പെങ്ങളുടെ പേരിൽ ഓമനക്കൊച്ചനുജനെ വേദനിപ്പിച്ചാലോ?

അവൾ ഒരു പോംവഴി കണ്ടു.

പോവുക, നോക്കിവിടംവിട്ടുണ്ണി;
ആമെന്നാലെൻപാപത്തിനുമാ-
പ്പേകുക "തേങ്ങലിടറും കണ്ഠമൊ-
ടാകുലതയ്ക്കൊരു മൂർത്തികൊടുത്താൾ
ആയുവമാന്യനുയർത്തീലാമുഖ-
മായാളലിയും പുഞ്ചിരിപെയ്വോ-
രാവെള്ളിസ്സിഗറ്റിൻ പേടക-
മത്യനുകമ്പാപൂർവ്വംതടവി.

തുടർന്ന്

വയ്യാമാപ്പുതരാനെൻ കുട്ടനു
ഞാനപരാധിനി" തേങ്ങിപെങ്ങൾ
വലിയൊരുപട്ടുറുമാലിൻ വക്കി-
ലവന്റെ കരാംഗുലിപെരുമാറുന്നു.

പ്രശ്നമിവിടെയും സമുദായത്തെപ്പറ്റിയുള്ള പേടിയാണ്. ഒളപ്പമണ്ണയുടെ "നങ്ങേലിക്കുട്ടി"യോട് അമ്മയ്ക്കുമച്ഛനും സ്നേഹക്കുറവുണ്ടായിരുന്നില്ല. ആ സ്നേഹത്തേക്കാൾ പെരുത്തതായിരുന്നു, സമുദായത്തെപ്പറ്റിയുള്ള പേടി. നങ്ങേമിക്കുട്ടിയുടെ തെറ്റിനു കാരണക്കാരനായിരുന്ന ട്യൂഷൻ മാസ്റ്റർ അവളെ രക്ഷിക്കാൻ സന്നദ്ധനായിരുന്നു. അയാളിൽ നങ്ങേലിക്കുട്ടിക്കു വിശ്വാസമില്ലാഞ്ഞിട്ടല്ല; പക്ഷേ, അയാളേക്കാളധികം അവൾ അച്ഛനമ്മമാരെ വിശ്വസിച്ചു. "ആ അച്ഛനമ്മമാർ നീണ്ടു ജീവിച്ചവർ.

മകൾ ദീർഘജീവിതം മുമ്പിലുള്ളവൾ. അവൾ ഇളംകുരുന്ന്. ജീവിതമെന്ന ഏടാകൂടത്തിൽപ്പെട്ടുഴലുന്നവൾ. തങ്ങൾക്കെന്ത് എന്നല്ല, അവൾക്കെന്ത് എന്നല്ലയോ, അച്ഛനമ്മമാർ ആലോചിക്കേണ്ടിയിരുന്നത്? മനുഷ്യർ സ്വാർത്ഥികളാണ്. തൻകാര്യത്തിലാണ് അവരുടെ ഊന്നൽ. മകളുടെ കാര്യം രണ്ടാംസ്ഥാനത്ത്.

തേവിത്താണകുളം

ഇതുതന്നെയാണ്, പെങ്ങളിലെ യുവമാന്യന്റെയും പ്രശ്നം. പെങ്ങൾക്ക് ദുഷ്പേരുണ്ട്. അതുതന്നെ പുലർത്താനായുള്ള യത്നത്തിൽ സംഭവിച്ചതാണ്. അത് നിസ്വാർത്ഥസേവനത്തിൽ ഏർപ്പെട്ട വിനയാണ്. അവനെ വളർത്തി ആളാക്കി. അവൻ വെള്ളി സിഗററ്റുകേസ്സും പട്ടുറുമാലുമായി സന്തോഷിച്ചിരിക്കുന്നു. അവയും പെങ്ങളുടെ പേരുദോഷത്തിന്റെ ഫലം ആണ്.

"തേവിത്താണകുളംപോലേറെ
ക്കലുഷിതമസ്മൽകന്യാചരിതം."

ആ തേവിത്താണകുളമെന്തെന്ന് പുതുതലമുറയ്ക്കറിയുമോ? കൃഷിയിടങ്ങളിൽ, ഏത്തവും കയറ്റുകുട്ടയുംകൊണ്ടാണ് പഴയ കാലത്ത് തേവി പുഞ്ച ഉണങ്ങാതെ നിലനിർത്തിയത്. വയലിലെ ചെറുകുളങ്ങൾ. വെള്ളക്കുണ്ടുകൾ. അവയിൽനിന്നു തേവിപുഞ്ചയ്ക്ക് വെള്ളമെത്തിക്കുമ്പോൾ ആ കുളങ്ങളും വെള്ളക്കുണ്ടുകളും കലങ്ങിവറ്റിപ്പോകുന്നു. അതുതന്നെയാണ് പെങ്ങളെ സംബന്ധിച്ചും ഉണ്ടായത്. അത്, അവൾ സ്വയം പണയം വെച്ചുവളർത്തിയ യുവമാന്യനു മനസ്സിലാവുന്നില്ല. അതു മനസ്സിലാവാൻ വേണ്ട മനുഷ്യത്വം അയാളിൽ ഇല്ല. പെങ്ങളോ, ആരോ ആകട്ടെ. വീടുവിട്ടിറങ്ങിയാൽ സ്ത്രീ അനാഥയാണ്. ആ വശമെങ്കിലും ആ അനുജന്റെ മനസ്സിൽ തെളിഞ്ഞുവരേണ്ടേ? അതുണ്ടായില്ല.

ഇടശ്ശേരി എഴുതുന്നു:

"പോകാം ഞാനെൻ കുട്ടനിരിക്കുക"
പെങ്ങളെണീറ്റാൾ, നിന്നാളൊട്ടിട
നാലടിവെച്ചത്തറയിലിരുന്നാൾ,
വീണ്ടുമെണീറ്റു കുഴഞ്ഞുനടന്നാൾ.
ആ മണിയറുടെ വാതിൽതിരി-
കുറ്റിയിൽ നിന്നുകരഞ്ഞുനിമിഷം;
ആ യുവമാന്യനുയർത്തീലാ മുഖ-
മിളകിലാതൻകൈകൾ വിലക്കാൻ

കവി തുടർന്നു പറയുന്നു:

നിറകണ്ണോടെ കാണുകയാണവൾ
കുനുമീശയിലെ കൈവിരൽചേർത്തി-

ക്കുനിവൊരുകുളിരമ്പിളിയെ,ത്തേങ്ങി;
തന്റേതിന്നലെവരെയാസ്വർഗ്ഗം

നിശ്ശബ്ദമായ പ്രതിക്രിയ

രണ്ടു മഹാദുഃഖങ്ങളെപ്പറ്റി നടേ പറഞ്ഞല്ലോ. അതിലൊന്ന്; പെങ്ങളെപ്പറ്റി, പറഞ്ഞു. ഇനി പറയാനുള്ളത്, “വിവാഹസമ്മാന”ത്തെപ്പറ്റിയാണ്. ജ്യേഷ്ഠത്തി അനുജത്തിക്കു നൽകുന്ന ‘സമ്മാനം’. അതിന്റെ പുറകിൽ ഒരു പ്രണയവഞ്ചനയുണ്ട്. ജ്യേഷ്ഠത്തിയുടെ കമിതാവായിരുന്ന പുരുഷൻ. അനുജത്തിയെ വിവാഹം ചെയ്തു. ഇത് പലേടത്തും സംഭവിച്ചിട്ടുള്ളതാണ്. ജ്യേഷ്ഠത്തിയുടെ സ്നേഹശുശ്രൂഷകളിൽ മടുപ്പുവരുന്നു. അനുജത്തി ഒരചുംബിതപുഷ്പം. വിവാഹവിഷയത്തിൽ ഒരു പുത്തനനുഭവം. അതിലേക്കു ജ്യേഷ്ഠത്തിയല്ല, അനുജത്തിയാണ് അഭികാമ്യം ‘വിവാഹ സമ്മാന’ത്തിൽ ജ്യേഷ്ഠത്തി തന്റെ നഷ്ടത്തിൽ വളരെ പരിതപിച്ചില്ല. സാഹചര്യത്തോടു പൊരുത്തപ്പെടാൻ ജ്യേഷ്ഠത്തി സന്നദ്ധയായി. എന്നാൽ, അപ്പുറത്ത് ശങ്കാവിഷം. നവവരൻ ജ്യേഷ്ഠത്തിയുടെ കമിതാവായിരുന്നു. അവർ തമ്മിൽ ഉണ്ടായിരുന്ന അടുപ്പം അനുജത്തി കണ്ടറിഞ്ഞതാണ്. വിവാഹിതയായ ഇളയ മകളുടെ സമീപത്തിൽ, മൂത്തവളോടു അമ്മയ്ക്ക് അപ്രീതി, കുറ്റപ്പെടുത്തൽ. വിവാഹിതയായ ഇളയ മകളുടെ അടുത്ത്, അമ്മയ്ക്ക് മൂത്തവൾ ഒരു ശകുനപ്പിഴ. ജ്യേഷ്ഠത്തിയുടെ മനസ്സിൽ പല ദുഃഖങ്ങൾ കുനിച്ചുകിടന്നു. അവൾ ഓർത്തു:

“അമ്മ പറഞ്ഞില്ലേ”, പെൺകിടാവി–
ന്നാറാടാൻ തെല്ലുപുലർന്നാലെന്തേ?
ഓർത്തു നടക്കണമേറെച്ചിത്രം
ഓട്ടപ്പെടുമെന്നവർ പറഞ്ഞു

അനുജത്തി കുളിച്ചു വന്നിട്ടുമതി. മൂത്തവൾ കുളിക്കാൻ പോകുന്നത്. അനുജത്തിയും ജ്യേഷ്ഠത്തിയും തമ്മിൽ കൂട്ടിമുട്ടൽ ഒഴിവാക്കാനുദ്ദേശിച്ചായിരിക്കാമത്. അമ്മയുടെ സ്നേഹക്കുറവ് പതിന്മടങ്ങായി തോന്നിയിട്ടുണ്ടാകും. ജ്യേഷ്ഠത്തിക്ക്. മുനവെച്ച വാക്കുകൾ അമ്മയിൽ നിന്നു കേൾക്കേണ്ടി വന്നിട്ടുണ്ടാകും.

കാലേ കുളിച്ചാലോ വേശിയാട്ടം;
കാലത്തെണിക്കാഞ്ഞാൽ കള്ളനാട്യം.

അങ്ങനെ, എന്തുചെയ്താലും കുറ്റം. അനുജത്തിയും അവളുടെ ഭർത്താവും ജ്യേഷ്ഠത്തിയുടെ സ്വസ്ഥത കളഞ്ഞിരിക്കും. കൂടെ, അമ്മയുടെ കുത്തുവാക്കുകളുമായപ്പോൾ അവൾക്ക് ജീവിക്കേണ്ട എന്നായിട്ടുണ്ടായിരിക്കും. തന്റെ മനഃസ്താപത്തെപ്പറ്റി ആരോട് പറയാൻ? ആരോടും പറഞ്ഞില്ല. താപം തന്നിലൊതുക്കി. അതിനു പരിഹാരം കണ്ടു.

അനുജനെ കൂടെ കൂട്ടി കുളത്തിലേക്കു പോയി. അനുജനോട് വർത്ത മാനം പറഞ്ഞുകൊണ്ടവൾ കുളത്തിന്റെ ആഴത്തിലേക്കിറങ്ങിപ്പോയി. കുളക്കരയിലിരുന്ന അനുജൻ, എന്താണ് സംഭവിക്കുന്നതെന്നറി ഞ്ഞിട്ടുണ്ടാവില്ല. അനുവാചകരായ നമ്മളും അവസാനം വരെ സംഭവ ത്തിന്റെ ഗൗരവവശം മനസ്സിലാക്കിയില്ല. ഒരു ഞെട്ടലായിട്ടാണ് സംഭവം മനസ്സിൽ പതിക്കുന്നത്. അത് ഒരു ത്യാഗവും പ്രതികാരവും ഒന്നി ച്ചുള്ളതായിരുന്നു. അമ്മയ്ക്കും അനുജത്തിക്കും സമാധാനം. തന്നെ വഞ്ചിച്ച കമിതാവിനോടുള്ള കണക്കുതീർക്കലും. Silent Killing ഉണ്ട്. അതുപോലെ Silent Revengeഉം. നിശ്ശബ്ദനിധനം, നിശ്ശബ്ദപ്രതിക്രിയ. ആദ്യത്തേത് രാഷ്ട്രീയരംഗത്ത്, സാധാരണം. രണ്ടാമത്തേത് വ്യക്തി തലത്തിൽ.

പൗരുഷംമുറ്റിയ കവിവ്യക്തിത്വം

ഇടശ്ശേരിയുടെ വളരെ ചർച്ച ചെയ്യപ്പെട്ടിട്ടുള്ള കൃതിയാണ് 'നെല്ലു കുത്തുകാരി പാറുവിന്റെ കഥ' അതിനു സാമൂഹികമായ വിപുലാർത്ഥ മുണ്ട്. പാറു നെല്ലുകുത്തി, കൂലി വാങ്ങി കുടുംബം പുലർത്തി. അവളെ പേടിപ്പിച്ചു, ഒരൊറ്റക്കണ്ണൻ മുഠാളൻ. അവന്റെ കൂവൽ കർണ്ണഭേദി ആയി രുന്നു. നെല്ലുകുത്തിയ കൂലി, അരിക്കിഴി ചുമലിൽ, അവൾ വീട്ടിലേക്ക് തിടുക്കപ്പെട്ടുപോകേ, ആ മുഠാളൻ അവളെ കടന്നുപിടിച്ചു. അവൾക്ക് അരിക്കിഴി നഷ്ടപ്പെട്ടു. എന്നാൽ, അവൾ രക്ഷപ്പെട്ടു. അരിക്കിഴി പിന്നീട് വീട്ടുമുറ്റത്ത് കണ്ടെത്തി.

എന്നാൽ, കോവിലമ്മയുടെ മകൻ, സുന്ദരൻ അവളുടെ മനസ്സിൽ കയറിക്കൂടിയിരുന്നു. തന്റെ അനുജനെ വളർത്തി അവനെപ്പോലെയാ ക്കാൻ അവൾ ആഗ്രഹിച്ചു. അതിൽക്കവിഞ്ഞ മോഹം പാറുവിനുണ്ടാ യിരുന്നില്ല. എന്നാൽ, നെല്ലുകുത്തുകമ്പനിവെച്ച കോവിലമ്മയുടെ പുത്രൻ, പാറുവിന്റെ അരിക്കിഴി ഇല്ലാതാക്കി. അവൾക്ക് ജോലി മേലിലി ല്ലെന്നറിയിച്ചപ്പോൾ, കോവിലമ്മയുടെ മനം നൊന്തിരിക്കാം. എന്നാൽ കവി ചോദിക്കുന്നു,

ആയിരക്കണക്കിനു
വെള്ളിക്കാശിങ്ങെത്തുമ്പോൾ
വാലിയക്കാരത്തിതൻ
കണ്ണീരോ, കിടങ്ങാവാൻ?

യന്ത്രവൽക്കരണം പുരോഗതിയുടെ ചിഹ്നമാണ്. അതനേകർക്ക് അധോഗതിയിലേക്കുള്ള വാതിൽ തുറക്കലുമാണ്. പാറു കോവിലമ്മയുടെ ഭവനത്തിൽനിന്നു പതിവിലും നേരത്തേ മടങ്ങി. മടക്കത്തിൽ അവൾ കണ്ടു, കമ്പനിക്കെട്ടിടത്തിന് മുകളിൽ കൊച്ചെജമാനനെ. വേലക്കാർ പിരി യേണ്ട സമയമായിരിക്കുന്നു. 'കുഴലൂതലും' നോക്കി നിൽക്കുകയായി രുന്നയാൾ.

തന്റെ അരിക്കിഴി പണ്ടൊരാൾ നഷ്ടപ്പെടുത്തി. അതുപക്ഷേ തിരിച്ചു കിട്ടി. തന്റെ അരിക്കിഴി എന്നന്നേക്കുമായി തട്ടിപ്പറിച്ചതിനാൽ താങ്ങറ്റ്, ബുദ്ധി പതറിപ്പോയ പാറുവിന് എന്തുവേണ്ടൂ എന്നറിയാതായി. 'താറു മാറായിപ്പോയി', സാധുവിൻ പ്രജ്ഞാനീഡം എന്നു കവി.

ചോരച്ചോരൊറ്റക്കണ്ണും
കൊമ്പൻമീശയും കൂടി
ച്ചേരുമാരൂപംമാംസ-
മുളുത്തുകേറീടിലും
ചേതനകണ്ടു, മഹോ-
ന്നതമായ്, തന്മാറിൽത്താൻ
ചേണുറ്റുവീണാൾബോധം
കെട്ടൊരാവേലക്കാരി

അയാൾ, ചോരച്ച ഒറ്റക്കണ്ണുകാരൻ, കൊമ്പൻമീശക്കാരൻ, കുറോര കൂക്കിവിളിക്കാരൻ, തന്നെ കടന്നുപിടിച്ച് അരിക്കിഴി നഷ്ടപ്പെടുത്തി യവൻ; എന്നാൽ, അവൻ അരിക്കിഴി വീട്ടിൽ കൊണ്ടുവന്നിട്ടവനുമാണ്. അതേ അവൻ അരിക്കിഴി കൊതിക്കാത്തവൻ, എന്നാൽ കാഴ്ചയിൽ കോമളനായ തന്റെ കൊച്ചെജമനാൻ, തന്റെ അരിക്കിഴി എന്നെന്നേക്കു മായി തട്ടിയെടുത്തു.

പഴയ കുറ്റിക്കാട്, റോഡായി. പേടികൂടാതെ നടക്കാം. ഉപജീവനമാർഗ്ഗ മറ്റു പോയ നെല്ലുകുത്തുകാരി ആധിമൂത്ത് ബോധംമറഞ്ഞ് വീണു പോയി. അവൾ വീണത്, താൻ അന്നോളം ആരെ ഭയപ്പെട്ടുപോന്നോ, ആ ഒറ്റക്കണ്ണൻ പോക്കിരിയുടെ കരവലയത്തിലേക്കായിരുന്നു. യന്ത്ര ങ്ങളും വ്യവസായവും മോശപ്പെട്ട സംഗതിയല്ല. പക്ഷേ, അതിന് മോശ പ്പെട്ട ഒരു വശവും ഉണ്ട്. അത് പുതുതായി ചിലർക്ക് തൊഴിൽ നൽകുന്നു. അനേകരുടെ തൊഴിൽ മുടക്കുന്നു. നെല്ലുകുത്തുകാരിയെ സംബന്ധിച്ച കവിത രണ്ടുവശത്തേക്കും ദൃഷ്ടിവെക്കുന്നു. സമുദായത്തിന്റെ ഏറ്റവും താണതട്ടിൽപ്പെട്ടു കിടക്കുന്നവരിലേക്ക് ചുഴിഞ്ഞുനോക്കുന്ന കണ്ണാണ് ഇടശ്ശേരിയുടേത്.

ഇടശ്ശേരിയുടേത് പൗരുഷം മുറ്റിയ കവിവ്യക്തിത്വമാണെന്ന് എൻ. വി. കൃഷ്ണവാരിയർ. നെല്ലുകുത്തുകാരി പാറുവിനെപ്പറ്റിയുള്ള കവിത യെക്കൂടി മനസ്സിൽവെച്ചാകും എൻ.വി. അങ്ങനെ പറഞ്ഞത്.

ഭാവനാശില്പം

ഇടശ്ശേരിയുടെ കവിതകളിൽ ഏറ്റവും ജനപ്രിയമായിട്ടുള്ളത് 'പൂത പ്പാട്ടാ'ണ്. കേട്ടുകേൾപ്പിച്ച ഒരു പഴയ കഥയുടെ ഗാനരൂപത്തിലുള്ള ആവി ഷ്കരണമാണ് അത്. കവി തുടങ്ങുന്നു.

കേട്ടിട്ടില്ലേ തുടികൊട്ടും കലർ-
ത്തോട്ടു ചിലമ്പിൻ കലമ്പുകൾ

അയ്യയ്യാ, വരവമ്പിളിപ്പൂങ്കുല
മെയ്യിലണിഞ്ഞപെരുമ്പൂതം
കാതിൽപ്പിച്ചളത്തോടെ, കഴുത്തിൽ
'ക്കലപലെ' പാടുംപണ്ടങ്ങൾ

അത് പൂതത്തിന്റെ കാഴ്ചപ്പുറം. പൂതപ്പാട്ടിലെ സംഭവാംശം, ആറ്റിൻ വക്കത്തെ മാളികവീട്ടിൽ ആറ്റുനൊറ്റൊരുണ്ണിപിറന്നതും ഉണ്ണിയെ ഭൂതം പിടികൂടിയതും അമ്മ നങ്ങേലി ഉണ്ണിയെ വീണ്ടെടുത്തതുമാണ്. ഉണ്ണിയെ ഓമനിച്ചതും പള്ളിക്കൂടത്തിലേക്കയച്ചതും ഉണ്ണികാഴ്ചകൾ കണ്ട് നടന്നു പോകുന്നതും കവി വിവരിച്ചിട്ടുണ്ട്. ഉണ്ണിയുടെ കണ്ണിൽപ്പെട്ടതിൽ ചിലത്:

മൊട്ടപ്പാറയിൽക്കേറിയൊരാട്ടിൻ-
പറ്റം തുള്ളിക്കളിക്കണ കണ്ടു
ഉങ്ങും പുന്നയും പൂത്തതിൽവണ്ടുക-
ളെങ്ങും പാറിക്കളിക്കുന്ന കണ്ടു
അവിടന്നും മെല്ലെ നടന്നാനുണ്ണി
പറയെന്റെ കുന്നിലെ മറ്റേച്ചെരുവിലേ-
യ്ക്കരെസിയിറങ്ങി നടന്നാനുണ്ണി

പുറകെ, ഭൂതം വരുന്നു:

പാറക്കെട്ടിന്റെ കൊച്ചുപിളർപ്പിലെ-
ക്കിളിവാതിലപ്പോൾത്തുറന്നുപൂതം
ആറ്റിലൊലിച്ചെത്തുമാമ്പൽപ്പൂപോലെ-
യാടിക്കുഴഞ്ഞെത്തുമമ്പിളിക്കലപോലെ
പൊന്നുങ്കുടംപോലെ, പൂവമ്പഴംപോലെ
പോന്നുവരുന്നോനെക്കണ്ടുപൂതം

അപ്പോൾ, പൂതത്തിനുള്ളിലൊരിക്കിളിതോന്നി

പൂതത്തിന് മാറത്തു കോരിത്തരിച്ചു
പൂതമൊരോമനപ്പെൺക്കിടാവായി
പൂത്തമരത്തിന്റെ ചോട്ടിൽനിന്നു

എന്നിട്ട് പൂതം ഉണ്ണിയോട് കൊഞ്ചിക്കൊഞ്ചി

ക്കൊണ്ട് പറഞ്ഞു:
"പൊന്നുണ്ണി, പൂങ്കരളേ
പോന്നണയും പൊൻകതിരേ,
ഓലയെഴുത്താണികളെ-
ക്കാട്ടിലെറിഞ്ഞിങ്ങണയൂ.

ഉണ്ണി വിസമ്മതിക്കാതിരുന്നില്ല. തടസ്സം പറയുകയും ചെയ്തു. ഒടുവിൽ, പൂതം ഇച്ഛിച്ചത് നടന്നു. ഉണ്ണി എഴുത്താണി കൈവിട്ടപ്പോൾ, പൂതം ഉണ്ണിയെ പിടിച്ചുകൊണ്ടുപോയി.

വെയിൽ മങ്ങി; നേരം വൈകിയിട്ടും ഉണ്ണി വന്നില്ല. നങ്ങേലി തേങ്ങി ക്കരഞ്ഞു. അവൾ ഉണ്ണിയെ തേടിയിറങ്ങി. അവളെ പേടിപ്പിച്ചോടിക്കാൻ നോക്കി, പൂതം.

“പേടിക്കാതങ്ങനെനിന്നാളമ്മ.”
ചുഴലിക്കാറ്റായി ചെന്നുപൂതം
കറ്റികണക്കങ്ങുനിന്നാളമ്മ
നരിയായും പുലിയായും ചെന്നുപൂതം
തരികെന്റെ കുഞ്ഞിനെയെന്നാളമ്മ

പൂതം കുന്നിന്റെ മേൽമൂടിപ്പാറയെടുത്തുമാറ്റി. പൊന്നും മണികളും കുന്നുകുന്നായിക്കിടക്കുന്നു. പൊന്നും മണികളും നൽകാമെന്ന് പൂതം. പൊന്നും മണിയും നോക്കാതെ, അമ്മ കണ്ണുകൾ ചൂന്നെടുത്ത് പൂത ത്തിനർപ്പിച്ചു;

“ഇതിലും വലിയതാണെന്റെ പൊന്നോമന,
അതിനെത്തരികെന്റെ പൂതമേ നീ.

പൂതം പുതുതായി ഒരുണ്ണിയെ ഉണ്ടാക്കി അമ്മയ്ക്കു നൽകി. അത് തന്റെ കുഞ്ഞല്ലെന്ന് അമ്മ അറിഞ്ഞു. പെറ്റവയറിനെ വഞ്ചിക്കുന്ന ‘പൊട്ട പ്പൂത’മെന്നു പറഞ്ഞു. കോപംപൂണ്ട് ശപിക്കാൻ കൈയ്യുയർത്തി അമ്മ.

“ഞെട്ടിവിറച്ചു പതിച്ചുപൂതം
കുട്ടിയെ വേഗം വിട്ടുകൊടുത്താൾ

ഉണ്ണിയെനഷ്ടപ്പെട്ടതിൽ പൂതം ദുഃഖിച്ചു.

പൂതത്തിന്റെ ദുഃഖ ഉപശാന്തിയായി അമ്മ പറഞ്ഞു:

മകരക്കൊയ്ത്തുകഴിഞ്ഞിട്ടെങ്ങടെ
കണ്ടമുണങ്ങിപ്പൂട്ടുംകാലം...”
വന്നുമടങ്ങണമാണ്ടുകൾതോറും
പൊന്നുണ്ണിയ്ക്കൊരു കുതുകം ചേർക്കാൻ

എന്നാൽ,

ഉണ്ണി പിറന്ന വീടേതാണെന്ന് തിരഞ്ഞുപിടിക്കണം. ആ വീടേതാ ണെന്ന് ചോദിക്കാൻ വിട്ടുപോയി. പൂതം. ഉണ്ണിയെ തിരഞ്ഞു ഓരോ വീട്ടിലും കയറിയിറങ്ങുന്നുപോൽ, പൂതം. ഉണ്ണിയെ വേണോ എന്നു ചോദിച്ച് ആടിപ്പിക്കുന്നു, പൂതത്തെക്കൊണ്ട്. അതിന്റെ താളക്കൂത്തിനു തുടികൊട്ടുന്നു. തേങ്ങലിനൊത്ത് കുഴൽവിളി കേൾപ്പൂ.

ലക്ഷ്യവും മാർഗ്ഗവും

പൂതപ്പാട്ട് ഒരു കോമളഭാവശില്പമാണ്. മഴക്കാലം പിന്നിട്ടാൽ, കേരള ത്തിൽ പരക്കെ ഉത്സവങ്ങളുണ്ട്. പൂതനും നായാടിയും മുക്കാൻ ചാത്തനും ആണ്ടിക്കുട്ടിയും തൊട്ട് പലനാടൻ കലാകലവികൾ ജനങ്ങളെ

പ്രത്യേകിച്ച്, കുട്ടികളെ ഉത്സാഹഭരിതരാക്കും. കൊട്ട് ദൂരത്തുനിന്ന് ശ്രദ്ധ ആകർഷിക്കും. വേഷങ്ങൾ വീട്ടുമുറ്റത്ത് വന്ന് കളിക്കും. ആ ജീവിതോത്സവ വിളയാട്ടങ്ങളിൽ നിന്നൊന്നെടുത്ത്, ആദിമദ്ധ്യാന്തങ്ങളും സംഭവങ്ങളും പാത്രങ്ങളും ഉള്ള ഒരു കഥയാക്കി. പൂതപ്പാട്ടിന്റെ ഭാഷയും ശൈലിയും മറ്റൊന്നാണ്. പണിമുടക്കവും പുത്തൻ കലവും അരിവാളും ഒരു വകുപ്പ്, പൂതപ്പാട്ട് മറ്റൊരു വകുപ്പ്. ആദ്യം പറഞ്ഞ വകുപ്പിൽപ്പെടുന്നു 'ബുദ്ധനും ഞാനും നരിയും', 'ചകിരിക്കുഴികൾ' തുടങ്ങിയ കവിതകൾ. ഒരു പ്രാരബ്ധക്കാരൻ ഗൃഹസ്ഥർ വീട്ടിൽ അത്താഴത്തിനുള്ള അരിയുമായി പോകുന്നു. കാട്ടിലൂടെയാണ് യാത്ര. അതെളുപ്പവഴി. നേർവഴിക്കാണെങ്കിൽ, ദൂരമധികം; വീട്ടിലെത്താൻ വൈകും. കാട്ടിൽ നരിയുണ്ട്.

അരിയില്ല, തിരിയില്ല, ദുരിതമാണെങ്കിലും
നരിതിന്നാൽ നന്നോ മനുഷ്യന്മാരേ?

ഒരു വിനോദരസം ആ ചോദ്യത്തിലുണ്ട്. എന്നാൽ, നരി വന്നു; വിനോദാന്തരീക്ഷം മാഞ്ഞുപോയി. നരിക്കു തിന്നാൻ നിന്നുകൊടുക്കണോ? കൈയ്യെത്തുന്നേടത്തുണ്ടായിരുന്നത് ഒരു ബുദ്ധപ്രതിമയാണ്. യാത്രികൻ പ്രതിമ നരിയുടെ മേലേക്ക് മറിച്ചിട്ടു. ഹിംസ. പക്ഷേ, അയാൾ അതിനെ ഒരു ഗൗരവപ്പെട്ട കാര്യമായെടുക്കുന്നില്ല. അയാൾ താൻ കാട്ടുവഴിക്കുപോയതിനെ സാധൂകരിക്കുന്നു. ചോദിക്കുകയും ചെയ്യുന്നു:

"ഇരുകാതം താണ്ടി ഞാൻ വരുവോളമെൻ മക്കൾ
പൊരിയുകിൽ, ച്ചാവുകിൽത്തെറ്റല്ലെന്നോ?"

അസംഭാവ്യത എന്ന ദോഷം ബുദ്ധനും ഞാനും നരിയും എന്ന കവിതയിലെ സംഭവാംശത്തിനുണ്ട്. പറയാനുദ്ദേശിച്ച കാര്യം. അതിനുതക്ക വിധം സംഭവങ്ങളെ സമാവിഷ്കരിക്കാൻ കവിക്ക് അധികാരമുണ്ട് എഴുത്തുകാരനും. പ്രധാനസംഗതി, പറയാനെന്തോ ഉണ്ട് എന്നുള്ളതാണ്. അതു വിശ്വസനീയമായി പറഞ്ഞു ഫലിപ്പിക്കാൻ ഉതകുന്ന അന്തരീക്ഷവും സംഭവങ്ങളും കഥാപാത്രങ്ങളും സൃഷ്ടിക്കപ്പെടുന്നു. അതിൽ എഴുത്തുകാരൻ പരമാധികാരിയാണ്. ബുദ്ധനും ഞാനും നരിയും എന്ന കവിതയിൽ കവിയുടെ ഭാവനയെ ചോദ്യം ചെയ്യേണ്ടതായിട്ടില്ല. കഥാഗുംഫനം സമീചീനമായില്ല എന്നു പറയാതെ വയ്യ.

സാമൂഹിക പ്രശ്നങ്ങൾ

ഇടശ്ശേരിയുടെ കവിതകൾ തലങ്ങും വിലങ്ങും സാമൂഹികപ്രശ്നങ്ങൾ കൊണ്ട് ഗംഭീരത ഉള്ളവയാണ്. 'കുടിയിറക്കൽ' ആണ് ഒരു കവിത. മനുഷ്യനു മണ്ണിൽ അവകാശമുണ്ട്. പക്ഷേ, പലർക്കും അതില്ല. ചിലർ വളരെയധികം ഭൂമി കൈവശം വെച്ചിരിക്കുന്നു. ഉടമസ്ഥനില്ലാത്ത മണ്ണെവിടെയുമില്ല. ഭൂമി ഉടമസ്ഥതയ്ക്ക് നിയമത്തിന്റെ സംരക്ഷണമുണ്ട്. ഭൂമിയില്ലാത്തവന് ഒരുവക സംരക്ഷണവുമില്ല. കോടതിയിൽ ജോലി ചെയ്തു പോന്ന ഇടശ്ശേരി ഭൂമിയില്ലാത്തവരുടെയും ഉള്ള ഭൂമി നഷ്ടപ്പെട്ടവരുടെയും

കേസുകൾ ധാരാളം കേട്ടിരിക്കും. ഉള്ള കുടിൽ പൊളിച്ചു കളയപ്പെട്ട, പട്ടികലങ്ങൾ പുറത്തെറിയപ്പെട്ട സംഭവങ്ങൾ ഇടശ്ശേരിയുടെ മനസ്സിനെ നോവിച്ചിരിക്കാം. 'കുടിയിറക്കൽ' എന്ന കവിത എഴുതിയ പശ്ചാത്തലമ താവാം. ജന്മിവീട്ടിൽ പിറന്ന്, സംസ്കൃതം പഠിച്ച്, ഇംഗ്ലീഷിൽ ഉന്നത ബിരുദങ്ങൾ നേടി സാഹിത്യമണ്ഡലത്തിലേക്ക് പ്രവേശിച്ചവരാണ് അധികംപേരും. അവരധികവും മേൽജാതിയിൽപ്പെട്ടവരാണ്. അവരിൽ പലരുടെയും പതിതജനാനുഭാവം ഔൽപ്പത്തികമല്ല, വായിച്ചുണ്ടാക്കി യതാണ്. നമ്മുടെ വിപ്ലവസാഹിത്യത്തിന് ഉശിരില്ലാത്തതിന്റെ കാരണം അകലെ പോയി തിരയേണ്ടതില്ല. ഇടശ്ശേരി, ശരിക്കും സാധാരണ നില വാരത്തിൽ പിറന്ന്, ക്ലേശിച്ച് ജീവിച്ച്, എഴുതാൻ പഠിച്ചതാണ്. അദ്ദേഹം ജോലിയിൽ കോടതി ഗുമസ്തനാണ്. അദ്ദേഹം ജോലിവഴിക്ക് അധികവും ഇടപെട്ടിരിക്കുക പാവപ്പെട്ടവരുമായിട്ടായിട്ടാകാം.

പല മുഖങ്ങൾ

ജീവിതത്തിനു അനേകം മുഖങ്ങളുണ്ട്. ഇടശ്ശേരി മാറിമാറി പല മുഖ ങ്ങളിലേക്ക് നോക്കുന്നു. 'സാഗരസ്തുതി' എന്ന കവിതയിൽ, ജനങ്ങളെ കഷ്ടതയിലേക്ക് തള്ളിവിടുന്ന 'കരിവിപണി'യെപ്പറ്റിയാണ് ഇടശ്ശേരി ചിന്തിക്കുന്നത്.

അദ്ദേഹത്തിന്റെ വരികൾ:

അരിയും ഗോതമ്പും തിനയും ചോളവും
കരിവിപണിയിൽ കഴിവതും പൂഴ്ത്തി
വിളയിച്ചവെള്ളിയുറുപ്പിക കൂട്ടി
ത്തുളപെടാ സ്വന്തം ഖജാനയിൽപൂട്ടി

കരപ്രഭുക്കന്മാരായിരുന്നു കാണുന്നു

വറുതി തുള്ളിക്കും നരന്റെ താണ്ഡവം

ഇടശ്ശേരി കരപ്രഭുക്കന്മാർക്ക് മറുപടി നൽകുന്നു. വരുണച്ചെട്ടിയാ രെയാണ് കവി കൂട്ടുപിടിക്കുന്നത്. ഉദാരനായ നവവണിക്ക്, അയാളുടെ വാണിഭത്തിൽ കരിഞ്ചന്തയില്ല. ഈശ്വരൻ മനുഷ്യനെ കൈവെടിഞ്ഞി ട്ടില്ല. കവി സന്തുഷ്ടനാണ്. അദ്ദേഹം പറയുന്നു:

“കിഴക്കൻ മാമല കയറിദൂരാലി-
ങ്ങൊഴുകിയെത്തിടുമരുണരശ്മിയും
പടിഞ്ഞാറൻ കടൽത്തിരകളെതാണ്ടി-
പടവേറിയെത്തും വെളുത്തമത്തിയും
ഒരു മുഹൂർത്തമിത്തിരുനടയിങ്കൽ
പുരുഷാരം നില്പാണനന്യസങ്കല്പം
ഇവിടെ പ്രത്യക്ഷം മഹാമഹേശ്വരൻ
ഭുവനത്തിനാകെത്തരുമനുഗ്രഹം

അരിയില്ല, ഗോതമ്പില്ല. വേണ്ട. മത്തിയും മധുരക്കിഴങ്ങുമുണ്ടായാൽ, മനുഷ്യൻ ജീവിക്കും. മത്സ്യത്തിന്റെ ലോകത്തിൽ കരിവിപണിയില്ല. വരുണച്ചെട്ടിയാർ അതനുവദിക്കുകയില്ല. അല്പംകൊണ്ടുപോലും സന്തോഷിക്കുന്ന മനുഷ്യന്റെ ആഹ്ലാദസ്വരം;

മായും മായവും

ഒരു കിലോ പുളക്കിഴങ്ങുണ്ടെൻ വീട്ടിൽ
ഇരുന്നൂറു മത്തിതികച്ചുകിട്ടുകിൽ
നടക്കട്ടെയെന്തിന്നിനിവിളംബിലാ-
തൊടുവിലത്തോന്റെ പിറന്നാളാഘോഷം.

ഈ ചിത്രത്തിന് പഴക്കമുണ്ട്. മഹായുദ്ധാവസാനത്തിനു പുറകെ ചില ദശകങ്ങളിൽ, വൻതോതിൽ വറുതി ഉണ്ടായിരുന്നു. അരിയില്ല; ഗോതമ്പില്ല. ജനം ജീവിച്ചത് മത്തിയും കപ്പയുംകൊണ്ടാണെന്ന് കവി പറഞ്ഞത് പരമാർത്ഥം. ആ സ്ഥിതി ഇപ്പോൾ മാറിയിരിക്കുന്നു. മത്തിയിൽ വിഷം; കപ്പയ്ക്ക് വിലകൂടി. യാതൊരു മത്സ്യവുമില്ല, 'കെമിക്കൽ' പരിചരണമില്ലാതെ, മാർക്കറ്റിലെത്തുന്നതായിട്ട്. വിഷം പച്ചക്കറിയിലുണ്ട്. മുളകിലും കറിവേപ്പിലയിലുമുണ്. വിഷരഹിതം എന്നു പറഞ്ഞു വിൽക്കുന്ന പച്ചക്കറിയിനങ്ങളിലും ഉണ്ട്, വിഷാംശം. കരിഞ്ചന്തയിൽ കവിഞ്ഞ വിപത്താണിപ്പോൾ സമസ്തപദാർത്ഥങ്ങളിൽ കത്തിച്ചെലുത്തി വരുന്ന മായം. വേദാന്തദൃഷ്ടിയിൽ 'മായ' ആയിരുന്നു ഭയസംഗതി. ലൗകികത്തിൽ, ഇപ്പോൾ 'മായം' ആണ് ഭജജനകമായിട്ടുള്ളത്.

പാലവും വിഷാദവും

ആധുനിക കാലത്തെ പ്രശ്നങ്ങളെപ്പറ്റി ചിന്തിച്ചിട്ടുള്ള കവിയാണ് ഇടശ്ശേരി. അദ്ദേഹം 'കുറ്റിപ്പുറം പാല'ത്തെപ്പറ്റി കൗതുകപൂർവ്വം എഴുതിയിരിക്കുന്നു:

ഉണ്മയിൽ പുതുലോകത്തിനു തീർത്തോ-
രുമ്മറപ്പടിയാമിപ്പാലത്തിന്മേൽ
അനുദിനം മങ്ങുമാഗ്രാമചിത്രം
മനസ്സാ ഞാനൊന്നു മുകർന്നുനിന്നു.

പാലം വന്നിട്ടെന്തുണ്ടായി? മാറിയ അനുഭവം കവിയുടെ വാക്കുകളിൽ:

കടുതരം പകലെങ്ങും ശബ്ദപൂരം
കടുതരമിരവിലും ശബ്ദപൂരം
മുറുകിടും ശബ്ദങ്ങളെങ്ങുമെങ്ങും
മുറുകിടും ചലനങ്ങളെങ്ങുമെങ്ങും.

ഗ്രാമീണ പ്രശാന്തതയ്ക്കു ഭംഗമുണ്ടാവാൻ പാലം കാരണമായി. ആകെ ശബ്ദഘോഷം, ആകെ ഇളക്കം, മാറ്റം. ജീവിതരംഗത്തിനാകെ മാറ്റം.

ആ സാഹചര്യത്തിൽ കവിക്ക് വിഷാദചിന്ത:

"കളിയും ചിരിയും കരച്ചിലുമായ്
ക്കഴിയും നരനൊരു യന്ത്രമായാൽ
അംബ പേരാറേ, നീ മാറിപ്പോമോ
ആകുലമായൊരഴുക്കുചാലായ്?

സാമൂഹികസന്ദിഗ്ദ്ധത

നെല്ലുകുത്തുകാരി പാറുവിന്റെ കഥയിൽ സൂചിതമായ സാമൂഹിക സന്ദിഗ്ദ്ധതയുടെ മറ്റൊരു പതനമാണ് കുറ്റിപ്പുറം പാലത്തിൽ നിന്നുണ്ടാകുന്നത്. ഗ്രാമീണ ജീവിതസാരള്യമാണ് തിരോഭവിക്കുന്നത്. പരിഷ്കൃതി, സമുദായ ജീവിതത്തിലേക്ക് യാന്ത്രികതയെ കടത്തിവിടുന്നു. മനുഷ്യൻ യന്ത്രത്തെ ആശ്രയിക്കുന്നു. പരിഷ്കൃതിക്കായി, സ്വയം യന്ത്രമായിത്തീരുകയും ചെയ്യുന്നു. ഗ്രാമീണത നാഗരികതയ്ക്ക് വഴി തുറന്നുകൊടുക്കുന്നു. നാഗരികതയുടെ മുന്നേറ്റം പേരാറിനെയും ദോഷകരമായി ബാധിക്കുമോ? കവി ചോദിക്കുന്നു. കവിയുടെ ആശങ്ക സമുദായത്തിന്റെ ആശങ്ക കൂടിയാണ്.

അകം കവിത

ലോകത്തിന്റെയും സമുദായത്തിന്റെയും കാര്യങ്ങളെപ്പറ്റിയൊക്കെ ചിന്തിക്കുന്ന കവി, വീട്ടിനകത്തെ ഒരു കാര്യത്തെപ്പറ്റിയും പറയുന്നു. മകൻ സ്കൂളിലേക്കു പോവുകയാണ്. അവനെ കൊണ്ടുപോകാൻ അവനു മൂത്തവൾ തയ്യാറായി നിൽക്കുന്നു. അവൻ പിതാവിനെ സമീപിക്കുന്നു, അനുഗ്രഹത്തിനായി. അത് ഒരു സങ്കീർണ്ണപ്രശ്നമാണ്. തനിക്ക് പിതാവിന്റെ അനുഗ്രഹമുണ്ടായി. കവിയുടെ പിതാവ് പറഞ്ഞത്, "കൈയക്ഷരം നല്ലതാക്ക്" എന്നാണ്. കവി, മകന് ആശിസ്സേകി. അതിങ്ങനെ ആയിരുന്നു:

"ഭദ്രമായോരു ഹൃദയമുണ്ടേ
ശക്തമായോരിളം പൂവുടലും
ഞാനിതാശംസിക്കാം, നിയഥേഷ്ടം
ജ്ഞാനങ്ങൾ നേടിക്കഴിയുമ്പോഴും
ഈ മനശ്ശോഭയൊത്തിശ്ശരീര-
സ്ഥേമാവഭംഗുരുമാകനിങ്കൽ

ഇടശ്ശേരിയുടെ രണ്ടു പ്രധാന കവിതകളെപ്പറ്റിക്കൂടി സ്പർശിക്കേണ്ടതുണ്ട്. ഒന്ന്, "ലവണാസുരവധത്തിലെ ഹനൂമാൻ", മറ്റൊന്ന്, "അമ്പാടിയിലേക്ക് വീണ്ടും". ഹനൂമാൻ അതിദീർഘമായ ഒരു കവിതയാണ്.

വാല്മീകിയുടെ ആശ്രമപരിസരത്തിൽ ഹനൂമാൻ ബന്ധനസ്ഥനാകുന്നു. ബന്ധനസ്ഥനാക്കിയത്, സീതാപുത്രന്മാരായ ലവകുശന്മാർ. ബന്ധനത്തിൽ കൃതാർത്ഥനാകുന്ന ഹനൂമാൻ:

"താൻ വെച്ചതേന്മാവുയർന്നുതന്നെ-
ത്താഴ്ത്തിയാലായതിൽസന്തപിക്കും?

എന്നാണ് ഹനൂമാന്റെ വിചാരം.

മാർഗ്ഗദർശകം

അമ്പാടിയിലേക്കു വീണ്ടും എന്ന കവിത കൃഷ്ണസാരഥിയായ ദാരുകന്റെ ആത്മഗതമാണ്.

ദാരുകൻ പറഞ്ഞു:

"മടുപ്പനത്രേകൊട്ടാരം
അയത്നസുലഭസുഖാഗാരം
ഇടയ്ക്കു കണ്ണീരുപ്പുപുരട്ടാ-
തെന്തിനുജീവിതപലഹാരം?

വിരോധിമാരേ, നിങ്ങൾക്കാ-
യശംസിപ്പുഞ്ഞാനിവയെ
വിശപ്പൊരിക്കലുമേല്പിക്കാത്തൊരു
വിശേഷഭക്ഷണവിഭവങ്ങൾ

വിയോഗമെന്തെന്നറിയരുതാ-
ത്താ വിഘ്ന സിദ്ധപ്രണയങ്ങൾ

ഒരിറ്റുനിണവും വീഴാതഴകോ-
ടൊഴിഞ്ഞുകിട്ടും വിജയങ്ങൾ"

പ്രയത്നശാലിയായ കവിയും നാടകകൃത്തും കോടതിഗുമസ്തനുമായിരുന്നു ഇടശ്ശേരിയിലെ കവി. അദ്ദേഹം ഉൽക്കടവിഷയങ്ങളെയാണ് കവിതയ്ക്കു വിഷയമാക്കിയത്. നാടകത്തിലും അദ്ദേഹം ആ വിധമായിരുന്നു. ജീവിതം, ജനതാത്പര്യങ്ങളെ ഉയർത്തിപ്പിടിക്കാനായി വിനിയോഗിച്ചു. ഈ കവി ദന്തഗോപുരവാസിയായിരുന്നില്ല. ജനങ്ങൾക്കിടയിൽ അവരുടെ പ്രശ്നങ്ങളിൽ താത്പര്യമെടുത്ത് അദ്ദേഹം ജീവിച്ചു. അദ്ദേഹത്തിന്റെ കവനസമ്പത്ത് മാർഗ്ഗദർശകം ആയിരുന്നു. ■

സ്ഥിതപ്രജ്ഞ
നാലപ്പാട്ട് ബാലാമണിയമ്മ

ബാലാമണിയമ്മയെ നിസ്സംശയമായും 'കവി' എന്നു വിളിക്കാമെന്ന് ഡോ. സുകുമാർ അഴീക്കോട് പറഞ്ഞിട്ടുണ്ട്. ബാലാമണിയമ്മ ഒരു മുഴുവൻസമയകവി ആയിരുന്നു. പ്രൊഫഷണൽ കവി എന്നും ബാലാമണിഅമ്മയെപ്പറ്റി പറയാം. കവിതയല്ലാത്ത യാതൊന്നിലും അവർ മനസ്സർപ്പിച്ചിട്ടില്ല. 'അമ്മ' നല്ല ഒരു കുടുംബിനിയായിരുന്നു. മക്കളെ സ്നേഹിച്ചവൾ. മക്കളെപ്പറ്റി പേർത്തും പേർത്തും എഴുതിയവൾ. എഴുതാൻ വിഷയങ്ങൾക്കുവേണ്ടി പാഞ്ഞുനടക്കുന്ന ശീലം ബാലാമണിഅമ്മയ്ക്ക് ഇല്ലായിരുന്നു.

സ്കൂളിൽ പോയി പഠിച്ചിട്ടില്ല, ബാലാമണിഅമ്മ. വീട്ടിലിരുന്നുള്ള പഠിപ്പിൽ, കവിക്കുവേണ്ട അറിവും അനുഭവസമ്പത്തും അവർ നേടി. സ്കൂളിൽ ചേർന്നു പഠിച്ചില്ല എന്നതിൽ തനിക്ക് ദുഃഖമുണ്ടായിട്ടില്ല എന്ന് അവർ പറഞ്ഞിട്ടുണ്ട്. വീട് ഒരു 'വിദ്യാപീഠം' ആയിരുന്നു. അമ്മാവൻ നാലപ്പാട്ട് നാരായണമേനോൻ. കവി, ചിന്തകൻ, വിജ്ഞാനനിധി. വിക്ടർ ഹ്യൂഗോവിന്റെ 'പാവങ്ങൾ' മലയാളത്തിൽ പ്രസിദ്ധീകരിച്ചു. മലയാളത്തിൽ ഗദ്യം സാഹിത്യമായത് ആ തർജ്ജമയിലൂടെയാണ്. തലങ്ങും വിലങ്ങും സാഹിത്യമുണ്ടായിരുന്നു, ബാലാമണിഅമ്മയ്ക്ക്. മകൾ വിശ്രുതയായ കവയിത്രി. ഇംഗ്ലീഷിൽ എഴുതി. ചെറുകഥാരചയിതാക്കളിൽ മുൻപന്തിക്കാരി. ആത്മകഥ എഴുതി ബന്ധുമിത്രാദികളെയും സഹൃദയലോകത്തെയും വിറപ്പിച്ചവൾ.

ആണ്ടാൻമുളപോലെ

വലിയ മുളംകൂട്ടത്തിൽ നിന്നാണ് മാനം മുട്ടുന്ന 'ആണ്ടാൻ' മുളച്ചുയരുക. നാലപ്പാട്ടുഭവനത്തിൽനിന്ന് എഴുത്തുകാരും കവികളും കഥാകാരിയും ഉണ്ടായതിൽ അത്ഭുതപ്പെടാനില്ല. ബാലാമണിഅമ്മയുടെ ഭർത്താവ് വി.എം. നായർ സ്വയം ഒരെഴുത്തുകാരനും വ്യവസായിയും ആയിരുന്നു. കൽക്കത്തയിൽ ഒരു വ്യവസായസ്ഥാപനത്തിൽ ഉയർന്ന ഉദ്യോഗം വഹിച്ചു. സർവ്വീസ് വിട്ട് കേരളത്തിൽ എത്തിയശേഷം,

മാതൃഭൂമി സ്ഥാപനത്തിന്റെ അധിപനായി. മലയാളത്തിൽ സാംസ്കാരികജീവിതത്തിന്റെ അധീശാധികാരം വഹിച്ചു, മാതൃഭൂമി പത്രസ്ഥാപനം. മാതൃഭൂമി ആഴ്ചപ്പതിപ്പാണ് ചിരകാലം കേരളത്തിൽ, 'ബുദ്ധിജീവിത'ത്തിന് മാർഗ്ഗദർശകത്വം വഹിച്ചത്. മാതൃഭൂമി സ്വാതന്ത്ര്യ സമരത്തിന്റെ സൃഷ്ടിയായിരുന്നു. സ്വാതന്ത്ര്യസമരനായകത്വവും മാതൃഭൂമിക്കുണ്ടായിരുന്നു. സാഹിത്യത്തിൽ മാതൃഭൂമിയുടെ സ്വാധീനം നിസ്സീമമായിരുന്നു. ബാലാമണിഅമ്മയ്ക്ക് വി.എം. നായർ നല്ലൊരു ഭർത്താവു മാത്രമല്ല, ഉത്സാഹിയായ പ്രസാധകനും ആയിരുന്നു. നാലപ്പാട്ടു തറവാടും മാതൃഭൂമിയും സാഹിത്യത്തിലെ ഒരു കൂട്ടുകുടുംബംപോലെയായിരുന്നു. നാരായണമേനോന്റെയും ബാലാമണിഅമ്മയുടെയും കൃതികൾക്ക് വേറെ പ്രസാധകനെ തേടേണ്ടിവന്നിട്ടില്ല. മാധവിക്കുട്ടി എഴുത്തുകാരിയായി മാതൃഭൂമി ആഴ്ചപ്പതിപ്പിൽ പ്രത്യക്ഷപ്പെട്ടപ്പോൾ, അത് വി.എം. നായരുടെ മകൾ ആയതിന്റെ ഗുണം ആണെന്ന ഒരാക്ഷേപം കോഴിക്കോട്ട് പ്രചരിച്ചിരുന്നതായി എനിക്കറിയാം മാധവിക്കുട്ടി യോഗ്യതകൊണ്ടു തന്നെയാണ് ആഴ്ചപ്പതിപ്പിൽ പ്രവേശനം നേടിയത്. അങ്ങനെ പറഞ്ഞാൽ നാരായണമേനോനും ബാലാമണിഅമ്മയും മാധവിക്കുട്ടിയും ഒരുപോലെ പ്രതിഭാശാലികൾ ആയിരുന്നു. ആരുടെ 'ഒത്താശ'യും വേണ്ടിയിരുന്നില്ല അവർക്ക് സാഹിത്യത്തിന്റെ കളരിയിൽ സ്ഥാനം നേടാൻ.

പ്രസാധകപ്രശ്നം

ബാലാമണിഅമ്മയ്ക്ക് എഴുതിയാൽ മതിയായിരുന്നു. എഴുതിയത് പുസ്തകമായി വരാൻ ക്ലേശിക്കേണ്ടിവന്നില്ല. അതൊരനുഗ്രഹമാണ്. എഴുത്തുകാരന്, ഭാഗ്യം ചെയ്ത എഴുത്തുകാർ എന്ന് നാലപ്പാട്ടു കുടുംബത്തിൽ പിറന്നവരെപ്പറ്റി പറയാം. എഴുതിയതെന്തും അച്ചടിച്ചുവരാൻ ക്ലേശിച്ചിട്ടില്ലാത്ത മലയാളത്തിലെ മറ്റു ചില എഴുത്തുകാരെപ്പറ്റി പറയാം.

'ഒരാൾ കേശവമേനോനാണ്. അദ്ദേഹമാണല്ലോ മാതൃഭൂമി പത്രസ്ഥാപനം ഉണ്ടാക്കിയത്. മറ്റൊരാൾ ഇ.എം.എസ്. നമ്പൂതിരിപ്പാടായിരുന്നു. നമ്പൂതിരിപ്പാട് പണംകൊണ്ട് പാർട്ടിയെ വരുതിയിലാക്കി. പാർട്ടിയും പത്രവും അച്ചുകൂടവും പുസ്തകശാലകളും നമ്പൂതിരിപ്പാടിന്റെ സാമ്രാജ്യമായി. ശ്രീ. ജോസഫ് മുണ്ടശ്ശേരിയാണ്, കൈപ്പിടിയിൽ ഒരു പ്രസാധനാലയം വീണുകിട്ടിയ മറ്റൊരു ഭാഗ്യവാൻ. മംഗളോദയം തൃശ്ശൂരിൽ നല്ല നിലയിൽ നടന്നിരുന്ന പ്രസാധനാലയമായിരുന്നു. പാഠപുസ്തകമല്ലാത്ത സാഹിത്യഗ്രന്ഥങ്ങൾ പ്രസിദ്ധീകരിച്ച്, എഴുത്തുകാർക്ക് മുൻകൂർ പ്രതിഫലം നൽകിയിരുന്നു മംഗളോദയം. നവോത്ഥാന സാഹിത്യം മലയാളത്തിൽ അച്ചടിച്ച് പ്രചരിപ്പിച്ചത് മംഗളോദയമാണ്. അച്ചുകൂടത്തിന്റെ ഈ സാഹിത്യസേവനത്തിന്റെ പുറകിൽ ചരടുവലിച്ചത് മുണ്ടശ്ശേരി ആയിരുന്നു. അതദ്ദേഹത്തിന് പ്രയോജനപ്പെട്ടു. അദ്ദേഹത്തിന് പ്രസാധകനെ അന്വേഷിച്ചു നടക്കേണ്ടിവന്നില്ല.'

എഴുത്തിലെ ക്ലേശം എഴുതുക തന്നെയാണ്. തനിക്ക് ക്ലേശകരമാണ് എഴുത്ത് എന്നു വൈലോപ്പിള്ളി പറഞ്ഞിട്ടുണ്ട്. മറ്റുള്ളവർ എഴുതിയ നല്ല കൃതികൾ വായിക്കാനാണ് തനിക്കിഷ്ടം. എഴുത്തിലുമധികമായ ക്ലേശ മാണ്, എഴുതിയാൽ അച്ചടിച്ചുകിട്ടുക എന്നത്. നമ്മുടെ സാഹിത്യത്തിൽ അച്ചടിച്ചത് വിൽക്കാൻ, എഴുത്തുകാരൻ കൊണ്ടുനടക്കേണ്ടിവന്ന കാലം ഉണ്ടായിരുന്നു. എഴുതി, എഴുതിയത് അച്ചടിച്ചു വിറ്റവർ നൽകാത്ത പ്രതി ഫലത്തിനു കാത്തുകെട്ടി പട്ടിണി കിടന്നവരാണ് നമ്മുടെ നവോത്ഥാന ഗ്രന്ഥകാരന്മാരിൽ പലരും.

നാലപ്പാട്ടെ എഴുത്തുകാർക്ക് ആവക പരീക്ഷണങ്ങളുടെ വഴിക്കു ചുറ്റിത്തിരിയേണ്ടി വന്നിട്ടില്ല. ബാലാമണിഅമ്മ വീട്ടിൽ സാഹിത്യകൃതി കൾ വായിച്ച് എഴുതാൻ ശേഷി നേടി. ബാലാമണി അമ്മയുടെ പാഠ ശാല നാലപ്പാട്ടുഭവനവും പാഠപുസ്തകങ്ങൾ ഭാഗവതം, ടോൾസ്റ്റോയി യുടെ കൃതികൾ, വിവേകാനന്ദസാഹിത്യം, ടാഗോർ, കാളിദാസൻ തുട ങ്ങിയവയുമായിരുന്നു. ബാലാമണിഅമ്മ തന്നിലേക്ക് നോക്കിയിരുന്ന കവി ആയിരുന്നു. താൻ, അമ്മ. അമ്മയായിരുന്നു ബാലാമണിഅമ്മയുടെ പ്രധാന കഥാപാത്രം. മറ്റു പാത്രങ്ങൾ മക്കൾ. ഈ മക്കളെ പെറ്റുവളർ ത്തിയതിലെ സന്തോഷവും ഈഷൽ സന്താപവും ആയിരുന്നു ബാലാ മണിഅമ്മയുടെ കവനവിഷയങ്ങൾ. അതിനിടയ്ക്ക് ചില പുരാണപുരുഷ ന്മാർക്ക് കൃതികളിൽ സ്ഥാനം ലഭിച്ചു. ഗാന്ധിജി, കൂട്ടത്തിൽ ഒരു പ്രധാന കഥാപാത്രമായിരുന്നു.

മിതത്വം

ബാലാമണിഅമ്മയുടെ കൃതികളുടെ സ്ഥിരമുദ്ര മിതത്വം ആണ്. ഒച്ച ഉയരുക അവരുടെ പ്രകൃതമല്ല. നിറപ്പകിട്ട് അവരുടെ രചനകൾക്കില്ല. വികാരക്ഷോഭത്തിന് വശപ്പെടാത്ത എഴുത്തുകാരി. പതുക്കെ, ഈണത്തിൽ, മൂളി രസിക്കേണ്ട കവിതകൾ ആണ് ബാലാമണിഅമ്മ എഴുതിയിട്ടുള്ളത്. “മറുവശമില്ലാത്ത നാണയമില്ല” എന്നാണ് അവർ പറ ഞ്ഞിട്ടുള്ളത്. അതായത്, ജീവിതത്തിന്റെ രണ്ടുവശവും അവർ കാണു ന്നുണ്ടായിരുന്നു.

“ദുഷ്കർമ്മം ചെയ്തവരെങ്കിലും അവർ അധർമ്മികളല്ല. നാളത്തെ നന്മയ്ക്കെന്നു കരുതി ഇന്നു തിന്മയെ കൈക്കൊണ്ടു” എന്നു ചിന്തി ക്കുന്ന ദാർശനിക ആണ് ബാലാമണിഅമ്മ.

“പാമ്പുകളുണ്ടാകാം, പാരിജാതത്തിൻ തളിർപ്പടർപ്പിൽ.
എന്നാലും തങ്കമേ, നൈരാശ്യം പൂണ്ടിടായ്ക എന്നാശീർവ്വാദം”.

‘മാതൃചുംബനം’ എന്ന കവിതയിൽ. ബാലാമണിഅമ്മ രണ്ടു തലമു റയെ താലോലിച്ചു. ഒരു തലമുറമക്കൾ, മറ്റേ തലമുറ പേരക്കിടാങ്ങൾ (തെക്കൻശൈലിയിൽ പറഞ്ഞാൽ ചെറുമക്കൾ). “ജീവിതം പൂത്തു

തളിർത്ത നാളിൽ ആ വസന്തത്തിന്റെ ആത്മാവെ തങ്ങളിൽ ആവിഷ്ക രിച്ചവർ എന്റെ മക്കൾ" എന്നു 'മുത്തശ്ശി' എന്ന കവിതയിൽ. "നിന്നിൽ (പേരക്കിടാവിനെ നോക്കുമ്പോൾ) ഞാൻ അവരെയാണ് കാണുന്നത്" എന്നും 'മുത്തശ്ശി'യിൽ.

അമ്മയ്ക്ക് കുഞ്ഞ് പിച്ചവെയ്ക്കുമ്പോൾ പേടിയാണ് വീണാലോ? ആ പേടിക്കുമേൽ, ചിന്ത:

"മാതാവിൻ വാത്സല്യം, പൈതലിൻ കാൽക്കൊരു
മാണിക്യശൃംഖലയായ്ത്തീരാമോ?"

(പിച്ചവെപ്പ് എന്ന കവിത)

വാത്സല്യത്തിലും മിതത്വമുണ്ട്, ബാലാമണിഅമ്മയിലെ കവിക്ക്: 'കളി ക്കൊട്ട'യാണ് ആദ്യഗ്രന്ഥം. പുറകെ 'കൂപ്പുകൈ'. ഈശ്വരൻ, മഹാത്മാ ഗാന്ധി, ഇന്ത്യയുടെ പാരതന്ത്ര്യം, ശ്രീകൃഷ്ണൻ, യശോദ എന്നിവയാണ് കവിതാവിഷയങ്ങൾ. ഇന്ത്യാവിഭജനത്തിനുമുമ്പുണ്ടായ കുരുതി കണ്ട് കവി നാട്ടിലേക്ക് മടങ്ങി, അതിനു മുമ്പ് ഭർത്താവ് മാധവൻനായർക്ക യച്ച കത്തിൽ 'കൽക്കത്ത വന്നേരിയാവുകയാണുണ്ടായ'തെന്ന് പറഞ്ഞി രുന്നു.

വാത്സല്യം

വന്നേരിക്കാരി ബാലാമണിയമ്മ ഒരു മാതൃകാമാതാവായിരുന്നു. സന്താനവാത്സല്യമാണ് അമ്മയുടെ കവിതകളിൽ നിത്യമായ പ്രമേയം. 'അമ്മയും മകനും' എന്ന കവിതയിൽ പറയുന്നു:

"കണ്ണീരേ, നീ കനിഞ്ഞൊന്നടങ്ങീടുകയെ-
ന്നുണ്ണിയെ തെല്ലൊന്നു കാണട്ടെ ഞാൻ.
ആനന്ദവായ്പും കുഴപ്പത്തിലാക്കുന്നു
നൂനം മനുഷ്യനെ മിക്കപ്പോഴും"

അതേ കവിതയിൽ അമ്മയുടെ കാതരചിന്ത,

"ഓമനേ നിന്നിലപൂർണ്ണത ചേർത്തിടാ-
യ്കീ മുലപ്പാലിലെ ദൗർബ്ബല്യങ്ങൾ"

ആദ്യസന്താനത്തെയുംകൊണ്ട് ഭർത്താവിന്റെ മുമ്പിൽ ചെല്ക-

"ഇന്നുതാൻ പൂർണ്ണമായ്, മാതാപിതാക്കളേ
നന്ദിതമാകിയയൂഷ്മൽ പരിണയം"

അവിടംകൊണ്ട് അത് നിർത്തുന്നില്ല.

"ലാളിത്യമേറുമിക്കയ്യിനേ കെല്പുള്ളൂ
വേളിച്ചരടിന്റെ കെട്ടുമുറുക്കുവാൻ"

('ആശീർവ്വാദം' എന്ന കവിത)

ബാലികേറാമല

കൽക്കത്തയെ വന്നേരിയാക്കി ബാലാമണിയമ്മ എന്നു ഭർത്താവ് മാധവൻനായർ പറഞ്ഞത് ശരി. എന്നാൽ, കൽക്കത്തയെ അതായികണ്ട കവിയാണ് ആ വന്നേരിക്കാരി. സ്ത്രീകൾ ജീവിതത്തിൽ എത്ര വലിയ നേട്ടങ്ങൾ ഉണ്ടാക്കിയാലും അടുക്കളയിൽനിന്നു പുറത്തുവരില്ല എന്ന വിശ്വാസം പരക്കെയുള്ളതാണ്. കുട്ടികളും കുടുംബവുമായി ഒതുങ്ങിക്കൂടാനാണ് അവർക്ക് കമ്പം. അതിനായി അവർ നഷ്ടങ്ങൾ സഹിക്കും.

'അടുക്കളയിൽനിന്ന് അരങ്ങത്തേക്ക്' എന്ന പേരിൽ വി.ടി. നാടകമെഴുതിയിട്ട് ദശകങ്ങൾ പലതു കഴിഞ്ഞു. എങ്കിലും അരങ്ങിപ്പോഴും സ്ത്രീക്ക് ബാലികേറാമല തന്നെ. അവരാഗ്രഹിച്ചാലും അവരെ പുറത്തേക്ക് വിടില്ല, ഭർത്താക്കന്മാർ; അച്ഛനമ്മമാരും അവരെ ഉയരാൻ വിടില്ല, നേതാക്കന്മാർ. വി.എം. നായരെപ്പോലെ ഒരു ഭർത്താവുണ്ടായതാണ് ബാലാമണി അമ്മയുടെ ഭാഗ്യം. അവർ കൽക്കത്ത കണ്ടു, പട്ടണം കണ്ടു. താൻ കണ്ടതിനെ മുൻനിർത്തി അവർ ചിന്തിച്ചു:

പട്ടണം സമ്പന്നർക്ക് നാകമാണതിൽ തന്നെ
പട്ടിണിക്കാരാമിവർ നരകം കാണിക്കുന്നു

'കൽക്കത്തയിലെ ഇരുട്ടറ' എന്ന കവിതയിൽ നിന്ന്. നരകത്തിന്റെ ലഘുചിത്രവുമുണ്ട് ആ കവിതയിൽ.

'മുളതൻ ചീന്തുകളാൽച്ചുമർ വെച്ചിതാമന്നിൽ-
ച്ചില പാഴ്ക്കുടിലുകൾ ദാരിദ്ര്യസംശുഷ്കങ്ങൾ
ആവതില്ലാതെ വറ്റിക്കിടന്നീടുന്നു, ഭൂമി
ദേവിതൻ ഭൂരിപ്രേമോത്സിക്തമാം തിരുമാറിൽ
അത്തലിൻ മൂർത്തികളായവയിൽ കാണാകുന്നു-
ണ്ടസ്ഥിശേഷ്ഠരായ് കറുത്തിരുണ്ട ചില കൂട്ടർ
കളിപ്പാനുയിരറ്റ കുട്ടികൾ, ചിലർ വെറും
നിലത്തു നിരത്തിന്റെ നടുക്കങ്ങിരിക്കുന്നു
ദുസ്സഹം, ദുർഗ്ഗന്ധം ഹാ!, ദുഃഖദം മലിനമീ-
നിസ്സഹായമാം, കൂലിവേലക്കാർമേവുമിടം.

ദീർഘിച്ച ഈ വിവരണത്തിനു ശേഷമാണ് 'പട്ടണം നാകം, പണക്കാർക്ക്; നരകം പട്ടിണിക്കാർക്ക്' എന്ന് കവയിത്രി എഴുതിയത്.

പ്രരോദനം

1927-ൽ ആണ്, ബാലാമണിയമ്മ തന്റെ ഏറ്റവും പ്രസിദ്ധമായ കവിത, 'വിട്ടയയ്ക്കുക' എഴുതിയത്. അതിവിശാലമായ കാഴ്ചപ്പാടും അർത്ഥവുമുള്ള കവിതയാണത്. പാരതന്ത്ര്യത്തെപ്പറ്റി ബാലാമണിയമ്മ വേറെയും എഴുതിയിട്ടുണ്ട്. എന്നാൽ കാലഘട്ടം മൊത്തമായി പ്രതിബിംബിക്കുന്നു

എന്നതാണ് ഈ കവിതയുടെ പ്രത്യേകത. അതിനെ കൂട്ടിലെ തത്തയുടെ വിലാപമായി മനസ്സിലാക്കാം. മനുഷ്യതതിയുടെ സ്വാതന്ത്ര്യാഭിലാഷമായും കണക്കാക്കാം. അതിലൊക്കെ പ്രധാനം അതിലെ കാതര സ്വഭാവം ആണ്. ചെറുതും വലുതുമായ സംഗതവൃത്താന്തങ്ങൾക്കെല്ലാമപ്പുറത്ത്, ശാശ്വതികതയുടെ മുദ്ര വഹിക്കുന്ന ഒരു പ്രചോദനമാണത്. അതിലെ വരികൾ ഉദ്ധരിക്കുന്നു.

"വിട്ടയയ്ക്കുക കൂട്ടിൽനിന്നെന്നെ ഞാ-
നൊട്ടുവാനിൽ പറന്നു നടക്കട്ടെ.
സുപ്രഭാതമടുത്തു നഭസ്സിലേ-
യ്ക്കുൽപ്പതിക്കുന്നു, മാമകവർഗ്ഗക്കാർ
കൊച്ചുപക്ഷിയാം ഞാനോ തമസ്സിൽ ത്താ-
നച്ഛമാമിപ്പുലർവെളിച്ചത്തിലും
പഞ്ജരത്തിന്റെ ചുറ്റഴിയോരോന്നു-
മെന്നെ നോക്കിച്ചിരിപ്പതായ്ത്തോന്നുന്നു
മർത്ത്യർ തൻ പരിലാളനമൊന്നുമെ-
ന്നുൾത്തടത്തിനു ശാന്തിയെ നൽകിടാ
വിട്ടയച്ചാലുമെന്നെയിക്കൂട്ടിൽ നി-
ന്നൊട്ടു പാറിപ്പറക്കട്ടെ വാനിൽ ഞാൻ

'വെളിച്ചത്തിൽ നിന്ന്' എന്ന സമാഹാരത്തിലെ കവിത.

ബാലാമണിയമ്മയുടെ പഠിപ്പ് 'സാഹിത്യവിദ്യാലയ'ത്തിലായിരുന്നില്ല. മഹാഭാഗവതവും മറ്റിതിഹാസങ്ങളുമാണ് കവിയുടെ മനോഭാവത്തിനു രൂപം നൽകിയത്. ടോൾസ്റ്റോയി അതിനെ നവീകരിച്ചു. ടാഗോറും കാളിദാസനും അതിനെ കാവ്യാത്മകമാക്കി.

ധർമ്മം എന്ന മൂല്യം

ബാലാമണിയമ്മ നീട്ടിയെഴുതിയ കവിതകൾ ഇതിഹാസകഥാപാത്രങ്ങളെ പുരസ്കരിച്ചുള്ളതാണ്. കൂട്ടത്തിൽ ഏറ്റവും പ്രധാനമാണ് 'മഴുവിന്റെ കഥ'. അത് ഇക്കാലത്തേക്കും എക്കാലത്തേക്കും വിളിപ്പെട്ട മൂല്യമുള്ളതാണ്. ബാലാമണിയമ്മ ഉയർത്തിപ്പിടിച്ചത് 'ധർമ്മം എന്ന മൂല്യ'ത്തെയാണ്. അധർമ്മികൾക്കെതിരായി, ധർമ്മത്തെ ഉപാസിക്കുന്നു. ഐതിഹാസികകവികൾ അവരുടെ പംക്തിയിലാണ് ബാലാമണിയമ്മയ്ക്കു സ്ഥാനം. മഴുവിന്റെ ദാസനായിരുന്നു പരശുരാമൻ. മഴുവിന്റെ ബുദ്ധിയാണദ്ദേഹത്തിന് ഉണ്ടായിരുന്നത്. കഠാരിയെടുക്കുന്ന രാഷ്ട്രീയക്കാരുടെ ഇടയ്ക്കാണ് നമ്മൾ ഇവിടെയുള്ളത്. കഠാരിയെടുക്കുന്ന രാഷ്ട്രീയക്കാരന് കഠാരിയുടെ ബുദ്ധിയേ ഉണ്ടാവൂ. പരശുരാമന്റെ കീർത്തിയുടെ തുടക്കം അമ്മയുടെ ശിരച്ഛേദത്തിലൂടെയാണ്. അച്ഛൻ പറഞ്ഞു; അമ്മയുടെ തലവീശി. പിന്നീട്, അച്ഛൻ ചോദിച്ചു: "മകനേ,

എന്തുവേണം?" "അമ്മയെ പഴയ പോലെ സുചാരിത്രവതിയായി ജീവിപ്പിക്കണം." അച്ഛനതു ചെയ്തു. പ്രവൃത്തിക്കുശേഷം ബുദ്ധി; കേസ് തോറ്റ ശേഷം വക്കീലിന് ബുദ്ധി ഉദിച്ചിട്ട് പ്രയോജനമില്ല. പരശുരാമന് ബുദ്ധി ഉദിച്ചത് എപ്പോഴും സംഭവത്തിനു ശേഷമാണ്. അമ്മയെ കൊന്നശേഷം അതു ശരിയായില്ല എന്നു തോന്നി. അമ്മയെ ജീവിപ്പിക്കാൻ അച്ഛനോട് പറഞ്ഞു. അതിനുള്ള സിദ്ധി പിതാവിന് ഉണ്ടായിരുന്നതുകൊണ്ട് പുത്രന്റെ ആഗ്രഹം സാധിച്ചു. ഇരുപത്തൊന്നുവട്ടം യുദ്ധം ചെയ്തു ക്ഷത്രിയ വർഗ്ഗത്തെ ഒടുക്കി. അതിനു ശേഷം ഉപദേശം ശ്രദ്ധിച്ചു:

"പാരിന്റെ നന്മയ്ക്കത്രെ, പാഴ്വമ്പു കാട്ടാനല്ലി-
യാരണ്യ പിതാക്കൾതൻ ആത്മീയ സമ്പത്തുകൾ
...പോക നീ ചോരക്കറ കഴുകിക്കളഞ്ഞാലും..."

രാഷ്ട്രീയത്തിലെ ത്യാഗവും സേവനവും ജനപിന്തുണയും വെട്ടാനും കുത്താനും രക്തസാക്ഷികളെ ഉണ്ടാക്കാനും ഉപയോഗിക്കുന്നതു നന്നല്ല. എതിരാളിയുടെ തല കൊയ്യുന്നതും നല്ല രാഷ്ട്രീയമല്ല. തല കൊയ്യുന്ന പടയോട്ടങ്ങൾക്കു ശേഷമാണ് ജനാധിപത്യരാഷ്ട്രീയം ഉണ്ടായത്. വാളല്ല, വാക്കാണ് ജനാധിപത്യപോരാട്ടത്തിന്റെ ഉപകരണം. ബുദ്ധി വളരാത്തവർ നേതൃത്വത്തിൽ വന്നാൽ, നാടുനീളെ ഉണ്ടാവുക ചോരക്കളമാകും. പരശുരാമനെ ഉപദേശിക്കുവാൻ പിതാവും ഋഷിമാരും ഉണ്ടായിരുന്നു. ഇന്നതില്ല. ഉള്ളത് ബാലാമണിയമ്മയെപ്പോലുള്ള കവികളാണ്. അവരുടെ നില്പും ആപത്മേഖലയിലാണ്.

കാവ്യദൈർഘ്യം

ബാലാമണിയമ്മയുടെ കൃതികൾ കവിതാസമാഹാരങ്ങളാണ്. കാവ്യരചന കവിത്രയത്തിന്റെ കാലത്തിൽ അസ്തമിച്ചു. പിന്നീട്, കാവ്യദൈർഘ്യം ഉള്ള കൃതികൾ അധികം ഉണ്ടായിട്ടില്ല. അക്കിത്തത്തിന്റെ 'ഇരുപതാംനൂറ്റാണ്ടിലെ ഇതിഹാസം', വൈലോപ്പിള്ളിയുടെ 'കുടിയൊഴിക്കൽ', ചങ്ങമ്പുഴയുടെ 'യവനിക' എന്നിങ്ങനെ ചുരുക്കം കാവ്യങ്ങൾ ഉണ്ടായി, ആ വകുപ്പിൽ, ബാലാമണിയമ്മയുടെ 'ലോകാന്തരങ്ങളിൽ' ഒരു വിലാപകാവ്യമാണ്. നാലപ്പാട്ട് നാരായണമേനോൻ (കവിയുടെ അമ്മാവൻ) അന്തരിച്ചതിന്റെ പുറകെ, അദ്ദേഹത്തിന്റെ സ്മരണകളെ ഉപജീവിച്ചെഴുതിയ കൃതിയാണ് 'ലോകാന്തരങ്ങളിൽ'. ആസ്തികഭാവനയ്ക്കാണ് അതിൽ പ്രാമാണ്യം. അമ്മാവന്റെ മരണാനന്തരം ഉണ്ടായ തങ്ങളുടെ വ്യാകുലതയുടെ സംസ്കരണമാണ് കാവ്യത്തിലുള്ളത്. അതിലെ ചില വരികൾ:

"അന്ത്യവിശ്രമം കൊള്ളും കുലാഗ്ര്യനെ-
യാർത്തർ ഞങ്ങൾ വലംവെച്ചു കൂപ്പുന്നു
മേലിലീവീട്ടിനുൾത്തുടിപ്പേകിടാ
ശീലവാന്റെ യൻപുറ്റകാൽവെപ്പുകൾ"

ധന്യനത്യുന്നതപദം നോക്കിച്ചിരിക്കവേ, ഞങ്ങളുടെ കണ്ണീർ ഒരു വിഘ്നമായിക്കൂടാ എന്ന ചിന്ത പുറകെ.

"ആ വഴിക്കൊരു വൈതരണിപ്പുഴ-
യായൊഴുക്കായ്ക ഞങ്ങൾ തൻ കണ്ണുനീർ"

പങ്കമേൽക്കാത്ത ആഗ്നേയലോകം

പരേതൻ ചെന്നു ചേരാൻ പോകുന്നത്, പങ്കമേൽക്കാത്തൊരാഗ്നേയ ലോകത്തിലാണ്. അവിടെ അസംഖ്യമായ വിഭൂതികൾ ഉണ്ട് സേവന മർപ്പിക്കാൻ, കവി ചിന്തിക്കുന്നു:

"തൂകുമാദൂരനാളിലും ഞങ്ങളിൽ
സ്നേഹശീലനനുഗ്രഹധാരകൾ"

വലിയ സങ്കടങ്ങളിലും മനസ്സുലയാത്ത കവയിത്രിയാണ് ബാലാമണി യമ്മ. ഗുരുവും കാരണവരും മാർഗ്ഗദർശകനും ആചാര്യനുമായ വ്യക്തി യായിരുന്നു, അമ്മാവൻ നാരായണമേനോൻ. അമ്മാവന്റെ മരണത്തിലും അശാമ്യമായ ദുഃഖത്തിൽപെട്ടുഴലുന്നില്ല, കവി. സ്വർഗ്ഗീയമാർഗ്ഗത്തിലുള്ള ഉയർച്ചയായിട്ടാണ് കവി മരണത്തെ കാണുന്നത്.

സാന്ത്വനം

ബാലാമണിയമ്മയുടെ ഞാനെപ്പോഴും ഓർമ്മിക്കുന്ന ഒരു കവിത യുണ്ട്. മകൾ രോഗഗ്രസ്തയായപ്പോൾ, അവളെ അമ്മ ആശ്വസിപ്പിച്ചത്,

"നീ വിഷാദിക്കായ്കേറെ
പ്പാഞ്ഞുമാഴ്കുമ്പോൾ സ്വർഗ്ഗ-
ദേവത നമുക്കേകും,
വിശ്രമമഞ്ചം രോഗം."

മഹാത്മാക്കൾക്ക് സ്വാധീനമാകുന്ന സ്ഥിതപ്രജ്ഞതയെപ്പറ്റി മനീ ഷികൾ പറഞ്ഞിട്ടുണ്ട്. ആ സ്ഥിതിയിൽ എത്തിച്ചേർന്ന കവി ആയിരുന്നു ബാലാമണിയമ്മ. സ്ഥിതപ്രജ്ഞയായ ഒരമ്മയ്ക്കേ മകൾക്ക് ഈ വിധ ത്തിൽ സാന്ത്വനം നേരാനാകൂ. ■

വൈലോപ്പിള്ളി ശ്രീധരമേനോൻ സർവ്വശങ്കാലുവായ കവി

വൈലോപ്പിള്ളി ശ്രീധരമേനോൻ നവോത്ഥാന മഹാകവികളിൽ അഗ്രഗാമിയാണെന്നു പറഞ്ഞാൽ, അതിനോട് അധികം പേർ വിയോജിക്കില്ലെന്ന് ഞാൻ വിചാരിക്കുന്നു. അദ്ദേഹത്തിന്റെ കവിതകൾ വായിച്ച് കവിതാപ്രേമികൾ സന്തുഷ്ടരായി. കവി അധികം അറിയപ്പെടാതിരുന്ന കാലത്ത് ആസ്വാദകരുടെ ശ്രദ്ധ അദ്ദേഹത്തിന്റെ കവിതകളിൽ ആയിരുന്നു. കവിയുടെ മാമ്പഴം എന്ന കവിത അച്ചുകൂടത്തിലെത്തിയപ്പോൾ, പത്രാധിപന്മാർ വട്ടമിട്ടിരുന്ന് അത് വായിച്ചു രസിച്ചുപോൽ. കവി പ്രശസ്തനായിത്തീർന്നതിനുശേഷമുള്ള കാലത്ത്, സഹൃദയലോകത്തിന്റെ ചർച്ചാവിഷയം മഹാകവിയുടെ പെരുമാറ്റമായി. പെരുമാറ്റത്തിലെ മെരുക്കമില്ലായ്മ ഒരു കൗതുകസംഗതിയായി സഹൃദയലോകത്തിൽ പ്രചാരപ്പെട്ടിട്ടുണ്ട്. അതിന്റെ കാരണക്കാർ കവിയുടെ മിത്രങ്ങളാണ്. അവരാണ് കവിയുടെ സ്വഭാവത്തിന്റെ വിമർശകരായിരുന്നത്. അവർ പറഞ്ഞിട്ടാണ് കവിയെ സംബന്ധിച്ച ചില വിലക്ഷണ ഉപാഖ്യാനങ്ങൾക്ക് പ്രചാരം കിട്ടിയത്.

ശുദ്ധാശുദ്ധവിചാരം

ഒറ്റപ്പെട്ടു ജീവിച്ച ആളാണ് വൈലോപ്പിള്ളി ശ്രീധരമേനോൻ. ഒറ്റപ്പെട്ടുള്ള നിൽപ്പാണ് അദ്ദേഹത്തെ കവിയാക്കിയത്. മനസ്സിൽ തട്ടിയ ദുരനുഭവങ്ങൾ ഉണ്ടായിരുന്നു, ശ്രീധരമേനോന്. അത് മുഖ്യമായി വീട്ടിൽ നിന്നുള്ളതായിരുന്നു. തുടക്കം വല്യമ്മാവനിൽനിന്ന്. അമ്മാവൻ ഉദ്യോഗസ്ഥനായിരുന്നു. ധനികൻ. അനുചരസംഘം. കഠിനമായ ശുദ്ധാശുദ്ധവിചാരം. ശ്രീധരനും ജ്യേഷ്ഠനും പഠിച്ച വിദ്യാലയം വീട്ടിൽനിന്ന് നാലരനാഴിക ദൂരെ ആയിരുന്നു. ഉച്ചപ്പട്ടിണി. 'കുളിയാശുദ്ധമായിട്ട്' പുറത്തുനിന്ന് ഭക്ഷണം കഴിച്ചുകൂടാ. അക്കാലത്തെ തങ്ങളെപ്പറ്റി കവി പറയുന്നു, "കടൽകാക്കകളിൽ:

> കുടയും കാറ്റും കൂടാതങ്ങിരു
> കുടുമ വളർത്തിയ ദൈന്യങ്ങൾ.

ശുദ്ധിവിചാരത്തിന്റെ പേരിൽ, ആചാരത്തിന്റെ പേരിൽ, തങ്ങളുടെ ബാല്യം കരുപ്പിടിപ്പിച്ച അമ്മാവന്റെ സ്വഭാവത്തിന്റെ ഇരട്ടമുഖം കവി കേട്ടറിഞ്ഞു. 'കടൽകാക്കകൾ' എന്ന കവിതയിലെ അമ്മാവൻ കവിയുടെ നേരമ്മാവൻ തന്നെയാകാം. ജ്യേഷ്ഠൻ പറഞ്ഞിട്ടാണ്, അമ്മാവന്റെ കഥ കവിയായി വളർന്ന ശ്രീധരൻ ഗ്രഹിച്ചത്. കടൽകാക്കകളിൽനിന്നുള്ള വരികൾ:

> പറയുന്നേട്ടൻ പണ്ടാരു കാര്യം
> പറ്റിച്ചു വല്യമ്മാവൻ
> തക്കത്തിൽ കേവഞ്ചിയിലങ്ങോർ
> വൈക്കത്തേക്കു തിരിക്കുമ്പോൾ
> രാത്രിയിലൊക്കെ മറന്നരയന്മാർ
> വേർത്തു കഴുക്കോലൂന്നുമ്പോൾ
> കാലേവെച്ചവർ കരുതിയ ചോറും
> കടുമണമിയലും മീൻകറിയും
> ഓർത്തു സഹിക്കാതങ്ങോരൊടുവിൽ
> പാത്തു കിടന്നവ സാപ്പിട്ടു.

ആ സംഭവത്തിനു സാക്ഷിയുണ്ട്:

> "ആരു പറഞ്ഞു? ചൊല്ലിതൊരുനാ-
> ളമ്മയൊടിക്കഥയമ്മായി."

അമ്മാവനെപ്പറ്റി ദീർഘമായുപന്യസിച്ചിട്ടുണ്ട്, കടൽകാക്കകളിൽ... മനുഷ്യർ പറയുന്ന വാക്കും അവരുടെ ചെയ്തികളും ഒന്നിച്ചുപോകില്ലെന്നാണ് അമ്മാവനിൽ നിന്നു കവി ഉൾക്കൊണ്ട പാഠം.

അമ്മയും അച്ഛനും

ഇനി അമ്മയുടെ പക്ഷത്തുനിന്നുണ്ടായ വല്ലായ്മകൾ. 'സാവിത്രി' എന്ന കവിതയിൽനിന്നുള്ള ഈരടി പകർത്തുന്നു:

> ശോകമൂകനായച്ഛ-
> നക്കാലത്തിറങ്ങിപ്പോയ്
> സ്വീകരിച്ചിതെന്നമ്മ
> മറ്റൊരുത്തനെ കമാൽ

പിതാവ് സങ്കടപ്പെട്ടാണ് പോയത്. അമ്മയ്ക്കു കൂസലില്ല. ആരോടും ചോദിച്ചില്ല, അമ്മ മറ്റൊരാളെ ഭർത്താവാക്കി. ഇതൊരമേരിക്കൻ സ്റ്റൈലിലുള്ള ഭർതൃമാറ്റമാണ്. പാശ്ചാത്യ രാജ്യങ്ങളിലാകെ അതാണിന്നു നടപ്പ്. അതുപോലെ ആയിരുന്നു, ഇരുപതാം നൂറ്റാണ്ടിന്റെ ആദ്യപകുതിയിൽ നായരും നമ്പൂതിരിയും ഉൾപ്പെടെയുള്ള സവർണ്ണജാതിക്കാരുടെ ദാമ്പത്യപ്പെരുമാറ്റം. കവിതയിൽ പറഞ്ഞ രണ്ടാമത്തെ ഭർത്താവ് അമ്മയെ വിട്ട്

വേറെ സംബന്ധമുണ്ടാക്കി. അയാൾ പിന്നീട്, മകളുടെ പഠിപ്പിന് സഹായിക്കാനായി, ഉപേക്ഷിച്ച ഭാര്യയുടെ മകനെ സമീപിച്ചു. അവൻ സഹായിച്ചു. അതറിഞ്ഞ് അമ്മ മകനെ ശാസിച്ചു.

ദാമ്പത്യത്തിലെ പടലപ്പിണക്കങ്ങൾ അക്കാലത്ത് സാമാന്യ കാര്യമായിരുന്നിരിക്കാം. എന്നാൽ, വികാരശീലനായ യുവാവിന് അത് ഉള്ളിൽ തട്ടിയ വേദനയുണ്ടാക്കി. ശോകമൂകനായി ഇറങ്ങിപ്പോയ അച്ഛൻ. കൂസലില്ലാത്ത അമ്മ. കവിക്ക് ഉള്ളു ചുട്ടു. അമ്മയുടെ പെരുമാറ്റം സാധാരണ കാര്യമായിക്കാണാൻ ശ്രീധരനായില്ല. അമ്മയെ നന്നെ സ്നേഹിച്ച മകനായിരുന്നു ശ്രീധരൻ. എന്നാൽ, അമ്മയുടെ നടപടി അവനെ അമ്മയിൽ നിന്നകറ്റി. "മകൻ തന്നെ ശകാരിക്കുന്നതിനെപ്പറ്റി അമ്മ ശ്രീധരന്റെ സ്കൂളിലെ ഒരദ്ധ്യാപകനോടു പറഞ്ഞതായും അയാളിൽ നിന്ന് അന്യായമൊന്നും ഉണ്ടാകില്ലെന്ന് അദ്ധ്യാപകൻ പറഞ്ഞതായും" വൈലോപ്പിള്ളിയുടെ ആത്മകഥയിൽ പറഞ്ഞിട്ടുണ്ട്. അതിന്റെയൊക്കെ അടിയിലുള്ളത്, സ്ത്രീവർഗ്ഗത്തോട് അമ്മമൂലമുണ്ടായ ശ്രീധരന്റെ അപ്രീതിയാണ്. ശ്രീധരന് സ്ത്രീകളോടെല്ലാം ദ്വേഷമായി. അദ്ദേഹം എഴുതി:

ഈ വധുക്കളിലെന്റെ-
യമ്മയെക്കാണുന്നു ഞാൻ...
ആവതല്ലേതുമെനി-
ക്കന്യഥാ ചിന്തിക്കുവാൻ.

കുടുംബത്തുനിന്നു കിട്ടിയ രണ്ടാമത്തെ അടിയാണ് കവിക്ക് അമ്മവൃത്താന്തം. അമ്മയുടെ സ്വഭാവത്തിലെ കഠിനത അഥവാ ദാക്ഷിണ്യരാഹിത്യം സ്ത്രീകളിലൊക്കെയുണ്ടെന്ന് വൈലോപ്പിള്ളി വിചാരിച്ചുവോ? അങ്ങനെ വിചാരിച്ചു എന്നാണ് മനസ്സിലാക്കേണ്ടത്. കവിക്ക് കുടുംബസൗഖ്യം മരീചികയായി എന്നും വിചാരിക്കാവുന്നതാണ്. 'കണ്ണീർപ്പാടവും' 'കുരുവികളിലെ സോണറ്റുകളും' അതാണ് നമുക്കു പറഞ്ഞുതരുന്നത്.

കുട്ടികൃഷ്ണമാരാര്

അങ്ങനെ ബഹുധാ മനസ്സിളകിക്കഴിയുകയായിരുന്ന കവിയാണ്, തന്റെ പ്രഥമ കവിതാസമാഹാരത്തിന് അവതാരികയെഴുതാൻ വിമർശകമൂർദ്ധന്യനായ കുട്ടികൃഷ്ണമാരാരെ തിരഞ്ഞെടുത്തത്. അത് മറ്റൊരടിയായി.

മാരാർ തത്സമയം, കമ്മ്യൂണിസ്റ്റു സാഹിത്യനിലപാടുകളോട് പോരാട്ടത്തിലായിരുന്നു. 'കന്നിക്കൊയ്ത്തി'ന്റെ അവതാരികയെ പോരിൽ തന്റെ പരിചയാക്കി, വിമർശകൻ. 'മാമ്പഴം', 'ആസ്സാംപണിക്കാർ', 'സഹ്യന്റെ മകൻ' എന്നീ മൂന്നു കവിതകളെ സ്പർശിച്ചുള്ളതായിരുന്നു മാരാരുടെ നിരീക്ഷണങ്ങൾ. ആ മൂന്നു കവിതകൾ ആർദ്രതകൊണ്ട് അനുവാചകന്റെ മനസ്സലിയിക്കുന്നതാണ്. മാരാർ ആ മൂന്നിനേയും കരുവാക്കി, കഠോരമായ വാക്പയറ്റു നടത്തി, പുരോഗമനസാഹിത്യത്തിനെതിരായിട്ട്.

വിവാദത്തിൽ മാരാർ 'സ്കോർ ചെയ്തു' എന്നു സമ്മതിക്കാം. എന്നാൽ, യുവകവിയെ സംബന്ധിച്ച് അതെന്തായി? കവി ജീവത്സാഹിത്യത്തിന്റേയും പുരോഗമനസാഹിത്യത്തിന്റേയും പരോക്ഷ ശത്രുവായി. തെളിവ്, മാരാർ കന്നിക്കൊയ്ത്തിന് എഴുതിക്കൊടുത്ത അവതാരിക.

തന്റേതല്ലാത്ത ഒരാശയഗതിയുടെ തടവറയിലായിരുന്നു പലകാലം കവി വൈലോപ്പിള്ളി. അദ്ദേഹത്തിന് ആത്മവിശ്വാസക്കുറവ് നന്നേ ഉണ്ടായിരുന്നു. തന്റെ കൃതികൾക്കൊക്കെ സാഹിത്യത്തിലെ പ്രശസ്തന്മാരുടെ അവതാരിക വേണം എന്നദ്ദേഹം കരുതിയതിന് മറ്റു കാരണമില്ല. കൈനിക്കര കുമാരപിള്ള, എൻ.വി. കൃഷ്ണവാരിയർ, എം.എൻ. വിജയൻ, പി.എ. വാരിയർ തുടങ്ങിയവരൊക്കെ ശ്ലാഘിച്ചിട്ടും മാരാർബാധയിൽനിന്ന് താൻ നിർമ്മുക്തനായെന്ന് വൈലോപ്പിള്ളിക്ക് വിശ്വാസമായില്ല. തന്മൂലമാകാം, ആത്മരക്ഷാകരമായ ഒരുപായമായിട്ട് ഒടുവിൽ, 'ദേശാഭിമാനി സ്റ്റഡിസർക്കിളി'ന്റെ അദ്ധ്യക്ഷസ്ഥാനം അദ്ദേഹം കൈക്കൊണ്ടത്. പാർട്ടിപ്രതത്തിന്റെ നിഴലിൽപെട്ടുകിടക്കുന്ന സാഹിത്യസംഘടനയെ സ്വന്തം കാലിൽ നിൽക്കുന്ന ഒന്നാക്കി മാറ്റുന്നതിൽ കവി വിജയിച്ചു. ദേശാഭിമാനി സ്റ്റഡിസർക്കിൾ രായ്ക്കുരാമാനം പുരോഗമന കലാസാഹിത്യസംഘമായി. അതോടെ, മാരാർബാധ ഒഴിഞ്ഞു, കവി വാമപക്ഷരാഷ്ട്രീയക്കാർക്ക് പ്രീതികരൻ ആയി.

തുടർന്ന്, വൈലോപ്പിള്ളി കുമാരനാശാന്റെ കിടയിലുള്ള മഹാകവിയാണെന്ന് കമ്യൂണിസ്റ്റ് ലേഖകനായ പി. ഗോവിന്ദപിള്ള വിളിച്ചുപറഞ്ഞു. തുടർന്ന്, ഇടതുപക്ഷസാഹിത്യവേദികളിൽ മഹാകവി നിറഞ്ഞുനിന്നു. പുറകെ, കമ്യൂണിസ്റ്റുസാഹിത്യ സംഘടനാധിപതി സഖാവ് എം.എൻ. കുറുപ്പിന്റെ പ്രേരണയിൽ വൈലോപ്പിള്ളി 'കാവ്യലോകസ്മരണകൾ' എഴുതി. വിനാവിളംബം, തിരുവനന്തപുരത്ത് 'വൈലോപ്പിള്ളി സംസ്കൃതി ഭവൻ' നിർമ്മിക്കപ്പെട്ടു. തുടർന്നുണ്ടായത്, മഹാകവിയുടെ റഷ്യാ സന്ദർശനമാണ്.

അമ്മാവനും അമ്മയും കവിയെ ശങ്കാലുവാക്കിയതിനുമേൽ, ചതിപറ്റിയ പോലെയായി, പ്രഥമസമാഹാരത്തിന് കുട്ടികൃഷ്ണമാരാർ എഴുതിക്കൊടുത്ത അവതാരിക. വൈലോപ്പിള്ളിയെ, ഭൂമിയിലാരേയും വിശ്വസിച്ചുകൂടാ എന്ന ദോഷൈകദർശനത്തിൽ സ്വയം തളച്ചിടുന്നതിലേക്ക് അതും നിമിത്തമായി. വൈലോപ്പിള്ളിയെ ഇടതുവിചാരഗതിക്കു പുറത്താക്കുകയാണ് അവതാരിക ചെയ്തത്. അത് ജീവത്സാഹിത്യത്തിന്റെ ഉദയകാലമായിരുന്നു. അവതാരികയിലെ നിരീക്ഷണങ്ങൾ കവിയുടെ സമീപനങ്ങളെ ഉപഹസിക്കുന്നതും ധ്വംസിക്കുന്നതും ആയിരുന്നു.

രാമനാഥൻ

ഇതിൽനിന്നെല്ലാം വ്യത്യസ്തമായി കവി തന്റെ അപരാധം സ്വയം കണ്ടെത്തുന്നുമുണ്ട് 'രാമനാഥൻ' എന്ന കവിതയിൽ. സ്കൂളിലെ ചങ്ങാതി

രാമനാഥൻ വർണ്ണചിത്രങ്ങൾ കൊണ്ടുവന്നു. സുഹൃത്ത് അത് നോക്കാൻ വാങ്ങി. ശേഷം അത് ഒളിപ്പിച്ചുവെച്ചു. തന്റെ ചിത്രങ്ങൾ കാണുന്നില്ലെന്ന് രാമനാഥൻ അദ്ധ്യാപകനോട് പരാതിപ്പെട്ടു. പരക്കെ തിരച്ചിൽ ഉണ്ടായി. രാമനാഥൻ സുഹൃത്തായ തന്നെ സംശയിച്ചില്ല. തനിക്കെതിരെ ചിലർ ചൂണ്ടിപ്പറഞ്ഞതിനെ രാമനാഥൻ ശരിവെച്ചില്ല. രാമനാഥൻ തന്നെ വിശ്വസിച്ചു. ആ വിശ്വാസം തന്റെ മാനം കാത്തു. കവിത അവസാനിപ്പിച്ചുകൊണ്ടുള്ള ഈരടി ഉദ്ധരിക്കുന്നു:

ആരെയും നമ്പാതുഗ്രയുക്തിചിന്തയിലൂടെ
കാരമുള്ളായിത്തീർന്നിതെൻ കരൾ...

ഈ ഉഗ്രയുക്തിചിന്തയാണ് കവിയെ സദാ സംശയാലു ആക്കുന്നത്. ആരെയും വിശ്വസിക്കാതിരിക്കലാണ് അതിന്റെ ഫലം. കാരമുള്ള് ഒരു മയവും മാർദ്ദവവുമില്ലാത്ത വസ്തു. കവി തന്റെ കരൾ കാരമുള്ളായിത്തീർന്നതായി പറയുന്നു. സത്യപ്രസ്താവനയാണത്.

സംശയിക്കേണ്ടാത്തിടത്ത് സംശയിക്കുക. സംശയിച്ച് മനസ്സിനെ നോവിപ്പിക്കുക; മനസ്സിനെ മരവിപ്പിക്കുക - ഇത് ശ്രീധരമേനോന്റെ സ്വഭാവത്തിന്റെ പ്രത്യേകതയാണ്.

ഭീതി

ഒരു സംഭവം, എന്റെ നേരനുഭവം വിവരിക്കാം. കമ്യൂണിസ്റ്റ് മഹാകവി കെ.പി.ജി. നമ്പൂതിരി മരിച്ചിട്ട് ആണ്ടുതികയുന്ന ദിവസം. കവിയുടെ നാടായ കറുകുറ്റിയിൽ വമ്പിച്ച പ്രഥമശ്രാദ്ധ യോഗം. ഇ.എം.എസ്. നമ്പൂതിരിപ്പാടുണ്ട്. എം.എസ്. ദേവദാസുണ്ട്. പി.ഗോവിന്ദപ്പിള്ളയും. മഹാകവി വൈലോപ്പിള്ളിയും ഞാനും അദ്ധ്യക്ഷപീഠത്തിലുണ്ട്. അടിയന്തരാവസ്ഥക്കാലം. ആയിടെ രണ്ടു യുവതികൾ കിണറ്റിൽ ചാടി ആത്മഹത്യ ചെയ്തിരുന്നു. വൈലോപ്പിള്ളി പ്രസംഗത്തിനിടെ വായിച്ച കവിത ആ മരണത്തെ സംബന്ധിച്ചുള്ളതായിരുന്നു. കവിതയിലെ ഒരു ഈരടി എന്റെ മനസ്സിൽ പറ്റിക്കിടന്നു. ഉദ്ധരിക്കാം:

മരണമാറിടത്തിലോ വരണമാല മക്കളേ
മരണമേ വരം, കിരാതഭരണമാർന്ന ഭൂവിതിൽ

ആ കവിത വായിച്ചശേഷം കവി ഉൽക്കണ്ഠപ്പെട്ട് എന്നോടു പറഞ്ഞു: “കരുണാകരനാണ് ഹോം മിനിസ്റ്റർ. അയാളെ പേടിക്കണം.” തന്നെ വല്ലതും ചെയ്തുകളയുമോ എന്ന ഭീതി മഹാകവിയുടെ വാക്കുകളിൽ ഉണ്ടായിരുന്നു.

ആ കവിത ഉടനെയൊന്നും പ്രസിദ്ധീകരിച്ചുകണ്ടില്ല. എനിക്ക് അതു വായിച്ച് ഹൃദിസ്ഥമാക്കണമെന്നുണ്ടായിരുന്നു. കരുണാകരനെ പേടിച്ചിട്ടാണോ പ്രസിദ്ധീകരണം വൈകിച്ചത്? അതിനെപ്പറ്റി രണ്ടുവഴിക്കും ചിന്തിക്കാം.

പിന്നീടുണ്ടായതാണിത്. ഇടശ്ശേരി മരിച്ച് ആണ്ടെത്തുന്നതു സംബ ന്ധിച്ച് പൊന്നാനിയിൽ യോഗം. വൈലോപ്പിള്ളി പങ്കെടുത്തു പ്രസംഗിച്ചു. ഉശിരുള്ള പ്രസംഗമായിരുന്നു. വിമർശകരെപ്പറ്റി പറയുന്ന കൂട്ടത്തിൽ അദ്ദേഹം മീശയുള്ള പെണ്ണുങ്ങളെപ്പറ്റി പറഞ്ഞു. ഒരു സാമാന്യ നസ്യം. എവിടേയും ചെന്നു കൊള്ളാം. പിന്നീട് അതായി കവിക്ക് വേവലാതിക്കു വിഷയം. മീശയുള്ള പെണ്ണുങ്ങളെന്നു പറഞ്ഞത്, തന്നെപ്പറ്റിയാണെന്ന് ലീലാവതി കരുതിയാലോ. അതായിരുന്നു ചിന്ത.

മഹാകവി ഭയപ്പാടിലായിരുന്നു, എന്നും എല്ലാറ്റിനെപ്പറ്റിയും. അമ്മാ വനും അമ്മയും ആണ് ഭയം കവിയിൽ കുത്തിച്ചെലുത്തിയത്. അതിന പ്പുറം, കുട്ടികൃഷ്ണമാരാര് മൂലമുണ്ടായ ഇച്ഛാഭംഗവും. രാമനാഥൻ വഴി യുണ്ടായ ആത്മവിമർശം. ഇതൊക്കെ കവിയുടെ പെരുമാറ്റത്തെയാണ് ബാധിച്ചത്. കവിതയെ ഇതു ബാധിച്ചില്ല. മാമ്പഴവും സഹ്യന്റെ മകനും വഴി വന്ന വാഗ്ദാനത്തിന്റെ മാർഗ്ഗത്തിൽതന്നെ അദ്ദേഹത്തിന്റെ കവത്വ ശേഷി ചരിച്ചു. കുടിയൊഴിക്കൽ, കൃഷ്ണാഷ്ടമി, ഓണപ്പാട്ടുകാർ, യുഗ പരിവർത്തനം, കണ്ണീർപ്പാടം തുടങ്ങിയ മികച്ച കവിതകൾ അദ്ദേഹ ത്തിന്റെ തൂലികയിൽ നിന്നുതിർന്നല്ലോ.

ചീവീടുകൾ

വൈലോപ്പിള്ളിയുടെ ഏറ്റവും മികച്ച കൃതി 'കുടിയൊഴിക്കൽ' ആണെന്നു വിചാരിക്കുന്നവരുണ്ട്. റഷ്യൻ സാഹിത്യം വായിച്ചിട്ടുണ്ടായ സംസ്കാരം അതിന്റെ രചനയ്ക്ക് പുറകിലുണ്ടെന്ന് കവി പറഞ്ഞിട്ടുണ്ട്. റഷ്യൻ സാഹിത്യ സംസ്കാരം നിഷേധാത്മകമായിട്ടാണ് നമ്മുടെ സാഹിത്യത്തിൽ പ്രതിഫലിച്ചിട്ടുള്ളത്. വിപ്ലവത്തിന്റെ മോഹനവാഗ്ദാനം പിന്നീട് മർദ്ദനത്തിനും ചോരചിന്തലിനും വഴിമാറിക്കൊടുത്തു. 'തോറ്റ ദൈവം' എന്ന ചിന്ത സാഹിത്യകാരന്മാരെ സ്വാധീനിച്ചു. കുടിയൊഴി ക്കലിലെ ചീവീടുകൾ വിപ്ലവത്തിൽ മണ്ണടിഞ്ഞുപോയവരുടെ ജീവനാ ണെന്ന് സങ്കൽപ്പിക്കപ്പെടുന്നുണ്ട്. വിപ്ലവങ്ങൾ നന്മയ്ക്കുള്ളതല്ലെന്ന വിചാരഗതി അതിൽനിന്നുണ്ടാവുന്നു. ചീവീടുകളുടെ പാട്ടിൽ പറയുന്നു:

വിശ്വസംസ്കാര പാലകരാകും
വിജ്ഞരേ, ലോകം വെല്ലുവിളിപ്പൂ
ആകുമോ ഭവാന്മാർക്കു നികത്താൻ
ലോകസാമൂഹ്യ ദുർന്നിയമങ്ങൾ
സ്നേഹസുന്ദര പാതയിലൂടെ -
വേഗമാട്ടെ, വേഗമാകട്ടെ.

പാട്ടിലെ ആദ്യത്തെ അഞ്ചുവരികൾ അർത്ഥവത്താണ്, വേണ്ടതാണ്. എന്നാൽ, അവസാനത്തെ വരിയിലെ ആഹ്വാനം ആപൽക്കരമാണ്. സാമൂഹികപരിവർത്തനം സമാധാനപരമായി, കോലാഹലമില്ലാതെ, ചോര യൊഴുക്കാതെ നടപ്പിൽ വരുത്താവുന്നതാണ്, ഗാന്ധിയുടേയും നാരായണ

ഗുരുവിന്റേയും മാർഗ്ഗത്തിൽ. ഗാന്ധി അക്രമരാഹിത്യത്തെ മുറുകെപ്പിടിച്ചു. 'മിശ്രഭോജനം' നടത്തിയതിന്ന് സമുദായപ്രമാണിമാർ സഹോദരൻ അയ്യപ്പനെ കഠിനമായി ദണ്ഡിപ്പിച്ചു. അതിനെപ്പറ്റി ഗുരു അയ്യപ്പനോടു പറഞ്ഞത്, "ക്ഷമിക്കണം യേശുവിനെപ്പോലെ" എന്നാണ്. കുരിശു യുദ്ധവും ജിഹാദും മനഷ്യരെ ഝടുതിയിൽ സ്വർഗ്ഗത്തിലെത്തിക്കാനുള്ള താണ്. വിപ്ലവവും വിമോചനസമരവും സത്വരം ഭൂമിയെ സ്വർഗ്ഗമാക്കാനുള്ളതാണ്. അതൊക്കെ വ്യാമോഹമാണ്. വേഗമാകട്ടെ, വേഗമാകട്ടെ എന്നത് വെറും കമ്പമാണ്. മാറ്റം വേഗത്തിൽ ഉണ്ടാവുകയില്ല. ഫ്രഞ്ചു വിപ്ലവത്തിലും റഷ്യൻ വിപ്ലവത്തിലും മാവോവിപ്ലവത്തിലും പോൾപോർട്ടിന്റെ വിപ്ലവത്തിലും ജീവനഷ്ടം പറ്റിയവർ എത്രയെത്ര ആരെങ്കിലും അതിന്റെ കണക്കെടുത്തിട്ടുണ്ടോ? പ്രകൃതിയുടെ പല കാര്യങ്ങളുടെ ഇരയാണ് മനുഷ്യജാതി. അതിൽപരം, സ്വയംകൃതമായ ക്രൗര്യം ഉണ്ട്. അതാണ് വിപ്ലവം. വേഗമാകട്ടെ എന്ന അനുശാസനം ക്രൗര്യത്തിന്റെ ദുർമൂർത്തിയെ കുത്തിയിളക്കിവിടാനുള്ള ആഭിചാരമാണ്. വിപ്ലവത്തിൽ ഹോമിക്കപ്പെട്ട ജീവന്റെ വില ആരുണ്ട്, കണക്കാക്കിയിട്ട്!

വൈലോപ്പിള്ളിയുടെ കവിതയിലെ 'വേഗമാകട്ടെ' യാഥാസ്ഥിതികന്മാരെപ്പോലും 'ഹാലു പിടിപ്പിക്കാൻ' പര്യാപ്തമായി. കുടിയൊഴിക്കലിൽ വിപ്ലവമുണ്ടെന്നു പറയുന്നത് ശരിയല്ല. വിപ്ലവത്തിന്റെ 'കാരിക്കേച്ചർ' ആണ് അതിലുള്ളത്. കുടിയൊഴിക്കലിലെ കഥ ഞാൻ സംഗ്രഹിക്കുന്നില്ല. അതിന്റെ ആദ്യഭാഗം അഭിജ്ഞാനശാകുന്തളത്തിന്റെ സംഗ്രഹമാണ്. അതിൽ പുതുമയില്ല. "അന്തിയുണ്ട് പഴങ്ങൾതൻ മാംസം ഭുജിച്ചുകൊണ്ടിരിക്കുന്ന" കവി മറ്റൊരു ദുഷ്യന്തനല്ലാതെയല്ല. 'പഴങ്ങൾതൻ മാംസം മന്ദമന്ദം നുണഞ്ഞതിൻശേഷം' എന്നതിലെ ആ മാംസശബ്ദവും അത് നുണഞ്ഞതും അരോചകമായിട്ടാണെനിക്കു തോന്നിയത്. മാംസം നുണയുകയോ! പഴത്തിന്റെയായാലും, 'മാംസം' എന്നു പറഞ്ഞപ്പോൾ അത് 'പച്ചയ്ക്ക്' എന്നാണല്ലോ വന്നുകൂടുന്നത്. അതിലൊരു പ്രാക്കുലീനതയുണ്ടെന്ന് കവി ഓർത്തില്ല. കാവ്യദോഷം എന്നാണ് പഴയരീതിയിൽ അതിനെപ്പറ്റി പറയേണ്ടത്. ഇപ്പോൾ ആ നിരീക്ഷണത്തിന് പ്രസക്തിയില്ല. ഇക്കാലത്തെ കവിതകളിൽ ഉള്ളത്, അടിമുടി, കാവ്യദോഷമാണ്. ദോഷം സർവ്വത്ര ഉള്ളേടത്ത് ദോഷം നാട്ടുനടപ്പാണ്. നമുക്കിവിടെ വൈലോപ്പിള്ളിയുടെ ഭോജനവൃത്താന്തത്തെ സംസ്കാരലോപത്തിൽ ഉൾപ്പെടുത്താം.

ഇടത്തരക്കാർ

കുടിയൊഴിക്കലിന് എഴുതിയ അവതാരികയിൽ, കവിയുടെ ആഹ്വാനത്തിൽ മനസ്സുടക്കിനിന്നില്ല, എൻ.വി. കൃഷ്ണവാരിയർ. അദ്ദേഹം ഇടത്തരക്കാരുടെ പരാധീനതയാണതിൽ കണ്ടത്. മേൽത്തട്ടിനും കീഴ്ത്തട്ടിനും ഇടയ്ക്ക് ഞെരുക്കത്തിൽപെട്ടവൻ ഇടത്തരക്കാരൻ. അവന്റെ

പ്രശ്നമാണ് കവി ഉയർത്തിക്കൊണ്ടുവന്നത്. ഈ ഇടത്തരക്കാരൻ കഷ്ടതയിലാണെന്ന ആശയം 1940–50കളിൽ എഴുത്തുകാരെ ആവേശിച്ചിരുന്നു. തൊഴിലാളികൾ സംഘടിച്ചു മുന്നേറിയപ്പോൾ, സംഘടിക്കുകശീലമല്ലാത്ത, ഒറ്റപ്പെട്ടുനിന്ന, ഇടത്തരക്കാരന് ഏർപ്പെട്ട പരാഭവമാണ്, അധികവും ഇടത്തരക്കാരായ എഴുത്തുകാരുടെ ആത്മഗ്ലാനിയാണ് കൃഷ്ണവാരിയരുടെ അവതാരികയിലെ വികാരം. ആ ചിന്ത സാഹിത്യത്തിൽ ഒരു താൽക്കാലിക പ്രതിഭാസമായിരുന്നു. അതിനെപ്പറ്റി കൃഷ്ണവാരിയർക്കുശേഷം ആരും ചിന്തിച്ചിട്ടില്ല.

കുടിയൊഴിക്കൽപോലെ അധികം ചർച്ച ചെയ്യപ്പെട്ട വൈലോപ്പിള്ളിയുടെ കൃതി ‘ഓണപ്പാട്ടുകാർ’ ആകുന്നു. ആ കൃതിയല്ല, അതിന് എം.എൻ. വിജയൻ എഴുതിയ അവതാരികയാണ് ചർച്ചയ്ക്കു വിഷയമായത്. ‘കാച്ചിക്കുറുക്കിയ കവിത’ എന്നതാണ് വൈലോപ്പിള്ളിയുടെ കവിതയ്ക്ക് വിജയൻ നൽകിയ സ്വഭാവസർട്ടിഫിക്കറ്റ്. കവിതയിൽ, “കവിത ഏറ്റവുമധികം ഉൾക്കൊള്ളിക്കുകയാണ് വൈലോപ്പിള്ളിയുടെ രചനാതന്ത്രം” എന്നു വിജയൻ പറഞ്ഞു. അദ്ദേഹം എഴുതി

‘വള്ളത്തോളും കുമാരനാശാനും മലയാളത്തിൽ പാലുപോലുള്ള കവിതകളെഴുതി. അവരിൽനിന്നു വ്യത്യാസപ്പെട്ട്, കവിതയുടെ അഴകിൽ മനസ്സുവെച്ചു വൈലോപ്പിള്ളി.’ വൈലോപ്പിള്ളിയുടേത്. കവിതയുടെ സൗന്ദര്യയുഗം ആണെന്ന് വിജയൻ പറഞ്ഞു. കുടിയൊഴിക്കലിലെ ഒരു കൽപ്പനയെടുത്താണ് തന്റെ വാദത്തെ വിജയൻ സാധൂകരിക്കാൻ ശ്രമിക്കുന്നത്:

പൊൻപണത്തിന് മാനത്തെ വിറ്റു
നിൻവയർ നീ നിറയ്ക്കയോ ബാലേ?

എന്നു തൊഴിലാളിയുടെ ചോദ്യം.

അതിനെപ്പറ്റി കവി,

മൂർഖനാണവൻ, പക്ഷെയാ കൊള്ളി–
വാക്കിലില്ലയോ വാസ്തവനാളം

എന്നതിലെ വാസ്തവനാളത്തെപ്പറ്റി അവതാരികാകാരൻ പറയുന്നു:

“കൊള്ളിയും നാളവും തമ്മിൽ ബന്ധിച്ച് കവിത കൊളുത്തി.”

വളച്ചുകെട്ടൽ

ഇപ്പറഞ്ഞതിൽ, കാച്ചിക്കുറുക്കൽ ഉണ്ടെന്ന് എനിക്കു തോന്നിയിട്ടില്ല. വളച്ചുകെട്ടൽ അഥവാ അതിഭാഷണം എന്നാണ് അതിനെപ്പറ്റി പറയേണ്ടത്.

വിജയൻ കാച്ചിക്കുറുക്കിയ കവിതയെപ്പറ്റി പറഞ്ഞത് വൈലോപ്പിള്ളിയുടെ ഓണപ്പാട്ടുകാർ എന്ന കവിതാസമാഹാരത്തിന്റെ അവതാരികയിലാണ്. സമാഹാരത്തിലെ ഓണപ്പാട്ടുകാർ എന്ന കവിത യാതൊരു

നിലയ്ക്കും കാച്ചിക്കുറുക്കിയതായിരുന്നില്ല. കവിത, കണ്ണശ്ശവൃത്തത്തിൽ രചിക്കപ്പെട്ടതാണ്. ആ വൃത്തം മേദുരതയെ വിളിച്ചുവരുത്തുന്നതാണ്. കവി ചെയ്യേണ്ടത്, കവിത രചിക്കുകയാണ്; എഴുതുന്ന കവിതയെപ്പറ്റി അധികം ചിന്തിക്കുന്നത് കവിതയുടെ സാരള്യം നഷ്ടപ്പെടുത്തും. എം.എൻ. വിജയന്റെ ഉപദർശനം, വൈലോപ്പിള്ളിയുടെ കവിത്വത്തെ ചങ്ങലയ്ക്കിടുകയാണ് ചെയ്തത്. കാച്ചിക്കുറുക്കുക എന്ന ബദ്ധപ്പാടു കവിക്കുണ്ടായി. തന്റെ 'ആനൽസ്വഭാവഘടനയെപ്പറ്റി' വിമർശകൻ പറഞ്ഞത് കവിയെ ആത്മവിശ്വാസക്കുറവുള്ളവനാക്കാനേ ഉതകിയുള്ളൂ. മനഃശാസ്ത്രത്തിലെ ശബ്ദങ്ങൾ ചില ലേഖകന്മാർ എഴുത്തിൽ ചേർക്കുന്നു. ആവക പദശില്പങ്ങളോടിണക്കാൻ പുതുതലമുറയിലെ എഴുത്തുകാർ ശ്രമിക്കുന്നു. അവരുടെ എഴുത്ത് യാന്ത്രികമായിത്തീരുന്നു. കവിതയിൽനിന്നു കിട്ടിയ അനുഭൂതിയെ തള്ളി, പണ്ഡിതന്മാരുടെ നിബന്ധങ്ങളിൽ നിന്നുള്ള ഉദ്ധരണികളിലേക്ക് പാകപ്പെടുത്താൻ കവിതയിൽ ഇല്ലാത്ത പരകീയാശയങ്ങളെ കേറിപ്പിടിക്കുന്നു, യുവവിമർശകൻ. സാഹിത്യചിന്തയുടെ പല സ്കൂളുകൾ പ്രചാരത്തിലുണ്ട്. ആ സ്കൂളുകളോടു പറ്റിനിൽക്കുന്നത് പാണ്ഡിത്യപ്രകടനത്തിന് ഉതകും. ഒരു പാശ്ചാത്യ വിമർശനഗ്രന്ഥം വായിച്ചാൽ, അതിൽനിന്ന് നൂറുനൂറു ഉദ്ധരണികൾ കുറിച്ചുവെക്കാം. മനഃശാസ്ത്രഗ്രന്ഥം വായിച്ചാലും അങ്ങനെത്തന്നെ. ഭാരതീയ ആലങ്കാരികന്മാരുടെ ഗ്രന്ഥങ്ങൾ വായിച്ചാലും പകർത്തിവെക്കാൻ ആശയമുദ്രകൾ കിട്ടാതിരിക്കുകയില്ല. പഴയ പണ്ഡിതന്മാരൊക്കെ ആലങ്കാരികന്മാരുടെ വചനങ്ങളിന്മേൽ തൂങ്ങിപ്പിടിച്ചു കിടക്കുന്നവരായിരുന്നു. ചിന്തയുടെ മറുകരയാണ് ആലങ്കാരികമതമെന്നവർ വിശ്വസിച്ചു.

തന്ദ്രി

സഹൃദയന് അഗ്രാഹ്യമായിട്ടൊന്നും വേലോപ്പിള്ളിയുടെ കവിതകളിൽ ഇല്ല. എം.എൻ. വിജയന്റെ അവതാരികയ്ക്കുശേഷവും വൈലോപ്പിള്ളി രചനാരീതിയിൽ മാറ്റമുണ്ടാക്കിയില്ല. ലാളിത്യം, പ്രസന്നത, ഓജസ്സ്, മിതത്വം ഇതൊക്കെയാണ് വൈലോപ്പിള്ളിക്കവിതയുടെ സാമാന്യസ്വഭാവം. "കവിതയിൽ ചൂടും വെളിച്ചവും ചുണയും വേണം", "കാവ്യലോകസ്മരണകളിൽ" വൈലോപ്പിള്ളി പറഞ്ഞു. കവിതയിൽ അനുപേക്ഷണീയമായിട്ടുള്ളത് Passion, Precision and Music ആണെന്നത്രേ പാശ്ചാത്യവിചാരഗതി. വൈലോപ്പിള്ളി ചൂട് എന്നു പറഞ്ഞത് വികാരാംശം എന്ന അർത്ഥത്തിലാകാം. Passion ആണത്. വെളിച്ചം Enlightenment ആണ് എന്നു ഞാൻ വിചാരിക്കുന്നു. കാര്യജ്ഞത എന്നു മലയാളത്തിൽ പറയാം. എം.എൻ. വിജയൻ കാച്ചിക്കുറുക്കൽ ആക്കിയത് മുകളിൽ പറഞ്ഞ Precision ആകാം. Musicനെ തിരഞ്ഞു പോകേണ്ട. ഗദ്യം, പദ്യമാക്കുന്നതിന്റെ ഉപായമാണത്. നടത്തവും നൃത്തവും തമ്മിലുള്ള

വ്യത്യാസം, ഗദ്യവും പദ്യവും തമ്മിലുണ്ടെന്ന നിരീക്ഷണം പ്രസിദ്ധം. കവിയുടെ തൂലികയിൽ നിന്ന് സംഗീതത്തെ ദൂരീകരിക്കാനുള്ള കമ്പത്തിന്റെ മൂലകാരണം, പഴയ ശൈലിയിൽ പറയാം, തന്ദ്രി(ആലസ്യം) ആകുന്നു. റോയിട്ടർ ആദിയായവപോലുള്ള വാർത്താ ഏജൻസികൾ അടിച്ചുതള്ളുന്ന വൃത്താന്തക്കുറിപ്പുകൾ ഉപപത്രാധിപന്മാർ നിമിഷം കൊണ്ട് തർജ്ജമ ചെയ്ത് പ്രധാന ഉപപത്രാധിപരെ ഏൽപ്പിക്കുന്നു.

അയാൾ അതു വായിച്ച് അത്യാവശ്യം വേണ്ട തിരുത്തലുകളോടെ പത്രാധിപർക്കയയ്ക്കുന്നു. പത്രാധിപർ അത് അച്ചുകൂടമേധാവിക്കു കൊടുക്കുന്നു. അയാൾ അത് പത്രത്തിന്റെ കോളങ്ങളിൽ ചെലുത്തുന്നു. പത്രങ്ങളിലൂടെ 'ന്യൂസായി' വൃത്താന്തക്കുറിപ്പുകൾ വരുന്നതിനിടയ്ക്ക് പലരുടെ തൂലികയും ബുദ്ധിയും ഇടപെടുന്നുണ്ട്. നമ്മുടെ പുതുമാതിരി കവിതകളിൽ അതൊന്നുമില്ല. രചനയിൽ പരിമിതമായ ശ്രദ്ധപോലുമില്ല. പത്രാധിപരുടെ തൂലിക ഇടപെടുകയില്ല. അതിനുള്ള കോപ്പില്ല, പല പത്രാധിപന്മാർക്കും.

ശബ്ദവും അർത്ഥവും

"ശബ്ദാർത്ഥൗ സഹിതൗ കാവ്യം" എന്ന് ആലങ്കാരികമതം. രണ്ടും വേണം, ഒരുപോലെ മേളിക്കണം എന്ന് ആശയം. അതിൽ ശ്രദ്ധവാൻ ആയിരുന്നു വൈലോപ്പിള്ളി. തന്റെ സമകാലീനരായ ചങ്ങമ്പുഴയേയും കുഞ്ഞിരാമൻനായരേയുംപോലെ കെട്ടഴിച്ചുവിട്ട കാവ്യരചന അദ്ദേഹത്തിന് പഥ്യമായിരുന്നില്ല. വൈലോപ്പിള്ളിയുടെ കവിതയിൽ സ്ഥാനത്തല്ലാതെ ഒരു വാക്കില്ല. പ്രകരണത്തോടിണങ്ങാത്ത കൽപ്പനകൾ ഇല്ല. അളന്നു മുറിച്ച രചന എന്നാണ് വൈലോപ്പിള്ളിയുടെ കൃതികളെപ്പറ്റി പറയേണ്ടത്. കവിതയെഴുത്ത് അനായാസമായിരുന്നില്ല വൈലോപ്പിള്ളിയിലെ കവിക്ക്. നല്ല കവിതകൾ, ആരുടേതായാലും, വായിച്ചുരസിക്കും, വൈലോപ്പിള്ളി. അതായിരുന്നു ആനന്ദകരം, അദ്ദേഹത്തിന്. സംസ്കൃതം പഠിച്ചില്ല. എന്നാൽ, കാളിദാസന്റെ കാവ്യതർജ്ജമകൾ വായിച്ച് രസിച്ചു. എഴുത്തച്ഛനും നമ്പ്യാരും കവിയെ ആവേശിച്ചില്ല. കുമാരനാശാനെ ഇഷ്ടപ്പെട്ടു. ജിയുടെ കവിതയിൽ പദദോഷമുണ്ടെന്നു പറഞ്ഞു. അത് വിവാദമായി. കവിതക്കാരൻ എന്നു തന്നെപ്പറ്റി ജി. മിത്രത്തോടു പറഞ്ഞത് ശ്രീ. കേട്ടിരുന്നു. അതപ്രീതികരമായി. (കാവ്യലോകസ്മരണകൾ നോക്കുക). കവിതയിൽ കന്നിക്കാരൻ ആയിരിക്കേയാണതുണ്ടായത്. പിന്നീട് ജി.യും ശ്രീ.യും ഉറ്റമിത്രങ്ങളായി. അതിനും പിന്നീട് ഇളക്കമുണ്ടായി.

കവിത്രയത്തിൽ ഉള്ളൂർ അധികം വിമർശിക്കപ്പെട്ട കവിയാണ്. സഹൃദയലോകത്തിൽ ഒരു ഉള്ളൂർ വൈമുഖ്യം നിരപ്പേ ഉണ്ടായിരുന്നു. മുണ്ടശ്ശേരിയാണ് അത് ഊതിക്കത്തിച്ചത്. മുണ്ടശ്ശേരിയുടെ വിമർശനം പാടേ അസ്ഥാനത്തായിരുന്നില്ല. ഉള്ളൂർ വിമർശനം വൈലോപ്പിള്ളിക്ക് അത്ര രുചിച്ചിരുന്നില്ല. ഉള്ളൂരിനെ ഉപജീവിക്കുന്നതിൽ വൈമുഖ്യമില്ലായിരുന്നു, ശ്രീക്ക്. ഇരുവരും നല്ല മിത്രങ്ങളായിരുന്നു.

മലയാളത്തിൽ സോണെറ്റുകൾ മാത്രം ഉൾക്കൊള്ളിച്ച് ഒരു കവിതാഗ്രന്ഥം പ്രസിദ്ധീകരിച്ചു, വൈലോപ്പിള്ളി. 'കുരുവികൾ'. സ്നേഹദ്വേഷസുമധുരമായ ഭാര്യാഭർതൃബന്ധമാണ് സോണറ്റുകളിൽ പ്രതിപാദ്യമായിരുന്നത്. വൈലോപ്പിള്ളിയുടെ കവിതകളിൽ എണ്ണപ്പെട്ട ഒന്ന് അതേ വിഷയത്തെ മുൻനിർത്തിയുള്ളതാണ് 'കണ്ണീർപ്പാടം'. കണ്ണീർപ്പാടത്തിൽ,

ഒപ്പമെത്തുവാൻ കേണാൾ നീ പൃഥുനിതംബിനി
ഇപ്പൊഴോ ഞാൻ പിന്നിലായ് ദുഃഖഭാരത്താൽ മാത്രം

കവിയുടെ ദാമ്പത്യജീവിതചരിത്രം ആ ഈരടിയിൽ സംഗ്രഹിക്കപ്പെട്ടു.

നീണ്ട കവിത

വൈലോപ്പിള്ളിയുടെ നീണ്ട കവിതകളിൽ പ്രധാനം 'കൃഷ്ണാഷ്ടമി' ആകുന്നു. അതൊരു ജയിൽ വൃത്താന്തമാണ്. ചക്രവർത്തിയുടെ കൽപ്പന, നഗരത്തിൽ അലഞ്ഞുനടക്കുന്നവരെയൊക്കെ പിടിച്ചു തുറുങ്കിലടച്ചു. അതിന്റെ പ്രേരണയെന്തോ! അതുപോലെത്തന്നെ, ജയിൽകവാടം തുറന്ന് തടങ്കലിൽ കിടന്നവരെയൊക്കെ വിട്ടയച്ചു. രണ്ടിനുമിടയ്ക്കുള്ള ചില സംഗതികളാണ് കവിതയിൽ പറഞ്ഞിട്ടുള്ളത്. രണ്ടിനും ആളായ ചക്രവർത്തിയെപ്പറ്റി കവിതയിൽ ആക്ഷേപകരമായിട്ടൊന്നുമില്ല. 'നല്ലൊരു നീതിമാനാണേ' എന്നു പറഞ്ഞിട്ടുമുണ്ട്. കവിതയിൽ, ആരംഭംതൊട്ട് പറയേണ്ടതെല്ലാം പട്ടാങ്ങായി പറയപ്പെടുന്നുണ്ട്.

ആദ്യമുണ്ടായ കവിത വീരഗാഥകളാണ്. ജീവിതാനുഭവങ്ങൾ നേരെ ഗീതമാവുന്നു. കവിയും ഗായകനും രണ്ടാളായിരുന്നില്ല. പ്രൊഫഷണൽ കവിയും പ്രൊഫഷണൽ പാട്ടുകാരനുമായി അവർ വേർതിരിക്കപ്പെട്ടിരുന്നില്ല. നിറം പിടിപ്പിക്കാത്ത അനുഭവചരിത്രമായിരുന്നു പാട്ട്(കവിത). കൃഷ്ണാഷ്ടമിയിൽ ആ പുണ്യപുരാതന രീതിയെ ആലംബമാക്കി കഥ പറയുകയാണ് വൈലോപ്പിള്ളി ചെയ്തത്. അതിനു പറ്റിയ ഭാഷ. തക്കശീല്. കഥാകഥനത്തിന് യോഗ്യനായ ഒരു വക്താവിനെ കണ്ടെടുത്തു, കവി.

"കെട്ടിയ പെണ്ണിൻ നാവാൽ സ്വൈരം കെട്ടു നഗരത്തിൽ വന്നെത്തി
ഒട്ടു പകലിലിരന്നും രാവിൽ കട്ടുമലഞ്ഞിടുമീ ഞാനും"

എന്നയാൾ സ്വയം പരിചയപ്പെടുത്തുന്നു. അയാളുടെ നാവിലൂടെയാണ് കവി കഥാവിഷ്കാരം നടത്തുന്നത്.

കൃഷ്ണാഷ്ടമി കമനീയമായ ഒരു കാവ്യകഥാശിൽപ്പമാണ്. അത് കവിയുടെ ഭാവനയിൽ കുരുത്തതാണ്. നല്ല ചാരുതയുണ്ടതിന്. വൈലോപ്പിള്ളി സാമാന്യേന സ്വജീവിതാംശം കവിതയിൽ പകർത്തുന്നു. 'മാമ്പഴം' അതാണല്ലോ. മാമ്പഴം എന്തിന്റെയോ പകർപ്പാണ് എന്ന വിമർശനമുണ്ടായി. അതിനു മറുപടിയായി കവി, കഥാവൃത്താന്തത്തിന്റെ

ഉത്ഭവത്തെപ്പറ്റി പറഞ്ഞു. ശൈശവത്തിൽ മരിച്ചുപോയ ഇഷ്ടസഹോദ രനെപ്പറ്റിയുള്ളതാണ് കവിത. അനുഭവപ്രധാനമാണ് ആ കവിത. അതിൽ ഭാവനയ്ക്കിടമുണ്ട്.

ഒരു തൈക്കുളിർകാറ്റായരികത്തണഞ്ഞപ്പോ-
ളരുമക്കുഞ്ഞിൻ പ്രാണൻ അമ്മയെ ആശ്ലേഷിച്ചു.

കവികൽപ്പന

അത് കവികൽപ്പന. അതുപോലെയുള്ള ഒരു കൽപ്പനയാണ്, കൃഷ്ണാഷ്ടമി. അതിലുള്ളതധികവും കവി നോറ്റുണ്ടാക്കിയതാണ്. കവിതയിലെ വംഗദേശക്കാരൻ വക്താവ് കവിയുടെ ആൾപ്പേരാണെന്നു പറയാം. അയാളുടെ കഥ കവിയുടെ അനുഭവത്തിന്റെ സ്ഥലീകരണ മാണെന്നിരിക്കാം. അയാൾ ഓട മണക്കുന്ന മഹാനഗരത്തിൽ; മഹാകവി ഏകാകിത ചൂളംവിളിക്കുന്ന ദേവസ്വം കോളനിയിൽ ഈ സാദൃശ്യത്തെ വലിച്ചു നീട്ടേണ്ടതില്ല.

ചക്രവർത്തിയുടെ ഭരണം, അനാഥരുടെ നഗരജീവിതം, ജയില നുഭവം, ഗ്രാമീണാസ്തിക്യം. അമ്പാടിപ്പൈതലും രാധയുടെ വിരഹകാതര തയുമായപ്പോൾ കഥാകാണ്ഡം ഇരമ്പി. പറയാനുള്ളതു പറയാതെ, കഥാ ഗതി ഊഹിക്കാൻ വിടുകയാണ് ചെറുകഥാനിർമ്മാണ രീതി. ആ സമ്പ്ര ദായം കവിതയിലേക്കും കടന്നുകൂടിയിട്ടുണ്ട്. എന്നാൽ, വൈലോപ്പിള്ളി ആ മാതൃക സ്വീകരിക്കുന്നില്ല. കവിത ചെറുതായാലും നീണ്ടതായാലും, കവിതയിലെ ജീവിതചിത്രം തെളിഞ്ഞിരിക്കണം. കൃഷ്ണാഷ്ടമിയെ സംബന്ധിച്ച് പറയാവുന്ന ഒരു കാര്യം, അത് പകർപ്പല്ലാത്തത് (അൺ ഡിറൈവ്ഡ്) ആണെന്നുള്ളതാണ്. 'കണ്ണീർപ്പാടം' ആത്മകഥാപരമാണ്. 'ഓണപ്പാട്ടുകാർ' പഴംകഥയെ അവലംബിച്ചുള്ളതാണ്. 'യുഗപരിവർ ത്തന'ത്തിൽ സമകാലരാഷ്ട്രീയമുണ്ട്. 'പെണ്ണും പുലിയും' 'ചന്ദ്രന്റെ ചിരിയും' പഴംകഥകൾ. 'മാമ്പഴം' ആത്മകഥാപരം. 'സാവിത്രിയും' അങ്ങനെത്തന്നെ. എന്നാൽ, കൃഷ്ണാഷ്ടമിയിൽ സ്വകപോലകൽപ്പിത മായ ഇതിവൃത്തമുണ്ട്. ചക്രവർത്തി ജെയിൽകവാടം തുറന്ന് ചില കുറ്റ വാളികളെ അകത്തു തളയ്ക്കുന്നു. പിന്നീട്, കവാടം തുറന്ന് അവരെ പുറത്തുവിടുന്നു. അവരിൽ ഒരുവന്റെ നാക്കിലൂടെ ഒരു കഥയുടെ ചുരു ളഴിയുന്നു. അതിനു പൂർവമാതൃകകൾ അകമ്പടിയായുണ്ടെന്നു പറയാൻ പഴുതില്ല.

ജയിൽ ഭരിക്കുന്ന ചക്രവർത്തി ഉള്ളതാണ്; ജയിലും അതിലെ തടവുകാരും ഉള്ളതാണ്. കൃഷ്ണാഷ്ടമി ദൈവികമായ ഒരാചാരമാണ്. കൃഷ്ണനുള്ളിടത്ത് രാധയുണ്ടാവുക സ്വാഭാവികം. കൃഷ്ണാഷ്ടമിയിൽ രാധയില്ല. രാധ അഷ്ടമി ആചരിച്ചവരുടെ ഒരു കൽപ്പനാവിശേഷമാണ്. അവർക്കത് നാട്ടുനടപ്പിൽനിന്നു കിട്ടിയതാകാം. എല്ലാം ചേർത്തുകെട്ടി,

കവി. അതിലാണ് കവിത്വമിരിക്കുന്നത്. അത് ഒരു കഥയായി. ആ കഥ കവിയുടെ തനത് ആണ്.

ചിത്രണം

കൃഷ്ണാഷ്ടമിയിലെ രസികൻ ചിത്രണങ്ങളിലേക്ക് എത്തിനോക്കാം. ആദ്യം പറയേണ്ടത്, കൃഷ്ണാഷ്ടമിയിൽ വക്താവായി മഹാകവി കണ്ടു പിടിച്ചവതരിപ്പിച്ച പുള്ളിയെപ്പറ്റിയാണ്. അയാളുടെ വാക്കുകൾ:

കെട്ടിയ പെണ്ണിൻ നാവാൽ സ്വരം
കെട്ടു നഗരത്തിൽ വന്നെത്തി
ഒട്ടു പകലിലിരന്നും രാവിൽ
കട്ടുമലഞ്ഞിടുമീ ഞാനും

ജയിലിൽ ഒറ്റമുറിയിൽ വന്നുപെട്ടവരെപ്പറ്റി:

കൂടിയ പുള്ളികളാണാജെയിലിൽ
കൂടിയതൊറ്റമുറിക്കുള്ളിൽ...
ഗുസ്തിയിൽ തോറ്റുതോറ്റാരോടും കല-
ഹത്തിനു നിൽക്കും രാംസിംഗും
കൊത്തുവാൾച്ചേരികൾതോറും മാനം
വിറ്റുനടക്കും മീനായും
ചൂതുകളിക്കാരോടിടകൂടി-
ച്ചുറ്റും പയ്യൻ രാജീവും
വശ്യമരുന്നുകൾ വിൽക്കും തെക്കനും
നൊസ്സുപിടിച്ചൊരു പക്കീരും
രണ്ടിരുസന്ന്യാസിമാരു,മവർക്കോ
ശുണ്ഠികലർന്നൊരു ഗാംഭീര്യം
ചുണ്ടിലഭംഗുരമായൊരു മൗനം
മുണ്ടിനരയ്ക്കൊരു കൗപീനം

കൗപീനമാത്രവസ്ത്രധാരികളായ ഇന്ത്യൻ സന്ന്യാസികൾ ചുരുക്കമല്ല; ഇന്ത്യയിൽ നഗരവീഥികളിൽ നിറഞ്ഞൊഴുകാൻ മാത്രമുള്ള സംഖ്യയിലുണ്ടവർ തടവുപുള്ളികളിൽ അവർക്ക് പ്രാതിനിധ്യം നൽകി, കവി. തെക്കരും വടക്കരും ഉണ്ട് കൂട്ടത്തിൽ. തെണ്ടി, വേശ്യ, നൊസ്സൻ, കൂട്ടത്തിൽ ഭാര്യയുടെ നാക്കിനെ പേടിച്ച് നഗരത്തിലെത്തി ഇരന്നും മോഷ്ടിച്ചും അലയുന്ന വംഗദേശക്കാരനും. തടവിലും അവരുടെ സ്ഥിതി അതൃപ്തികരമല്ലെന്ന് കവിതയിലെ വരികളിൽ

ഒറ്റമരത്തിൽ കുരങ്ങുകളങ്ങനെ
ഒത്തു ഞങ്ങൾ തുറുങ്കറയിൽ

ദില്ലിയിലോടമണക്കുന്നോർക്കിതി-
നുള്ളിലെ നാറ്റം നിസ്സാരം
വല്ലതുമഷ്ടി കിടയ്ക്കാത്തോർക്കി-
ക്കല്ലരി നല്ലൊരു സൽക്കാരം
മങ്ങലിലെന്നും മേവുന്നോർക്കീ
മണ്ണുവിളക്കുമലങ്കാരം.

അവർക്ക് ചേതമായത് സ്വാദുപെരുക്കും സ്വാതന്ത്ര്യം. അങ്ങനെ ചിന്തിച്ചാൽ, ദില്ലിയിൽ വാഴും മന്നോർമന്നനുമില്ല. സ്വാതന്ത്ര്യം. അതിന്റെ യുക്തി:

മാനം മുട്ടും കൊട്ടാരത്തിൻ
മാതിരിയേതൊരു ജെയ്‌ലുള്ളൂ.

ഒപ്പത്തിനൊപ്പം

ഇപ്പോൾ, കൊട്ടാരത്തിലെ ചക്രവർത്തിയും തടവുപുള്ളികളും ഒപ്പത്തിനൊപ്പമായി. കഥ തുടരുന്നു:

അങ്ങനെ ശാന്തിയശാന്തികളായി
ഞങ്ങളിരുന്നു, ബന്ധത്തിൽ
തേവിടിപ്പെണ്ണുമായ് മന്ത്രിച്ചങ്ങനെ
മേവീ തെക്കൻ വ്യാപാരി.

രാംസിംഗ് ഉറങ്ങി, രാവും പകലും കൂർക്കംവലിയോടെം യോഗികൾ പുലിത്തോലിൽ ഢംഭോടിരുന്നു, പുലിപോലെ. പയ്യൻ രാജീവ് പക്കീരിന്റെ ഹുക്ക നിറച്ചുകൊടുത്തു, അയാൾ അതെക്കിവലിച്ചു.

അങ്ങനെ നാളുകൾ പോയതിനിടയ്ക്കാണ് കൃഷ്ണാഷ്ടമി വന്നത്. വംഗദേശീയനായ തടവുപുള്ളി ഓർത്തുപോയി:

മാമകനാടാം വംഗത്തിൽ, കു-
ഗ്രാമതടത്തിന്നങ്കത്തിൽ
കാലിക്കുടമണിനാദം കാതിന്
പാലമൃതൂട്ടും രംഗത്തിൽ
ഏതൊരു വീട്ടിലുമിന്നൊരു മേഘ-
ശ്യാമളനുണ്ണി പിറക്കുന്നു
കുഞ്ഞിക്കയ്യു നുണയ്ക്കേ, കർഷക-
നെഞ്ചിലൊരമ്പു ചുരക്കുന്നു
തേനൊലി വായ ചിരിക്കേ, ദീപ-
ശ്രേണികൾ ചുറ്റും കത്തുന്നു

കൊഞ്ചലുതിർക്കേ, ചേങ്ങില കൈമണി-
കൊട്ടിക്കേവലർ പാടുന്നു
പഞ്ഞക്കെടുതിയിൽ പോലും പാതയിൽ
പാട്ടും ഭജനയുമാഘോഷം
തുറുങ്കിലെ പാട്ട്

കവിതയിൽ, തുറുങ്കിലുണ്ടായ ഒരു പാട്ടിനെപ്പറ്റി പറയുന്നു:

തത്ര തുറുങ്കിലിരുന്നൊരു ഗാനം
താനറിയാതെ ഞാൻ പാടി
താമരക്കണ്ണനെ താരാട്ടാട്ടും
തായ യശോദതൻ പുന്നാരം

ആ പാട്ട് അവിടെയുള്ളവരെ ആവേശിച്ചു. കല്ലറയിലുള്ളവർ പാട്ടിനു പല്ലവി പാടുകയായി. പാട്ടിനോടു ചേർന്ന് താളമേളങ്ങളുണ്ടായി. അതിന്റെ ഒരു വിവരണം കവിതയിലുണ്ട്. ആ ഭാഗം പകർത്തുന്നു:

കൈവശമെത്തീ തോഴർക്കങ്ങിരു-
കൈമണി, ഗഞ്ചിറ, സിത്താറും
തൻതുടയിന്മേൽ ഗുസ്തിക്കാരൻ
താളം പിടിച്ചു തിമർക്കുമ്പോൾ,
ചെമ്പനിനീരലർത്തേനെതിർനാദം
ചെമ്മേ മീനയുതിർക്കുമ്പോൾ
ചെഞ്ചിടകെട്ടിയ തൻതലയാട്ടി
ചേർന്നൂ യോഗികൾ മേളത്തിൽ
ഗോപന്മാരായ് ഞങ്ങളക്കല്ലറ
ഗോകുലമായാഘോഷത്തിൽ

തുടർന്നു വരുന്നത്, കണ്ണനെ വാഴ്ത്തുന്ന വരികളാണ്. ജയിലിലെ പ്രാർത്ഥന:

കണ്ണാ ഞങ്ങൾ നിൻ കായാമ്പൂവുടൽ
കണ്ണീർകൊണ്ടു കുളിപ്പിക്കാം.
വിശ്വപിതാവാം നീയീഞ്ങടെ
കൊച്ചുകിടാവായ് വന്നല്ലോ
ഞങ്ങടെ പുണ്യമി,തല്ലെന്നാലോ
നിൻകരളേലും കാരുണ്യം.
ഗാഢം നിന്നെ മുകർന്നേ നിൽപ്പൂ
മൂഢം ഞങ്ങടെ വാത്സല്യം....

കവിതയിലെ ഈ ഭാഗം മുഴുവൻ ഉദ്ധരിക്കാൻ എനിക്ക് ഇച്ഛയില്ലാതില്ല. എന്നാൽ, അവസാനത്തെ ആറുവരികൂടി പകർത്തി ഞാൻ പ്രകരണം സമാപിക്കുന്നു:

കോലക്കുഴൽവിളി കേൾപ്പാ,നുൾക്കൊതി-
കൊൾവൂ ഞങ്ങടെ വാത്സല്യം
മംഗളമെന്തിനു വേറെ? പിച്ചകൾ
ഞങ്ങളിതൊന്നേ പ്രാർത്ഥിപ്പൂ
കായാമ്പൂവുടൽ കാണ്മാൻ, നീയാം
പീയൂഷത്തിലലിഞ്ഞീടാൻ

അവരങ്ങനെ കണ്ണനെ സംബന്ധിച്ച കൽപ്പനകളിൽ മുഴുകിക്കഴിയവേ,

കണ്ണന്റെ സാന്നിദ്ധ്യം

നിത്യാന്ധർക്കതു കാണുക ശക്യമല്ലെന്നാലും
കണ്ണൻ വന്നു തുറുങ്കിലീഞങ്ങടെ
മുന്നിലിരുന്നു സോല്ലാസം
ആനില കാൺകെ, പ്രേമത്താൽ പുള-
കാകുലമായി ജഗത്തെല്ലാം

രാപകൽ തുറുങ്കിൽ കീർത്തനങ്ങൾ മാറ്റൊലികൊണ്ടു. കാരാഗൃഹത്തിന്റെ പരിപാലകരും അതിൽ ചേർന്നു. നെയ്യുവിളക്ക്, നെവേദ്യം എന്നിവയെല്ലാം വന്നുകൂടി. ആളുകൾ സ്വയം മറന്നു. അവർ സ്വയം കണ്ണനു കൂട്ടാളികളായി, ഗോപബാലന്മാരായി, കാലികളായി, വൃന്ദാവനത്തിലെ പുല്ലുകളായി, കാളിയൻ ആയി. പാപം മുറ്റിയ ഞങ്ങടെ പത്തികളിൽ ഗോപബാലന്റെ നർത്തനകേളിയുണ്ടായി.

ആനന്ദഭരിതനായിട്ട് പക്കീർ സിത്താർ മീട്ടിയിരിക്കേ, മീന പാടി. കാളിന്ദീസഖി രാധികയുടെ വിധുരാലാപമായിരുന്നു പാട്ട്. ഭക്തകവി ചണ്ഡീദാസിന്റെ ഒരു ഗാനം എന്ന അടിക്കുറിപ്പോടെയുള്ള ഗാനത്തിലെ വരികൾ ഉദ്ധരിക്കുന്നു:

നാളെ വരാമെന്നോതി മഥുരയ്ക്ക്
നാളീകലോചനൻ പോയല്ലോ
എമ്മട്ടു ഞാൻ തടഞ്ഞീടും തമ്പികൾ-
ക്കേറ്റംപോലെ താരുണ്യം
ആയതിറക്കം തുടങ്ങീടിൽ പൊയ്-
പോയതുതാനെന്നെന്നേക്കും

വിരഹകാതരയായ രാധിക. രാധയുടെ ശോകം മീനയുടെ ദീനമനോഹര രാഗത്തിൽ, രാധയുടെ സങ്കടം എല്ലാവരുടേതുമായി. കവിവചനം:

രാവും ഞങ്ങളുമാ മധുരിക്കും
നോവു പൊറുക്കാനാവാതെ
പോവുകയായി മാനസചോരൻ
മേവും ദൂരപുരം തേടി

നാടകശിൽപ്പം

കൃഷ്ണാഷ്ടമി കവിതയെപ്പറ്റി എടുത്തുപറയാവുന്ന ഒരു കാര്യം, അതിൽ ഉൾപ്പെട്ടുനിൽക്കുന്നവർക്കൊക്കെ ചെയ്യാൻ ചിലതുണ്ടെന്നുള്ള താണ്. കവിതയിൽ ഒരുഭാഗത്തു പറയുന്നു:

ആമട്ടിൽ ഞാനുമെൻ തോഴരും ഗോപ-
ഗ്രാമത്തിൻ ഗാനമൊഴുക്കുമ്പോൾ
അഞ്ചിത താളമതിങ്കൽ തുടിച്ചു
ഗഞ്ചിറ, കൈമണി, സിത്താറും
ഞാനങ്ങു നിർത്തവേ, നീളെത്തുടർന്നൂ
ഗാനങ്ങൾ മീനയും രാജീവും
(എന്തൊരു പൂങ്കുയിലാണെന്നോ, മര-
മണ്ടനാ രാജീവിൻ കണ്ഠത്തിൽ)
പിന്നെയാ സന്ന്യാസിമാരും പാടീ
മന്ദഗഭീരമായ ശബ്ദത്തിൽ
സാരം തിരിഞ്ഞീല ഞങ്ങൾ,ക്കെല്ലാം
സാരസനേത്രനു സൽക്കാരം

നാടകത്തെ സംബന്ധിച്ചു പറയുന്നത്, രംഗത്ത് ആരും അലസരായി നിന്നുകൂടരുതെന്ന്. ഓരോ ആൾക്കും ചെയ്യാൻ എന്തെങ്കിലും വേണം. അതുപോലെതന്നെ കവിതയിൽ പാത്രങ്ങളായി അവതരിക്കപ്പെടുന്നവർ ക്കെല്ലാം എന്തെങ്കിലും ചെയ്യാനുണ്ടാകണം. ആ ചെയ്യുന്നതിലൂടെയാണ് പാത്രങ്ങൾ വ്യക്തിത്വം പ്രകാശിപ്പിക്കുന്നത്. കവികൾ ഈരടികൾ എഴുതി ക്കൂട്ടിയാൽ പോരാ, ഇതിവൃത്തം ചമയ്ക്കണം എന്ന് അരിസ്റ്റോട്ടിൽ പറഞ്ഞു. ഇതിവൃത്തം, പാത്രങ്ങൾ ചെയ്യുന്ന കാര്യങ്ങളിൽനിന്നാണു ണ്ടാകുന്നത്. തുറുങ്കറയിൽ മുളച്ച തന്റെ കഥാപാത്രങ്ങൾക്കൊക്കെ, വ്യക്തിത്വവും ജീവസ്സും നൽകി, കൃഷ്ണാഷ്ടമിയുടെ കവി. അവർ ചെയ്യുന്ന കാര്യങ്ങളിലൂടെ കഥാവൃത്താന്തം പൂർണ്ണമാകുന്നു.

നീതിമാൻ

ഷാഹൻഷാപോലും വെറുതെ ഇരിക്കുന്നില്ല. ചക്രവർത്തി കാരാഗാര കവാടം തുറന്ന് നഗരത്തിലലയുന്നവരെയൊക്കെ തടവിലാക്കി. അതേ വിധത്തിൽ, അസംഭവമായി, സാമ്രാട്ട് തടവിലുള്ളവരെയെല്ലാം ജെയ്‌ലിൻ പൂട്ടുതുറന്ന് പുറത്താക്കി. അതെന്തുകൊണ്ടുണ്ടായി എന്ന് കവിതയിൽ പറയുന്നുണ്ട്:

നല്ലൊരു നീതിമാനാണേ സാക്ഷാൽ
ദില്ലിയിൽ വാഴും ഷാഹൻഷാ
തീനും വൈനുമവീനും കഴിച്ചഭി-
മാനം ചൂടിയിരിക്കുമ്പോൾ

അൽപ്പരസപ്പൂരികത്താലങ്ങോർ
കൽപ്പനയൊന്നു കൊടുക്കുന്നു
അപ്പൊഴകിഞ്ചനരങ്ങിങ്ങു കാറ്റിൽ
ചപ്പിലപോലെ പറക്കുന്നു

അങ്ങനെ, അവരൊക്കെ പട്ടണവീഥിയിൽ തിരിച്ചെത്തി.

നീണാൾ ഞങ്ങൾ തുറുങ്കിൽ പോറ്റിയ
നീലസ്വപ്നമുടഞ്ഞേപോയ്
തമ്മിലകന്നു ഞങ്ങൾ, പരരുടെ
കർമ്മമെനിക്കെന്തോരാവൂ...

നീല നിലാവ്

തന്റെ കാര്യം,
പണ്ടുകഴിഞ്ഞപോൽ ഞാനെൻ കൊറ്റിനു
തെണ്ടിയും കട്ടും തേടുന്നു
ഹന്ത, പഴകിയശീലം പോലൊരു
ബന്ധനമുണ്ടോ ലോകത്തിൽ?
പാവമെൻ കഷ്ടപ്പാടിനെപ്പറ്റി ഞാൻ
പാടിക്കേൾക്കണമെന്നുണ്ടോ?
നീലനിലാവിൽ കൊച്ചുകിനാവെൻ
നീറിന ചേതന പുൽകുമ്പോൾ
അക്കഥയൽപ്പം ചൊല്ലിപ്പോയ്ഞാൻ
ഉൾക്കൃപകൊണ്ടു പൊറുത്താലും

തുടർന്നു പറയുന്നത്, അതു തന്റെ മാത്രം കഥയല്ലെന്നാണ്. ആക്രമണങ്ങളും പോരും പഞ്ഞവുംകൊണ്ട് നാടിന്റെ നെഞ്ചുരുകിയാലും ആശ്വാസത്തിനുണ്ട്, ഉത്സംഗത്തിലിരിക്കുന്ന ഉണ്ണിക്കണ്ണൻ, കാർവർണ്ണൻ. വൈലോപ്പിള്ളി ഖദറുടുത്തു. എന്നാൽ, സ്വാതന്ത്ര്യഗാഥകളെഴുതിയില്ല. ആ കുറവ് അദ്ദേഹം കൃഷ്ണാഷ്ടമിയിൽ തീർക്കുന്നു. കേൾക്കുക:

മായാബാലനു ചൂടാനായിഹ
മയിലുകൾ പീലി വഹിക്കുന്നു
മാറിൽ തൂവനമാലിക ചാർത്താ-
നേറിയ കാടുകൾ പൂക്കുന്നു
ഓമൽചുണ്ടിനു പൊൻകുഴലൂതാൻ
ഓടപ്പുല്ലുകൾ നീളുന്നു

കുഞ്ഞിനുടുക്കാൻ സന്ധ്യകളാടകൾ
മഞ്ഞൾപിഴിഞ്ഞു വിരിക്കുന്നു
ഉള്ളിലുമങ്കതലത്തിലുമങ്ങനെ
ഉണ്ണിയിരുന്നു ചിരിക്കുമ്പോൾ
അമ്മയ്ക്കെന്തിനു സന്താപം ഹാ!
നമ്മൾക്കെന്തിനു സന്താപം?

ഈ അവസാനഭാഗം ഒരു മാതൃഭൂസങ്കീർത്തനം. കവി കടംവീട്ടിയതാണത്. മുമ്പ് യഥാസമയം സ്വാതന്ത്ര്യഗാഥകൾ എഴുതാതിരുന്ന കുറവിന് ഇവിടെ പരിഹാരമായി.

■

ചങ്ങമ്പുഴയും പുരോഗാമനസാഹിത്യവും

എത്രകാലം തപസ്സു ചെയ്താലാ-
ണെത്തിടുവതൊരിക്കലിശ്ശബ്ദം

സാഹിത്യത്തിലും കലയിലും അശിക്ഷിതപടുക്കൾ ആയ വാനമ്പാടികൾ ഉണ്ടായിട്ടുണ്ട്. പഠിപ്പില്ല, വാസനയാണ് അവരുടെ അവലംബം. കലാകാരന്റെ ഉൾത്തിങ്ങൽ അവരുടെ ഊർജ്ജം; ബാലസാമാന്യമായ അവരുടെ കുറുമ്പുകൾ അക്ഷരങ്ങളിലൂടെയും വർണ്ണങ്ങളിലൂടെയും പ്രകാശനം നേടുന്നു. അതിനെ കുട്ടിക്കുറുമ്പുകളായി കണക്കാക്കാം. എന്നാൽ ആജന്മപ്രതിഭാശാലികളുടെ ആ കുട്ടിക്കുറുമ്പ്, വിസ്മയകരമായ ഫലങ്ങൾ ഉളവാക്കുന്നു. അവരിൽ നിന്നാണ് അപൂർവ്വതയുള്ള സൃഷ്ടികൾ ലഭ്യമാവുക. ജീവിച്ചുകൊണ്ട് പഠിക്കുന്നു എന്ന ചൊല്ലുണ്ടല്ലോ, അതുപോലെ അവർ എഴുതിയെഴുതി വളരുന്നു. അവർ ആർക്കും കടപ്പെടുന്നില്ല.

പഠിപ്പുള്ളവർ പഠിച്ചത് പകർത്തുന്നു. പഠിച്ച പാഠങ്ങളുടെ ബന്ധനത്തിലാണവർ. ഇതിഹാസരചയിതാക്കൾ പഠിപ്പുകാരായിരുന്നില്ല. വ്യാസനും വാല്മീകിക്കും ഹോമർക്കും ബിരുദങ്ങൾ ഉണ്ടായിരുന്നില്ല. നോവലിന്റെ ദശയിൽ പ്രശസ്തരായവർ പഠിപ്പുകാരല്ല. ഇന്ദുലേഖ രചിച്ച ചന്തുമേനോൻ കോടതി ഉദ്യോഗസ്ഥനായിരുന്നു. പഠിപ്പ് മെട്രിക്കുലേഷനപ്പുറമില്ല. ലോകനോവലിന്റെ തുടക്കം കുറിച്ച 'പമീല' എന്ന നോവലിന്റെ കർത്താവായ റിച്ചാഡ്സൺ ഒരച്ചുകൂട ജോലിക്കാരനായിരുന്നു. ആദ്യത്തെ വലിയ നോവലിസ്റ്റുകൾ വ്യാകരണം ഹൃദിസ്ഥമാക്കിയവരായിരുന്നില്ല. ഭാഷയിൽ അവഗാഹമില്ലാത്ത വൈക്കം മുഹമ്മദ്ബഷീറാണ് മലയാളത്തിൽ അപൂർവ്വരമണീയങ്ങളായ നോവലുകൾ എഴുതി സാഹിത്യതത്പരരുടെ ഹൃദയപീഠത്തിൽ സ്ഥാനമുറപ്പിച്ചത്.

പഠിപ്പുകാർ പഠിച്ച പാഠങ്ങൾ പകർത്തുന്നെങ്കിൽ, അശിക്ഷിതർ മനസ്സിൽനിന്ന് പകർത്തുന്നു. അവർ അനുഭവങ്ങൾ വിവരിക്കുന്നു. അപഠിപ്പുകാർ മനസ്സിനെ പകർത്തുന്നു. ഞാൻ ജോലിയായി ചെയ്തതൊക്കെ

പഠിപ്പിക്കൽ. അതിൽനിന്നുള്ള എന്റെ അനുഭവം, പാഠങ്ങൾ പഠിച്ച വിദ്യാർത്ഥി പരീക്ഷാഹാളിൽ ചോദ്യക്കടലാസ്സിലേക്കും ഉത്തരമെഴുതാനുള്ള കടലാസ്സിലേക്കും മാത്രം നോക്കുന്നു. തൊട്ടടുത്തിരിക്കുന്ന വിദ്യാർത്ഥിയുടെ കടലാസ്സിലേക്ക് അയാൾ എത്തിനോക്കില്ല. അയാൾ രഹസ്യമായി കൈവശംവച്ച് കുറിപ്പുകളിൽനിന്നു പകർത്താൻ വ്യഗ്രതപ്പെടില്ല. നന്നായി പരീക്ഷ എഴുതി ഉയർന്ന മാർക്കു നേടും ബുദ്ധിമാനായ വിദ്യാർത്ഥി.

അസാമ്പ്രദായികം

എഴുത്തുകാരെ സംബന്ധിച്ചും എന്റെ കാഴ്ചപ്പാട് മറ്റൊന്നല്ല. പ്രതിഭാശാലിയായ എഴുത്തുകാരൻ ഭാവനാശേഷിയെ ആശ്രയിച്ച്, അനുഭവത്തിൽ ഊന്നിനിന്നെഴുതും. അതിനു പ്രഗല്ഭത വേണം. ആരംഭക്കാരനായ എഴുത്തുകാരന് പ്രഗല്ഭത ഉണ്ടാവുന്നത് അപൂർവ്വമാണ്. അപൂർവ്വതയാണ് സാഹിത്യത്തിലും അസാമ്പ്രദായികതയുടെ നിദാനം.

നവോത്ഥാനഘട്ടത്തിലെ പ്രസിദ്ധ പണ്ഡിതകവികൾ ഉള്ളൂർ, വള്ളത്തോൾ, കുമാരനാശാൻ എന്നിവരായിരുന്നു. അവരുടെ കൃതികൾ പൊതുവേ പ്രൗഢമായിരുന്നു. അതൊക്കെ മുമ്പെഴുതിയതും പറഞ്ഞതുമായ കാര്യങ്ങളായിരുന്നു. കവിത്രയം കവിതയിൽ റൊമാന്റിസിസം വളർത്തിയവരാണെന്നാണ് വിശ്വാസം. അവരുടെ കൃതികളുടെ കെട്ടുമുറുക്കം 'നിയോക്ലാസ്സിക്' ആയിരുന്നു. കവിതയിൽ പുതുയുഗത്തെ കുറിച്ച കുമാരനാശാന്റെ വീണപൂവ് പോലും നിയോക്ലാസ്സിക് ആയിരുന്നു. ആശാന്റെ കൃതികളിൽ നിയോക്ലാസ്സിക് ബലിഷ്ഠത ഉണ്ടായിരുന്നു. വ്യത്യസ്തമായിരുന്നത്, 'ദുരവസ്ഥ' ആയിരുന്നു. ആ കൃതിയെ താഴ്ത്തിക്കെട്ടാൻ പണ്ഡിതന്മാരും വിമർശകരും കഠിനയത്നം ചെയ്തിട്ടുണ്ട്. ഉള്ളൂരിന്റെ കൃതികളിൽ നിയോക്ലാസ്സിക് അല്ലാതെയുള്ളത് 'സുഖം സുഖം' പോലെയുള്ള കവിതകൾ മാത്രമാണ്. വള്ളത്തോളിന്റെ സാഹിത്യമഞ്ജരിയിലെ കവിതകൾ നല്ല റൊമാന്റിക് രചനകൾ ആയിരുന്നു.

ചങ്ങമ്പുഴ പഠിപ്പിൽ ഉറച്ചല്ല, കവിതയിലേക്ക് പ്രവേശിച്ചത്. അദ്ദേഹത്തിന്റെ ആദ്യകൃതികൾ 'കൗമാരചാപല്യം' എന്നു പറയപ്പെടേണ്ടവയായിരുന്നു. എന്നാൽ, ചങ്ങമ്പുഴയ്ക്ക് നിയോക്ലാസ്സിസത്തിന്റെ ബാധ്യത ഉണ്ടായിരുന്നില്ല. അതുണ്ടാകാൻ മാത്രമുള്ള കാവ്യപരിചയം അദ്ദേഹത്തിന് ഉണ്ടായിരുന്നില്ല. ചങ്ങമ്പുഴയുടെ ആദ്യകവിത 1927-ൽ രചിക്കപ്പെട്ടു. അന്ന്, വയസ്സ് 16. ചങ്ങമ്പുഴയുടെ ആദ്യ കവിതാഗ്രന്ഥം 'ബാഷ്പാഞ്ജലി', കവി എസ്.എസ്.എൽ.സി. പരീക്ഷ എഴുതുന്നതിനു മുമ്പാണ് പ്രസിദ്ധീകരിച്ചത്. 1935-ൽ ആണ് അതുണ്ടായത്. കവിക്ക് 24 വയസ്സ്.

ചങ്ങമ്പുഴ കൃഷ്ണപിള്ളയുടെ പ്രിയസുഹൃത്ത് ഇടപ്പള്ളി രാഘവൻപിള്ളയുടെ ആത്മഹത്യ ചങ്ങമ്പുഴയുടെ കവനകൃത്യമാർഗ്ഗത്തിൽ ഒരു വഴിത്തിരിവായി. മലയാളത്തിൽ ഏറ്റവുമധികംപേർ വായിച്ച കൃതിയാണ് 'രമണൻ', ധനികയായ നായിക. അവൾ പ്രലോഭിപ്പിച്ച ദരിദ്രയുവാവ് രമണൻ. അവൻ ആദർശവാനായിരുന്നു. ലൈംഗികാവേശമില്ലാത്ത ആത്മീയപ്രണയമായിരുന്നു അവന്റേത്. വിവാഹം അവന് ലക്ഷ്യമായിരുന്നില്ല എന്നു വേണം വിചാരിക്കാൻ. വിലാസിനിയായ കാമിനി അവനെ പ്രചോദിപ്പിക്കാതിരുന്നില്ല. എന്നാൽ, അതിൽനിന്നൊക്കെ അവൻ വിട്ടുനിന്നു. രമണൻ ആദർശപ്രേമത്തെപ്പറ്റി പറഞ്ഞു. അതിനെപ്പറ്റി ചന്ദ്രികയുടെ വികാരം 'കേൾക്കേണ്ടെനിക്കിപ്രസംഗമൊന്നും' എന്നുള്ളതായി രുന്നു. അവൾ പിന്നീട് വഴിപിരിഞ്ഞു. പ്ലാട്ടോണിക് പ്രണയം ഏറെ നീണ്ടാൽ ചെടിക്കും, ആർക്കും. ചന്ദ്രികയ്ക്ക് അത് ചെടിച്ചിരിക്കും.

മിന്നൽവേഗം

എന്നാൽ, അവൾ പ്രണയത്തിന്റെ ദാർഢ്യം പ്രഖ്യാപിച്ചവൾ ആയിരുന്നു.

"പുല്ലാണെനിക്കിപ്പണമവൻതൻ കൊച്ചു
പുല്ലാങ്കുഴലുമായ് നോക്കിടുമ്പോൾ" എന്നും,
"മറ്റൊരാൾക്കെന്നെ ദ്ദാനം ചെയ്വതേക്കാളുമെന്റെ
പട്ടടയവർ വേഗം കൂട്ടുകയല്ലേ ഭേദം?"

എന്നും പറഞ്ഞവൾ.

ചന്ദ്രിക സ്വയം കുത്തിമരിക്കാൻ കഠാരിയെടുത്ത അവസരമുണ്ട്. എന്നാൽ, മിന്നൽവേഗത്തിലാണ്, പിന്നീടവളുടെ ഭാവം മാറിയത്. അതവളുടെ സ്വകാര്യനിശ്ചയം:

"എന്തുവന്നാലുമെനിക്കാസ്വദിക്കണം
മുന്തിരിച്ചാറുപോലുള്ളാരിജ്ജീവിതം
എന്നുമിതിന്റെ ലഹരിയിലാനന്ദ-
തുന്ദിലമെൻമനംമൂളിപ്പറക്കണം"

ഈ വരികളിൽ പറഞ്ഞതിനെപ്പറ്റി അമർന്നു ചിന്തിച്ചാൽ, ചന്ദ്രിക മുന്തിരിച്ചാറാസ്വദിച്ചു രസിച്ചതായിട്ടാണ് മനസ്സിലാവുക. ആദർശവാനായ കമിതാവും അഭിസാരികാമനസ്സുള്ള കാമിനിയും ഉള്ള വൃത്താന്തങ്ങളിലൊക്കെ സംഭവിക്കുന്നത്, കാമകേളിക്കു മുൻകയ്യെടുക്കുന്ന പുരുഷന്റെ പുറകെ കാമിനി പറന്നുപോകുമെന്നാണ്. ചന്ദ്രിക രമണനോടു പറഞ്ഞില്ലേ, "കേൾക്കേണ്ടെനിക്കിപ്രസംഗമൊന്നും" എന്ന്. അവൾ പ്രവൃത്തിയിൽ ആണ് വിശ്വസിച്ചത്.

ടോൾസ്റ്റോയിയുടെ 'യുദ്ധവും സമാധാനവും' എന്ന നോവലിൽ സമാനമായ ഒരു മാറ്റം ഉണ്ടായതായി പറഞ്ഞിട്ടുണ്ട്. ഓമനയായ യുവതി നടാഷയ്ക്ക് പ്രിയപ്പെട്ടവനായി ഒരു കാമുകൻ ഉണ്ടായിരുന്നു. അയാൾ നമ്മുടെ രമണനെപ്പോലെ ആദർശവാനോ സങ്കോചവാനോ ആയിരുന്നു. അയാളുടെ സന്ന്യാസിമനഃസ്ഥിതിയിൽ പെൺകിടാവിന് മടുപ്പ് വന്നിരിക്കാം. അവൾ, വിടന്മാരിൽ വിടനായ ഒരു യുവാവിനാൽ 'ഹൈജാക്ക്' ചെയ്യപ്പെടാൻ നിന്നുകൊടുത്തു സ്വയം. അയാളുടെ താത്പര്യം താൽക്കാലികമായിരുന്നു. അവൾ വേഗം സ്വതന്ത്രയായി. അവളുടെ ധൂർത്തനായ കാമുകൻ വേറെ ഇരയെ കണ്ടെത്തിയിരിക്കാം.

രമണൻ എന്ന കാവ്യത്തിൽ നായകസ്ഥാനത്തുള്ള പാത്രം, ഒരു പോഴത്തക്കാരനായിരുന്നു. കാമിനി സ്വയം സമർപ്പിച്ചിട്ടും അവൻ അവളെ ശാരീരികമായി പ്രാപിച്ചില്ല. അവളെ ആവിധത്തിൽ സന്തോഷിപ്പിച്ചില്ല; സംതൃപ്തയാക്കിയില്ല. അവളെ സ്വീകരിക്കാൻ താൻ യോഗ്യനോ എന്ന ശങ്ക തടസ്സമായി നിന്നു, രമണന്. രമണനിൽ സന്ന്യാസിമനഃസ്ഥിതി ഉണ്ടായിരുന്നിരിക്കാം, "ധ്രുവമിഹ, മാംസനിബദ്ധമല്ലരാഗം" എന്ന ആത്മീയതയാൽ അയാൾ പരാധീനനായിരുന്നിരിക്കാം.

ആത്മീയദണ്ഡനം

എഴുത്തുകാരന്റെ ജീവാംശം കഥാപാത്രത്തിലുണ്ടാവുന്നത് അസാധാരണമല്ല. എന്നാൽ, രമണനിൽ ചങ്ങമ്പുഴക്കലർപ്പില്ല. രമണൻ രാഘവൻപിള്ളയാണ്. ചങ്ങമ്പുഴയെ പാർശ്വികമായെങ്കിലും കണ്ടെത്താവുന്നത് മദനനിലാണ്. രാഘവൻപിള്ളയും കൃഷ്ണപിള്ളയും അടുത്ത ചങ്ങാതിമാരായിരുന്നു. ബാലസഹജമായ മുഷിച്ചിലും മാത്സര്യവും അവർക്കു തമ്മിൽ ഉണ്ടായിരുന്നു. എന്നാൽ പിന്നീട് അവർ തമ്മിലടുത്തു. രാഘവൻപിള്ളയുടെ ആത്മഹത്യ ചങ്ങമ്പുഴയ്ക്ക് ഒരു ആത്മീയദണ്ഡനമായിരുന്നു. ചങ്ങമ്പുഴ, രാഘവൻപിള്ളയുടെ മരണത്തിൽ ദുഃഖിച്ചതിനെപ്പറ്റി ധാരാളമായി എഴുതപ്പെട്ടിട്ടുണ്ട്. ഞാൻ അതിലേക്ക് പ്രവേശിക്കുന്നില്ല.

ആദർശലമ്പടൻ

രാഘവൻപിള്ള ഏകകാമിനീവ്രതനായിരുന്നു. തന്റെ സ്നേഹം മുഴുവൻ അദ്ദേഹം ഒരേ പാത്രത്തിൽ അർപ്പിച്ചു. തിരസ്കാരം രാഘവൻ പിള്ളയെ അസ്തവീര്യനാക്കി. മരണത്തിലൂടെ പിള്ള ദുഃഖമോചനം നേടി. പ്രണയവിഷയത്തിൽ, ചങ്ങമ്പുഴ ആശാന്റെ വീണപൂവിലെ വണ്ടിനെപ്പോലെ ആയിരുന്നു. ചങ്ങമ്പുഴ സ്ത്രീലമ്പടൻ ആണെന്ന് ആരെങ്കിലും എഴുതിയിട്ടുണ്ടോ, എനിക്കറിയില്ല. എന്നാൽ, അനേകർ അതു പറഞ്ഞിട്ടുണ്ട്, സ്ത്രീലമ്പടൻ ആയപോലെ, ചങ്ങമ്പുഴ ആദർശ

ലമ്പടനും ആയിരുന്നു. ലോകത്തിൽ, എവിടെയും, ഏതു കാലത്തും എന്തെങ്കിലും പുതുചിന്താസ്ഫുലിംഗങ്ങളുണ്ടായിട്ടുണ്ടെങ്കിൽ, അതിന്റെ മാറ്റൊലി ഉത്തരക്ഷണത്തിൽ ഇന്ത്യയിൽ ഉണ്ടാവുന്നതായി ലോക ചിന്തകനായ ഡോ. അമർത്യാസെൻ പറഞ്ഞിട്ടുണ്ട്. അതിൽ പുതുമയില്ല. ലോകത്തിൽ, എവിടെയെവിടെയും ഉരുവംകൊണ്ടിട്ടുള്ള മതങ്ങളെല്ലാം ഇന്ത്യയിൽ വന്നു വേരുറപ്പിച്ചിട്ടുണ്ടല്ലോ. ലോകമതങ്ങളുടെ ഒരു കാഴ്ച ബംഗ്ലാവാകുന്നു ഇന്ത്യ.

ചങ്ങമ്പുഴയിൽ ലോകസാഹിത്യകാരന്മാരൊക്കെ സ്വാധീനം ചെലുത്തി. അദ്ദേഹത്തോളം, ലോകസാഹിത്യകാരന്മാരെ വായിച്ചുൾക്കൊണ്ടിട്ടുള്ള മറ്റ് എഴുത്തുകാർ മലയാളത്തിലില്ല. ആ സംഗതിയിൽ ആദ്യവമ്പൻ കേസരി ബാലകൃഷ്ണപിള്ളയായിരുന്നു. ചങ്ങമ്പുഴ കേസരി ബാലകൃഷ്ണപിള്ളയെ മറികടന്നു, സാഹിത്യത്തിൽ പ്രകടിപ്പിച്ച ആദർശ ലമ്പടൻ ആയിരുന്നു. ആദർശലമ്പടൻ, ചങ്ങമ്പുഴയ്ക്ക് സ്വന്തം ട്രേഡ് മാർക്കിൽ യാതൊരാദർശവുമില്ലായിരുന്നു. എന്നാൽ, ചങ്ങമ്പുഴയോളം വിപ്ലവകവിതകൾ എഴുതിയിട്ടാരുള്ളൂ, മലയാളത്തിൽ?

വാഴക്കുല (1931), നവവർഷനാന്ദി (1934), കവിയുടെ പൂമാല (1941), ആ കൊടുങ്കാറ്റ് (1938), വിജയഗീതം (1941), ദാരിദ്ര്യത്തിന്റെ മുമ്പിൽ (1937), ജീവിതത്തിന്റെ നെടുവീർപ്പ് (1945) – ഈ കവിതകളൊക്കെ ചങ്ങമ്പുഴയുടെ 'രക്തപുഷ്പങ്ങൾ' എന്ന സമാഹാരത്തിലുള്ളതാണ്. 1937–ൽ ആണ് തൃശ്ശൂരിൽ 'ജീവത്സാഹിത്യസംഘം' രൂപീകരിച്ചത്. ചങ്ങമ്പുഴയ്ക്ക് വിപ്ലവ കവിതകൾ എഴുതാൻ ജീവത്സാഹിത്യസംഘത്തിനെ കാത്തിരിക്കേണ്ടായിരുന്നു. വിപ്ലവപ്രവണത ചങ്ങമ്പുഴയിൽ ഔൽപ്പത്തികമായിരുന്നു.

വള്ളിക്കെട്ടുകൾ

ചങ്ങമ്പുഴയിലൂടെ രണ്ടു സംഗതികൾ ഒന്നിച്ചാണുണ്ടായത്: ഒന്ന് 'ജീവൽസാഹിത്യം'; രണ്ട് 'റൊമാന്റിക് സാഹിത്യം'. രണ്ടാമത്തേതിനെപ്പറ്റി ആദ്യം പറയുന്നു; റൊമാന്റിസം എഴുത്തുകാരന്റെ സ്വാതന്ത്ര്യമാണ്. യാഥാസ്ഥിതികമായ എല്ലാ 'വള്ളിക്കെട്ടു'കളിൽ നിന്നും മോചനം; പാരമ്പരീണമായ വിശ്വാസങ്ങളിൽനിന്നും സാഹിത്യസങ്കേതങ്ങളിൽനിന്നും വിച്ഛേദം. എഴുത്തുകാരന്റെ ഇച്ഛയും ഭാവനയുമാണ് അടിസ്ഥാനനിയമം. ചങ്ങമ്പുഴ തുടങ്ങിയത് ബാലകവിതകൾ എഴുതിക്കൊണ്ടാണ്. ബാലൻ യൗവനത്തിലേക്കു കടക്കുന്നതോടെ അവന് ഒരു സ്വകാര്യലോകമുണ്ടാകുന്നു. ആ സ്വകാര്യലോകം മാതാപിതാക്കളിൽനിന്നും ഗുരുജനങ്ങളിൽനിന്നും സമപ്രായക്കാരിൽനിന്നും അകന്നുള്ളതാണ്. സ്വകാര്യ മോഹങ്ങൾ; പ്രണയങ്ങൾ; സ്വകാര്യലക്ഷ്യങ്ങൾ ബാലന് ഉണ്ടാകുന്നതോടെ അവൻ യുവാവാകുന്നു. യാതൊരു നിയമത്തെയും വിലവെയ്ക്കാൻ പിന്നീടവനു തോന്നുകയില്ല. ചങ്ങമ്പുഴയുടെ ആദ്യകവിതകൾ

ബാലചാപല്യജന്യമാണെന്ന വിമർശനമുണ്ടായിട്ടുണ്ട്. അതാണ് സ്വാതന്ത്ര്യം. അതാണ് റൊമാന്റിസിസം. ആശാനോടും വള്ളത്തോളിനോടുമൊപ്പം മലയാളകവിത റൊമാന്റിസിസമായി എന്നു പറയപ്പെട്ടു. എന്നാൽ, നിയോക്ലാസ്സിസിസത്തിൽനിന്ന് പൂർണ്ണവിച്ഛേദം അവരുടെ ആദ്യരചനകളിൽ ഇല്ലായിരുന്നു. നിയോക്ലാസ്സിസിസത്തിൽ നിന്നുള്ള പൂർണ്ണവിച്ഛേദം ചങ്ങമ്പുഴയുടെ ആദ്യരചനകളിൽ ഉണ്ടായിരുന്നു. ഝടുതിയിലുള്ള മാറ്റം പണ്ഡിതന്മാർക്ക് മനസ്സിലാക്കാനായില്ല; അവർക്കത് രുചിച്ചില്ല. പാണ്ഡിത്യം എത്രയധികമുണ്ടോ, യാഥാസ്ഥിതികത്വം അത്രയധികമായിരുന്നു അവരിൽ. 'രമണനി'ൽ യൂറോപ്യൻ 'പാസ്റ്ററൽ എലിജി'യുടെ സ്വാധീനമുണ്ടെന്ന പേരിൽ സഞ്ജയൻ (എം.ആർ. നായർ) ചങ്ങമ്പുഴയെ വിമർശനംകൊണ്ടു തൊലിയുരിച്ചു. അന്യസാഹിത്യങ്ങളിൽനിന്നും അന്യലോകങ്ങളിൽനിന്നും സാഹിത്യസങ്കേതങ്ങളും അനുഭവാന്തരങ്ങളും സാഹിത്യത്തിലേക്ക് കൊണ്ടുവന്നതിൽ പുതുമയുണ്ട്. ആ പുതുമയാണ് റൊമാന്റിസിസം. അസാമ്പ്രദായികമായിട്ടുള്ളതെന്തോ, അതാണ് റൊമാന്റിസിസം.

പഠിച്ചറിവ്

അസാമ്പ്രദായികം എന്നത് വിശദീകരിക്കപ്പെടേണ്ടതാണ്. ലോകസാഹിത്യത്തിൽ സ്വതന്ത്രചിന്തയുടെ ആദ്യപ്രതിനിധി റൂസ്സോ ആണ്. റൂസ്സോ പറഞ്ഞത്, 'പ്രകൃതിയിലേക്ക് മടങ്ങുക' എന്നാണ്. മനുഷ്യൻ ജന്മനാ നേർവഴിക്ക് ചിന്തിക്കുന്നവനാണ്. അവനെ ദുഷിപ്പിക്കുന്നത് ചീത്ത നിയമങ്ങളും ആചാരങ്ങളും ആകുന്നു. അതിലൊന്നും അവന്റെ ഇച്ഛ ഇല്ല. എല്ലാം അവന്റെമേൽ അടിച്ചേല്പിക്കുകയാണ്. പ്രകൃതി വിശുദ്ധയാണ്. മനുഷ്യൻ ഇടപെടുമ്പോൾ പ്രകൃതി മലീമസമാക്കപ്പെടുന്നു. സാഹിത്യവും മലീമസമാക്കപ്പെട്ടു, കാലങ്ങളിലൂടെ. ആദിമസാഹിത്യം സ്വച്ഛസുന്ദരമായിരുന്നു. അത് അകൃത്രിമമായിരുന്നു. കൃത്രിമം അതിൽ പിന്നീട് കടന്നുകൂടി. പാണ്ഡിത്യം അതിൽ ഒരു പങ്ക് വഹിച്ചു. പണ്ഡിതന്മാർ തമ്മിലുള്ള മാത്സര്യം സാഹിത്യത്തെപ്പറ്റിയുള്ള അബദ്ധധാരണകളിലേക്ക് വഴിതെളിച്ചു. ഇതിഹാസങ്ങൾ ആദ്യസാഹിത്യം. ഇതിഹാസങ്ങൾ പഠിച്ച് എഴുതാൻ തുടങ്ങി, പലർ. പഠിച്ചറിവ് സാഹിത്യത്തിലേക്ക് കുത്തിക്കയറ്റി. രാമായണവും മഹാഭാരതവും ഇലിയഡും സ്വച്ഛസ്വതന്ത്രരചനകളായിരുന്നു. അനന്തരകാലത്തുണ്ടായ സാഹിത്യത്തിന്റെ വലിയ അംശം ഇതിഹാസങ്ങളിൽനിന്നുള്ള പകർപ്പുകളായിരുന്നു. പ്രമേയങ്ങൾ ഇതിഹാസത്തിലുള്ളത്. പ്രമേയങ്ങളിന്മേൽ കെട്ടിക്കയറ്റിയ ആർഭാടങ്ങൾ പണ്ഡിതന്മാരുടെ വക.

സാഹിത്യനിർമ്മിതിക്ക് വലിയ പഠിപ്പ് ആവശ്യമില്ല. എന്ന് മലയാളത്തിലെ വലിയ എഴുത്തുകാർ വിളിച്ചുപറഞ്ഞിട്ടുണ്ട്. അവരുടെ കൃതികൾ

വായിച്ച പ്രതിഭാവാന്മാരായ തരുണജനങ്ങൾ സ്വകീയ മനോധർമ്മങ്ങൾ എഴുന്നള്ളിച്ചുകൊണ്ട് പുതിയ കൃതികൾ രചിച്ചു. കന്നിനിലത്തിലെ കൃഷിക്ക് രാസവളം വേണ്ട. എന്നാൽ, അതേ ഭൂമിയിൽ വീണ്ടും വീണ്ടും കൃഷി ചെയ്യുമ്പോൾ, കൃഷി മുതലാവണമെങ്കിൽ വളം ചേർക്കണം. 'ജൈവ വളം' അലഭ്യമാകുമ്പോൾ, രാസവളത്തെ കർഷകൻ ആശ്രയിക്കുന്നു. കൃഷിയിലെ ഈ വഴിക്കുതന്നെയാണ് സാഹിത്യത്തിൽ നിയോക്ലാസ്സിസിസം ആധിപത്യത്തിലെത്തിയത്. പ്രകൃതിയിലേക്ക് മടങ്ങുക എന്നു റൂസ്സോ പറഞ്ഞതിലെ ആശയം, ഇടക്കാലത്ത്, ഇത്തിക്കണ്ണിപോലെ, സാഹിത്യവൃക്ഷത്തിന്മേൽ പടർന്നുകയറിയ നിയോക്ലാസിസദുഷ്ടുകൾ ദുരീകരിക്കണമെന്നാണ്. സങ്കേതജഡിലമാണ് നിയോക്ലാസിസം. സങ്കേതപ്രവീണന്മാരാണ് സാഹിത്യരംഗം ഭരിച്ചത്. അവരെ കൂസാതിരിക്കുക. സ്വന്തം ഹൃദ്ഗതങ്ങളുടെ വഴിപിടിക്കുക. അങ്ങനെയുണ്ടാകുന്നതാണ് സാഹിത്യത്തിലെ റൊമാന്റിസിസം.

തുറന്നെഴുത്ത്

മലയാളകവിതയിൽ റൊമാന്റിസിസത്തിന്റെ പതാക പാറിച്ചവർ ഇടപ്പള്ളി യുവകവികളാണ്. അവർക്കുമുമ്പത്തെ കവികളെപ്പോലെ ആയിരുന്നില്ല അവരുടെ കവനാഭി രുചി, തുറന്നെഴുത്തായിരുന്നു, അവരുടെ കവനമാർഗ്ഗം. അവർ കവിതയിൽ പുതിയ മുദ്രകൾ അവതരിപ്പിച്ചു. ആ മുദ്രകൾ ജനങ്ങളെ ആകർഷിച്ചു. അവർക്ക് വായനക്കാരുണ്ടായി. അവർ വേഗംതന്നെ ജനകീയകവികളായി. രാഘവൻപിള്ള കവികർമ്മം പൂർത്തീകരിക്കാതെ പോയി. എന്നാൽ എഴുതിയേടത്തോളംകൊണ്ട് അദ്ദേഹം കവിതാപ്രണയികളുടെ ഹൃദയങ്ങളിൽ സ്ഥാനംപിടിച്ചു. രാഘവൻപിള്ളയുടെ ആത്മഹത്യ, ചങ്ങാതിയായ കൃഷ്ണപിള്ളയെ ദുഃഖവിവശനാക്കി. അദ്ദേഹം തന്റെ ദുഃഖം കവിതയിലേക്ക് പകർന്നു. പിന്നീട്, ചിന്തിച്ചുറപ്പിച്ച്, ഒരു നാടകീയ ഗാനകൃതിയായി, 'രമണൻ' രചിച്ചു. പ്രകൃതിവർണ്ണന പ്രധാനമായിരുന്നു അതിൽ. പ്രകൃതിവർണ്ണനാപരങ്ങളായ ഈരടികൾ പരക്കെ സാമാന്യജനങ്ങളുടെ ജിഹ്വാഞ്ചലങ്ങളിൽ സ്ഥാനം പിടിച്ചു.

രമണനിലെ കവിത സംഗീതസാന്ദ്രവുമായിരുന്നു. കവിതയിൽ വൃത്തത്തിന്റെ സ്ഥാനമുണ്ട്; വൃത്തത്തിലൂടെയാണ് കവിതയിൽ സംഗീതമാധുര്യമുണ്ടാകുന്നത്. മഹാകവി ടാഗോർ പറഞ്ഞത്, കവിതയിൽ വൃത്തം അനുപേക്ഷണീയം ആണെന്നാണ്. അദ്ദേഹം പറഞ്ഞത്, അപ്പത്തിൽ നെയ്യു കുറഞ്ഞാലും മധുരം ആ കുറവ് നികത്തും എന്നാണ്. കവിതയിൽ ഭാവനാവിലാസം കമ്മിയാണെങ്കിലും വൃത്തമാധുരി ആ കുറവ് നികത്തും.

രമണനിൽ ഉജ്ജ്വലതയുള്ള പ്രമേയമുണ്ടായിരുന്നു. പ്രകൃതിഭംഗിയുടെ ആകർഷണവും ഉണ്ടായിരുന്നു. ലളിതശാലീനമായിരുന്നു രചന.

ചങ്ങമ്പുഴയും രാഘവൻപിള്ളയും കവിതയിലേക്ക് കടക്കുന്ന കാലത്ത് മലയാളത്തിലെ കല, കഥകളി ആയിരുന്നു. സാഹിത്യം കിളിപ്പാട്ടായിരുന്നു. കവിഭാഷ മണിപ്രവാളമായിരുന്നു. കഥാപാത്രങ്ങളൊക്കെ അപൗരുഷേയപ്പിറപ്പുകൾ ആയിരുന്നു. കുഞ്ചൻനമ്പ്യാർ തുള്ളുന്നേടത്തേ ചില 'നായരും' 'പട്ടരും' മുഖം കാണിച്ചിരുന്നുള്ളൂ. ആശാനും വള്ളത്തോളും യഥാർത്ഥ മനുഷ്യക്കോലങ്ങളെ കൃതികളിൽ അണിനിരത്തിയില്ലെന്നില്ല; എന്നാൽ, അവരുടെ രചനകൾ പ്രായേണ ഗുരുകാവ്യ പാരമ്പര്യത്തിലുള്ളതായിരുന്നു. കാളിദാസീയശൈലിയായിരുന്നു മഹാകവികളുടെ ആദർശം. സാമാന്യമായ പഠിപ്പുള്ളവർക്കും ഒന്നും പഠിക്കാത്തവർക്കും കവിത്രയകാവ്യങ്ങൾ രസ്യമാനമായിരിക്കയില്ല. ആശാന്റെ ദുരവസ്ഥയിലെ ചരിത്രം കുറെ ആളുകൾ വായിച്ചു മനസ്സിലാക്കിയിട്ടുണ്ടാകും. വള്ളത്തോളിന്റെ ചില കഥാപാത്രങ്ങളെയും കണ്ടറിഞ്ഞിരിക്കുമവർ. എന്നാൽ, ജനസാമാന്യമൊന്നാകെ സാഹിത്യത്തിലേക്കാകർഷിക്കപ്പെട്ടത് ചങ്ങമ്പുഴയുടെ രമണൻ കാവ്യത്തിലൂടെയാണ്. പട്ടാളബാരക്കുകളിൽ രമണൻ ചെന്നെത്തി. കവി, ശോകപരാധീനനായപ്പോൾ, ആശ്വാസമായി കവിക്കു മണിഓർഡറുകൾ വന്നുകിട്ടി. ആസ്സാം കൂലിപ്പണിക്കാരും പട്ടാളക്കാരുമാണ് പണമയച്ചത്.

കാളിദാസൻ

ചങ്ങമ്പുഴ മനോഹരങ്ങളായ ലഘുകവിതകൾ എഴുതി. ഹേമന്തചന്ദ്രികയിലെ കവിതകൾ. ഗൗരവപ്പെട്ട കവിതകളും എഴുതി; സ്പന്ദിക്കുന്ന അസ്ഥിമാടം. പ്രണയപാരായണങ്ങളായ അനവധി കവിതകൾ എഴുതി. സങ്കല്പകാന്തി, ദേവഗീത ആദിയായവ. കാളിദാസനെപ്പറ്റി എഴുതാത്ത കവികൾ മലയാളത്തിലില്ല. എന്നാൽ, കാളിദാസനെപ്പറ്റി ഏറ്റവും ശ്ലാഘാമധുരമായ കവിത എഴുതിയത് ചങ്ങമ്പുഴയാണ്. കാളിദാസനിൽ നിന്ന് ഒരു ഖണ്ഡിക പകർത്തുന്നു:

"ലോകവും നാകവും കൂട്ടിയിണക്കി നീ
ശാകുന്തളത്തിൻ കനകശലാകയാൽ
മോഘമല്ലാത്ത സനാതനപ്രേമമാ-
മേഘത്തിനെക്കൊണ്ടെടുത്തുപാടിച്ചു നീ
നീയാരഘുവിനെക്കൊണ്ടു പറപ്പിച്ചു
നീതിധർമ്മങ്ങൾതൻ പൊൻകൊടിക്കൂറകൾ
ശാസ്ത്രക്കറുപ്പിൻ ലഹരിയിലാത്മീയ
മൂർച്ഛയിൽപ്പിച്ചുപുലമ്പട്ടെ പശ്ചിമം
വാടാത്ത വാരുറ്റ വെള്ളിനക്ഷത്രമേ
ഭാരതത്തിന്നുള്ളഭിമാനമാണുനീ"

പ്രതിഷേധം

സൗന്ദര്യപൂജ എന്ന കവിതയിൽ നിന്നൊരു ഭാഗം:

യുക്തിതൻ, ബുദ്ധിതൻ, വാസ്തവികത്വമ-
ല്ലുത്തേജിതമാം വികാരസത്യം
വസ്തുസ്ഥിതികൾ തന്നർത്ഥവലയത്തി-
ലെത്തിനിൽക്കാത്തൊരുച്ഛൃംഖലത്വം
ഉണ്ടതിൻ വ്യാപാരയാനത്തിലായതു-
കണ്ടിടാൻ കണ്ണുകൾ വേറെ വേണം
യുക്തിമണലാൽ കയറ് പിരിക്കുവാൻ
ബുദ്ധിവൻപാറ പിഴിഞ്ഞെടുക്കാൻ
വൈഭവഗർവ്വത്തിൽ യത്നിച്ചു യത്നിച്ചു
വയ്യെന്നൊടുവിൽ പകച്ചുനിൽക്കേ
ദൂരത്തധിക്ഷിപ്തമായ്മുഖം താഴ്ത്തി നി-
ന്നാരാൽ കരയും വികാരമെത്തി,
ഇല്ലായ്മയിങ്കൽ നിന്നായിരമായിരം
സ്വർല്ലോകരംഗങ്ങളാരചിപ്പൂ
എന്തിലും മീതെയാമങ്ങോട്ടുയരുവാൻ
ചിന്തകൾക്കൊക്കെച്ചിറകു വേണം

ചിതറിയ ചിന്തകൾ എന്ന കവിതയിൽ:

ഇല്ലില്ല ലോകമേ, നിന്നോടൊരിക്കലും
ചൊല്ലില്ല ഞാനൊരു നന്ദിപോലും
വേണെങ്കിലെന്നെ നീ മേലിലുമിങ്ങനെ
വേദനിപ്പിച്ചു രസിച്ചുകൊള്ളൂ!
എന്നിട്ടും പോരെങ്കിലെൻ ജീവരക്തത്താൽ
നിന്നന്തർദ്ദാഹം കെടുത്തുകൊള്ളൂ
എന്നാലുമില്ല ഞാൻ വന്നിടുകില്ല നിൻ
മുന്നിലൊരു വെറും ഭിക്ഷുവായി
നിന്നനുകമ്പയ്ക്കു കാണിക്കവെയ്ക്കുവാൻ
നിർമ്മിച്ച കൂപ്പുകൈമൊട്ടുമായി

തപ്തപ്രതിജ്ഞ എന്ന കവിതയിൽ പറയുന്നു:

ജീവിതം നൽകാൻ മടിക്കുന്നതൊക്കെയും
ജീവിച്ചു ജീവിതത്തോടു ഞാൻ വാങ്ങിടും
ആശാസുമങ്ങൾ കൊഴിഞ്ഞുവീഴുന്നു ക-
ണ്ടാശങ്ക വേണ്ടൊട്ടുമെന്നെയോർത്തോർത്തിനി.

അതേ കവിതയിലെ മറ്റൊരു ഭാഗം:

അച്ഛന്റെയിക്കൊച്ചുകായ്കനിത്തോപ്പിലെ
ചെറ്റക്കുടിൽ കൊണ്ടു സംതൃപ്തയാണു ഞാൻ
പങ്കയ്ക്കുകീഴിലെ ശൃംഗാരനിദ്രയിൽ
പങ്കെടുക്കാമെന്നു നിർലജ്ജവാഞ്ഛിതം
എന്നിൽക്കിളർന്നതല്ലപ്പൂമാനോടു ഞാ-
നന്യൂനരാഗമിയലുവാൻ കാരണം
മർത്യനെ മർത്യനെന്നോർത്തൊരു മർത്യനു
മജ്ജീവിതം ഹാ സമർപ്പണം ചെയ്തു ഞാൻ.

പ്രണയവിവശർ

പ്രണയം ഒരു അതിരുവിട്ട കളിയായിരുന്നു മലയാളകവിതയിലും ജീവിതത്തിലും. "പ്രണയപരവശേ!" എന്ന ലീലാകാവ്യത്തിലെ വിളി വിപ്ലവപരമായിരുന്നു. സന്ന്യാസമായിരുന്നു അന്നത്തെ ഫാഷൻ. പിന്നീട് ദേശീയപ്രസ്ഥാനം വന്നപ്പോൾ, മുറപ്പെണ്ണിനെ വിട്ട് സന്ന്യാസത്തെ വരിച്ചു, തരുണജനങ്ങൾ. നളിനി ദിവാകരന്റെ മുറപ്പെണ്ണായിരുന്നു. ദിവാകരൻ ചെറുപ്പത്തിലേ വൈരാഗ്യംവന്ന് മല കേറിപ്പോയി. നളിനി കാത്തിരുന്നു. അച്ഛനമ്മമാർ വിവാഹത്തിന് ഒരുക്കംകൂട്ടി. അന്യനൊരുത്തന് എന്നെ കൊടുക്കുന്നത് എന്റെ പട്ടടയൊരുക്കലാണെന്ന് രമണനിലെ ചന്ദ്രികയെപ്പോലെ നളിനി വാവിട്ട് പറഞ്ഞില്ല. അവൾ വീട്ടിൽനിന്നിറങ്ങിപ്പോയി. പ്രണയം ചന്ദ്രികാരമണന്മാരുടെ നാളിലും സമുദായമര്യാദയിൽ നിഷിദ്ധമായിരുന്നു. പ്രഭുകുമാരി ആട്ടിടയനെ വരിക്കുകയോ? കാരണങ്ങൾ പലതുണ്ടാവാം. ഒടുവിൽ, ചന്ദ്രിക രമണനെ വിട്ട് ദാമ്പത്യമാർഗ്ഗത്തിൽ ചരിക്കാൻ സന്നദ്ധയായി.

ചങ്ങമ്പുഴയുടെ കവിതകളിൽ സാമാന്യമായി കാണുന്നത് പ്രണയാവേശമാണ്. പ്രണയത്തെ ആസ്പദിച്ച് അനേകം കൃതികൾ രചിക്കപ്പെട്ടു. പുതിയ എഴുത്തുകാർക്ക് അതുമാത്രമായിരുന്നു എഴുതാനുള്ള പ്രമേയം. ചങ്ങമ്പുഴയുടെ കാവ്യകേളികളിലധികം പ്രണയാസ്പദമായിട്ടുള്ളതായിരുന്നു. ഹേമന്തചന്ദ്രികയെപ്പറ്റി പറഞ്ഞു. സങ്കല്പകാന്തി, സ്വരരാഗസുധ, മോഹിനി, ദേവയാനി ആദിയായ കൃതികളിലൊക്കെ പ്രണയം പ്രഥമസ്ഥാനീയമായിരുന്നു.

പ്രതികാരവാഞ്ഛ

വ്യത്യസ്തതയെന്നു പറയാവുന്നത് രക്തപുഷ്പങ്ങൾ ആണ്. അതിവിപ്ലവപരമായ വാഴക്കുല എന്ന കവിത രക്തപുഷ്പങ്ങളിലാണുള്ളത്. വാഴക്കുലയിലെ കഥ ഞാൻ സംഗ്രഹിക്കുന്നില്ല. അതിനെ ചീറുന്ന വരികൾ ഉദ്ധരിക്കാം:

അഴിമതിയക്രമ,മത്യന്ത രൂക്ഷമാ-
മപരാധം നിശിതമാമശനിപാതം
കളവെന്തെന്നറിയാത്ത പാവങ്ങൾ പൈതങ്ങൾ
കനിവറ്റലോകം, കപടലോകം
നിസ്വാർത്ഥസേവനം നിർദ്ദയമർദ്ദനം
നിസ്സഹായത്വം, ഹാ, നിത്യദുഃഖം
നിഹത നിരാശാ തിമിരം ഭയങ്കരം
നിരുപാധികോഗ്രനിയമഭാരം
ഇതിനൊക്കെ പ്രതികാരം ചെയ്യാതടങ്ങുമോ
പതിതരേ നിങ്ങൾതൻ പിൻമുറക്കാർ?

പ്രതികാരകർമ്മം പിന്മുറക്കാർക്കായി നീട്ടിവെച്ചത് വിപ്ലവവീര്യത്തിന് ഊനമായി എന്ന് വിചാരിച്ചവരുണ്ട്. അത് ഒരു ചർച്ചാവിഷയമായിരുന്നു.

പണമുള്ളോർ നിർമ്മിച്ച നീതിക്കിതിലൊന്നും
പറയുവാനില്ലേ? - ഞാൻ പിൻവലിച്ചു

എന്ന ഈരടിയും വിവാദത്തിന്റെ തീയിൽ എണ്ണ പകർന്നു. ഉടൻ വേണം വിപ്ലവമെന്നായിരുന്നു വാദം. അത് നടപ്പുള്ളതോ? "പണമുള്ളോർ നിർമ്മിച്ച നീതിക്കിതിലൊന്നും പറയുവാനില്ലേ?" എന്ന മൂരത്ത ആ ചോദ്യം കവി ചോദിച്ചു. "ഞാൻ പിൻവലിച്ചു' എന്ന് പറഞ്ഞത് ഒരു കവന മര്യാദയാണ്. കവി അങ്ങനെ പറഞ്ഞതുകൊണ്ട്, വാഴക്കുലയിലെ വിപ്ലവ വീര്യം ചോർന്നുപോയി എന്നു വിചാരിക്കാവതല്ല.

അതുപറഞ്ഞ് കവിയെ പ്രതിക്കൂട്ടിൽ കയറ്റിയവർ, വള്ളത്തോളിന്റെ 'മാപ്പ്' എന്ന പ്രസിദ്ധകൃതിയിലെ:

"പാവങ്ങൾ ചത്തിടുകിലെന്തു, പിറക്കിലെന്തെൻ
പാഴ്‌വാക്കതിന്നരുൾക മാപ്പ് മനീഷിമാരേ"

എന്ന ക്ഷമാപണം കണ്ടതായി ഭാവിച്ചില്ല.

ഖണ്ഡനങ്ങൾ

ഇത് ആളെ നോക്കി അഭിപ്രായം പറയുന്നതിന്റെ മാതൃകയാണ്. 1947-49 കാലത്ത് ഇടതുപക്ഷത്തിന്റെ വിമർശന ആവേശം മൂർദ്ധന്യത്തിലായിരുന്നു. കമ്യൂണിസ്റ്റുകാർ സന്ന്യാസിമാരാണോ? എന്തുകൊണ്ടാണവർ പ്രണയത്തിനെതിരായി കണ്ഠക്ഷോഭം ചെയ്തത്? ചങ്ങമ്പുഴയോട് വാഴക്കുലയുടെ പേരിൽ കൃതജ്ഞരായിരിക്കേണ്ട കമ്യൂണിസ്റ്റുകാർ കവിയുടെ കടുത്ത വിമർശകരായി. ചങ്ങമ്പുഴ പ്രണയകവി ആയതാണ് അതിനു കാരണം. ചങ്ങമ്പുഴയോട് എതിർപ്പുണ്ടാകാൻ വേറെയും കാരണങ്ങൾ ഉണ്ടായിരുന്നു. 1945-ൽ കോട്ടയത്ത് നടന്ന പുരോഗമന

സാഹിത്യസംഘടനയുടെ സമ്മേളനങ്ങളിലൊന്നിൽ ചങ്ങമ്പുഴ അദ്ധ്യക്ഷനായിരുന്നു. തന്റെ അദ്ധ്യക്ഷപ്രസംഗം കവി അച്ചടിച്ചു കൊണ്ടുവന്ന് വിതരണം ചെയ്തു. ആ പ്രസംഗത്തിൽ, ചങ്ങമ്പുഴ പലവക 'ഖണ്ഡനങ്ങൾ' അവതരിപ്പിച്ചിരുന്നു. കൂട്ടത്തിൽ, വള്ളത്തോളിനെയും ജി. ശങ്കരക്കുറുപ്പിനെയും വിമർശിക്കുകയുണ്ടായി.

ഈ വിമർശനം കമ്യൂണിസ്റ്റുകാർക്ക് രസിച്ചില്ല. കോട്ടയം സമ്മേളനത്തിനു ശേഷം, ചങ്ങമ്പുഴയുടെ അച്ചടിച്ചുകിട്ടിയ പ്രസംഗത്തെ മുൻനിർത്തി ഒരു വലിയ ആക്രമണം ചങ്ങമ്പുഴയ്ക്കെതിരായി ഉണ്ടായി. കമ്യൂണിസ്റ്റ്പക്ഷത്ത്, കമ്യൂണിസ്റ്റ്പക്ഷത്തെ സാഹിത്യാധികാരിയായി അറിയപ്പെട്ടിട്ടുള്ള എം.എസ്. ദേവദാസാണ് ചങ്ങമ്പുഴയ്ക്കെതിരായ ഖണ്ഡനവിമർശം എഴുതി പ്രസിദ്ധീകരിച്ചത്. അത് ദേവദാസിന്റെ വ്യക്തിഗതമായ താത്പര്യപ്രകാരമുള്ള വിമർശനമായിരുന്നു എന്നു വിചാരിക്കാൻ പാടില്ല. നയകാര്യങ്ങൾ പാർട്ടിയുടെ കൂട്ടായ ചിന്തയ്ക്കു ശേഷമാണ് നിശ്ചയിക്കുക പതിവ്.

ദേവദാസിന്റെ ചങ്ങമ്പുഴഖണ്ഡനം, അദ്ദേഹത്തിന്റെ, കേരള സാഹിത്യ അക്കാദമി പ്രസിദ്ധീകരിച്ച 'തിരഞ്ഞെടുത്ത പ്രബന്ധങ്ങൾ' എന്ന പുസ്തകത്തിൽ ഉണ്ട്. ആ പ്രബന്ധത്തിലെ കണ്ണായ ഭാഗം ഞാൻ താഴെ ചേർക്കുന്നു:

"ദേശീയപ്രസ്ഥാനത്തിനുവേണ്ടി ഒരിക്കലും തന്റെ സിദ്ധികളെ വിനിയോഗിക്കാത്ത കവി; ഒരു ചുക്കും ചെയ്യാത്ത മനുഷ്യൻ; നാടൊട്ടുക്കു പരന്ന മനുഷ്യരുടെയും, പോരാ, തിര്യക്കുകളുടെയും കൂടി ഏറ്റവും പ്രാഥമികമായ ഒരു വികാരത്തെ വൃത്തത്തിലാക്കി വിതറുകയും വിറ്റു പണമുണ്ടാക്കുകയുമല്ലാതെ മറ്റെന്താണ് മഹാകവി ചങ്ങമ്പുഴ ഇതുവരെ ചെയ്തിട്ടുള്ളത്?" (എം.എസ്. ദേവദാസ്, തെരഞ്ഞെടുത്ത പ്രബന്ധങ്ങൾ, പുറം 223, 24).

ദേവദാസിന്റെ പ്രബന്ധം തുടരുന്നു:

"ചന്ദ്രോത്സവത്തിലും മറ്റും വിങ്ങിവഴിയുന്ന വഷളത്തങ്ങളുടെ പരിഷ്കരിച്ച പതിപ്പുകൾ ഒരു സ്വിൻബോണോ, നെഹവ്മാൻസോ ഛർദ്ദിച്ചാൽ അത് ചങ്ങമ്പുഴയ്ക്കാസ്വാദ്യമാകുന്നത് എന്തു കൈവിഷത്തിന്റെ മിടുക്കുകൊണ്ടാണെന്നറിയില്ല."

അതേ പ്രബന്ധത്തിലെ മറ്റൊരു ഖണ്ഡിക കൂടി വായിക്കുക:

"ക്രിസ്ത്വബ്ദം 1945 ആണിത്. രക്തപതാകയാണ് ബർളിനിൽ പറക്കുന്നത്. സോഷ്യലിസ്റ്റുകാരും കമ്യൂണിസ്റ്റുകാരുമാണിന്ന് ഫ്രാൻസ് മുതൽ ബൾഗേറിയ വരെയുള്ള ഭരണകൂടങ്ങളിലുള്ളത്. ആയുധമേന്തിയ ജനസാമാന്യങ്ങളാണിന്നത്തെ യുറോപ്യൻ ഭരണാധികാരികൾ" (പുറം 224, 25).

കമ്മ്യൂണിസ്റ്റ് ഊറ്റം

1945-ാം വർഷം; ഒരു കമ്യൂണിസ്റ്റുകാരന് ഊറ്റം കൊള്ളാൻ അർഹത ഉണ്ടായിരുന്നു. യൂറോപ്പാകെ കമ്യൂണിസ്റ്റധികാരത്തിൻ കീഴിലായിരുന്നു. മഹായുദ്ധം ജയിച്ച സോവിയറ്റ് യൂണിയൻ; 'ജനകീയജനാധിപത്യം' എന്നു വിളിക്കപ്പെട്ട എട്ടുപത്ത് സോഷ്യലിസ്റ്റ് രാജ്യങ്ങൾ, ഫ്രാൻസിലും ഇറ്റലിയിലും കമ്യൂണിസ്റ്റുകാർക്ക് അധികാരപങ്കാളിത്തമുണ്ടായിരുന്നു. ചൈനയിൽ കമ്യൂണിസ്റ്റ്പട യാങ്സിയോടടുക്കുകയായിരുന്നു. അമേരിക്ക കിടിലം കൊണ്ടിരുന്ന നാളുകൾ. ഒരൊറ്റ നീക്കംകൊണ്ട് അമേരിക്കയേയും ബ്രിട്ടനേയും കീഴ്പ്പെടുത്തി കമ്യൂണിസം ലോകാധിപത്യം സ്ഥാപിതമാക്കിയേക്കുമെന്നു കരുതപ്പെട്ടു. ആ ചിന്തയിൽ അമേരിക്ക അസ്വസ്ഥമായിരുന്നു പോൽ.

കോട്ടയം പുരോഗമന സാഹിത്യസമ്മേളനത്തിൽ, കേരളത്തിലെ അറിയപ്പെടുന്ന സാഹിത്യകാരന്മാരിൽ അധികംപേരും പങ്കെടുത്തിരുന്നു. 1944-ൽ ഷൊർണ്ണൂരിൽ അധീരമായി, എം.പി. പോളിന്റെ പ്രശസ്തിയുടെ തണലിൽ, രൂപംകൊടുത്ത പ്രസ്ഥാനം, കോട്ടയത്ത് ആശിച്ചതിലധികമായ വിജയം നേടിയതായി കണ്ടു. സമ്മേളന വിജയം കമ്യൂണിസ്റ്റുകാരെ അന്ധാളിപ്പിച്ചു. 1937-ൽ തൃശൂരിൽ തുടങ്ങിയ 'ജീവത്സാഹിത്യസംഘം' പാർട്ടിക്കടങ്ങി നിൽക്കുന്നതായിരുന്നു. കോൺഗ്രസ് സോഷ്യലിസ്റ്റ് പാർട്ടിയുടെ വിലാസത്തിൻകീഴിൽ കമ്യൂണിസ്റ്റുകാരാണ് അത് വിളിച്ചുകൂട്ടിയത്. പ്രമുഖ സാഹിത്യകാരന്മാർ തൃശൂരിൽ എത്തിച്ചേർന്നില്ല.

1944 വരെ ജീവൽസാഹിത്യത്തെ കൊണ്ടുനടന്നത് കമ്യൂണിസ്റ്റുകാരായിരുന്നു. ഇ.എം.എസ്. നമ്പൂതിരിപ്പാടും സ. കെ. ദാമോദരനുമായിരുന്നു അതിന്റെ മുഖ്യവക്താക്കൾ. കോട്ടയം സമ്മേളനത്തോടെ, പാർട്ടിയുടെ വരുതിക്കു പുറത്തുകടന്നു സംഘടന എന്ന് കമ്യൂണിസ്റ്റുകാർക്ക് മനസ്സിലായി. ആ ചായ്വിന് ഒരു തടസ്സംവയ്ക്കാനായിട്ടാണ്, പുതുതായി പുരോഗമന സാഹിത്യസംഘടനയുടെ വേദിയെ അലങ്കരിച്ച ചങ്ങമ്പുഴയ്ക്കെതിരായി കടുത്ത വിമർശനം അവർ തുടങ്ങിവെച്ചത്.

ചങ്ങമ്പുഴയോടുള്ള കമ്യൂണിസ്റ്റരിശത്തിന്റെ ഒരു കാരണം, പുരോഗമനസാഹിത്യത്തിന്റെ മറവിൽ കമ്യൂണിസ്റ്റുകാർ ഗോപ്യമായി സൂക്ഷിച്ചുപോന്ന പാർട്ടിതാത്പര്യത്തെ അദ്ദേഹം മുഖംമൂടി അഴിച്ചുമാറ്റി പരസ്യമാക്കിയതാണെന്ന് ഞാൻ വിചാരിക്കുന്നു. വിമർശനവിഷയമായ കോട്ടയം പ്രസംഗത്തിൽ ചങ്ങമ്പുഴ പറഞ്ഞു:

"പുരോഗമനസാഹിത്യം കമ്യൂണിസ്റ്റ് കക്ഷിയുടെ സിദ്ധാന്തങ്ങളെ പ്രചരിപ്പിക്കാനുള്ള ഒരു പ്രസ്ഥാനാഭാസമാണെന്ന് പലരും പരിഹാസപൂർവ്വം പറയുന്നതായി ഞാൻ കേട്ടിട്ടുണ്ട്. അതിനെ ഈ പ്രസ്ഥാനക്കാരിൽ ചിലർ ആവേശപൂർവ്വം എതിർക്കുന്നതും എനിക്ക് അനുഭവപ്പെട്ടിട്ടുണ്ട്. പക്ഷേ, അവിടെയാണ് ഈ പ്രസ്ഥാനത്തെ സംബന്ധിച്ചിടത്തോളം

ഒന്നാമത്തെ കുഴപ്പം. കമ്മ്യൂണിസ്റ്റ് സിദ്ധാന്തങ്ങളെ പ്രചരിപ്പിക്കാൻ തന്നെയാണ് പുരോഗമനസാഹിത്യമെന്ന് വിചാരിക്കുക. അതുകൊണ്ടെന്താണ് ദോഷം? എന്താണതിനൊരു കുറവ്? നിങ്ങൾ ഉറച്ച ശബ്ദത്തിൽ വിളിച്ചു പറയുക: 'അതേ, പുരോഗമനസാഹിത്യം കമ്മ്യൂണിസ്റ്റ് സിദ്ധാന്തങ്ങളുടെ കളരിയാണ്' എന്ന്. അഭിമാനപൂർവ്വം നിങ്ങൾ ആ സിദ്ധാന്തങ്ങളെ പ്രചരിപ്പിക്കുന്ന സാഹിത്യത്തെ ആശ്ലേഷിക്കുക, ആശീർവദിക്കുക" (സാഹിത്യചിന്തകൾ, ചങ്ങമ്പുഴ, പുറം 22).

രക്തപുഷ്പങ്ങൾ

ചങ്ങമ്പുഴ ഇപ്പറഞ്ഞതിനെ സാധൂകരിക്കുന്ന കവിതകൾ എഴുതി. വാഴക്കുലയെപ്പറ്റി മുകളിൽ പറഞ്ഞു. അതിന്റെ രചന 1113 കന്നിയിലാണ്. 'കൊടുങ്കാറ്റ് കഴിഞ്ഞ്' എന്ന കവിത രചന 1112 മകരത്തിൽ. 'നവ വർഷനാന്ദി' – 1109 ചിങ്ങം. 'തീപ്പൊരി' – 1107 ഇടവം. ഇവ ഉൾപ്പെടുന്ന 'രക്തപുഷ്പങ്ങൾ' എന്ന കവിതാസമാഹാരം കമ്യൂണിസ്റ്റുകാർക്ക് വളരെ ഇഷ്ടപ്പെട്ടതായിരുന്നു. പുസ്തകത്തിന്റെ പ്രസിദ്ധീകരണം 1942ൽ.

'നവവർഷനാന്ദി'യിലെ ഒരു ഖണ്ഡിക ഉദ്ധരിക്കുന്നു.

"ഈശ്വരൻ – നിരർത്ഥമാമപ്പദം പറഞ്ഞിനി–
ശ്ശാശ്വതമാക്കാനാകാ ഞങ്ങൾതന്നടിമത്തം
ശിലയെപ്പൂജിക്കാനു,മീശ്വരന്നിടയ്ക്കിടെ–
ച്ചിലകൈക്കൂലിയേകി നിർവ്വാണം പിടുങ്ങാനും
ലോകത്തിൽ പുരോഹിതൻ വിലയ്ക്കു വിറ്റീടുന്ന
നാകലോകത്തേക്കുള്ള 'പാസ്പോർട്ട്' നേടീടാനും
ഭാവിച്ചിട്ടില്ല ഞങ്ങൾ, പാവനസ്വാതന്ത്ര്യത്തിൻ
ഭാസുരപ്രഭാതം വന്നണഞ്ഞാൽ പോരും വേഗം
തകരും കിരീടത്തിൻ ശകലങ്ങളെക്കൊണ്ടു–
നികരാൻ വൈകീ കാലം, പാരതന്ത്ര്യത്തിൻ ഗർത്തം.

'ദാരിദ്ര്യത്തിന്റെ മുമ്പിൽ' എന്ന കവിതയിൽ നിന്ന്:

ഉച്ചവെയിലിൽ പരന്ന നെൽപ്പാടങ്ങൾ
പച്ചപിടിപ്പിച്ചു നിൻ നവയൗവനം
നിത്യപ്രയത്നഫലങ്ങളാലന്യർതൻ
പത്തായമെല്ലാം നിറച്ചു നിൻ യൗവനം
അന്യനു വെൺമണിമാളിക കെട്ടുവാൻ
നിന്നസ്ഥികൂടം വിരിച്ചുനിൻ യൗവനം
എന്നിട്ടുമിന്നോ? പഴകിയ പാദുക–
മെന്നമട്ടയ്യോ, പരിത്യക്തനല്ലി നീ

ജീവരക്തംവറ്റി നിസ്തേജമായിത്തീർന്ന
കേവലം പട്ടിണിപ്പാവയല്ലല്ലി നീ
നീതി കണ്ടിട്ടില്ലേ ജഗത്തിന്റെ-നോക്കണേ?
നീതന്നെ,യിന്നു,നിനക്കൊരു ഭാരമായ്
അങ്ങോട്ടുനോക്കുകപ്പൂമണിമേടയിൽ
സ്വർണ്ണമഞ്ചത്തിലക്കാണുന്നതാരെ നീ?
ആലസ്യപുഷ്പനികുഞ്ജത്തി,ലുന്മാദ-
ശ്രീലാനുഭൂതി നുകരുവോനാരവാൻ?

ഭയകാരണം

ചങ്ങമ്പുഴ വിപ്ലവകവിതകൾ എഴുതുക മാത്രമല്ല, സാഹിത്യവിപ്ലവത്തിനു വഴിമരുന്നിടുകയും ചെയ്തു. ബാലകൃഷ്ണപിള്ള നമ്മുടെ സാഹിത്യം 'തേവർ വാഴ്ത്തിസ്സാഹിത്യ'മാണെന്നു പറഞ്ഞു. 'വൃദ്ധപൂജ'യും 'സംസ്കൃതപൂജ'യും നമ്മുടെ പരാധീനതകളായി അദ്ദേഹം കണ്ടെത്തി. അദ്ദേഹം പാശ്ചാത്യസാഹിത്യലോകത്തിലേക്ക് കടന്നുപറ്റാൻ വഴികൾ തുറന്നിട്ടു. ബാലകൃഷ്ണപിള്ള ആ ചെയ്തതിനെ മുന്നോട്ടു കൊണ്ടുപോയി, ചങ്ങമ്പുഴ. കോട്ടയം പ്രസംഗത്തിൽ അദ്ദേഹം അതിനെപ്പറ്റി പറഞ്ഞു. 'സങ്കല്പകാന്തി'യെന്ന കവിതാസമാഹാരത്തിന്റെ മുഖവുരയിൽ അതേ പ്രമേയം അദ്ദേഹം അവതരിപ്പിച്ചു. എന്നാൽ, അതിനെ ഒരു പൂർണ്ണചിന്തനരേഖയാക്കി മാറ്റിയത് 'സുധാംഗദ' എന്ന കാവ്യത്തിന്റെ ആമുഖപ്രബന്ധത്തിലാണ്.

പുരോഗമനത്തിന്റെ വക്താക്കളായി സാഹിത്യത്തിൽ സ്ഥാനംപിടിക്കാൻ ശ്രമിച്ച കമ്മ്യൂണിസ്റ്റുകാർക്ക് എടുത്തുകാട്ടാൻ മാതൃകകൾ ഇല്ലായിരുന്നു. മാക്സിംഗോർക്കിയും ലൂയിഅരഗണുമായാൽ അവരുടെ വിശ്വസാഹിത്യമായി. സാഹിത്യലോകത്തിൽ അനേകം പ്രസ്ഥാനങ്ങളും പ്രവണതകളും ഉണ്ടായിരുന്നു. എന്നാൽ, സോവിയറ്റ് വില്പനമുദ്രയില്ലാത്തതൊന്നും കമ്മ്യൂണിസ്റ്റുകാർക്ക് അംഗീകാര്യമായിരുന്നില്ല.

കമ്മ്യൂണിസ്റ്റുകാർക്ക് സാഹിത്യപാഠങ്ങൾ പറഞ്ഞു കൊടുത്ത ഒരു സാഹിത്യചിന്തകൻ ഫ്രഞ്ചുകമ്മ്യൂണിസ്റ്റ് നേതാവ് മോറിതോറെ ആയിരുന്നു. ഫ്രഞ്ച് കമ്മ്യൂണിസ്റ്റ് പാർട്ടി സാഹിത്യത്തെപ്പറ്റി പാസ്സാക്കിയ ഒരു പ്രമേയം തോറെയുടെ പേരിൽ പാർട്ടി പ്രസിദ്ധീകരിച്ചിരുന്നു. ചങ്ങമ്പുഴ തുറന്നുവച്ച ചിന്തയുടെ വാതിലിലൂടെ അനേകം വിശ്വസാഹിത്യകാരന്മാർ നമ്മുടെ സാഹിത്യത്തിലേക്കും സാഹിത്യകാരന്മാരുടെ ആലോചനകളിലേക്കും കടന്നുവരുമെന്ന് കമ്മ്യൂണിസ്റ്റുകാർ ഭയപ്പെട്ടു.

ചങ്ങമ്പുഴയെപ്പറ്റിയുള്ള വിചിന്തനത്തിൽ അദ്ദേഹത്തിന്റെ രണ്ടു കൃതികളെ ഒഴിവാക്കാനാവില്ല. ഒന്ന്, 'യവനിക'. രണ്ട്, 'പാടുന്ന പിശാച്'

പ്രതിഭാശാലിയെ അവഗണനയിൽ തളച്ചിട്ട് നശിക്കാൻ വിട്ടതിന്റെ കഥ യാണ് യവനിക.

എത്രകാലം തപസ്സുചെയ്താലാ-

ണെത്തിടുവതൊരിക്കലിശ്ശബ്ദം

എന്ന് ഗായകർ വാഴ്ത്തപ്പെട്ടു. എന്നാൽ, അതിന്നനുസൃതമായ പ്രവൃത്തിയൊന്നും ഉണ്ടായില്ല. കവിത്വം നിരാശതയുടെ അഗ്നിയിൽ ചാമ്പലായി. തന്നോട് രാജ്യം പുലർത്തിയിരുന്ന അവഗണന ചങ്ങമ്പുഴയെ ദണ്ഡിച്ചിരുന്നു. ടാഗോറിന്റെ കൃതിയെ ഉപജീവിച്ചാണ് ചങ്ങമ്പുഴ 'യവ നികാകാവ്യം' രചിച്ചത്. പരാശ്രയം വേണ്ടാത്ത പ്രതിഭാശാലിയാണല്ലോ ചങ്ങമ്പുഴ. ടാഗോറിന്റെ നിശ്ചിതകൃതിയെ അവലംബമാക്കി 'യവനിക' രചിച്ചത്, അത് തന്റെ അനുഭവയാഥാർത്ഥ്യം ചിത്രീകരിക്കാൻ ഉതകും എന്ന് കണ്ടതിനാലാകണം.

പാടുന്ന പിശാച്

'പാടുന്ന പിശാച്' എന്ന കൃതി ഒരു കണക്കു തീർക്കൽ ആയിട്ടാണ് ചങ്ങമ്പുഴ രചിച്ചത് എന്നു ഞാൻ വിചാരിക്കുന്നു. തന്റെ അനുഭവങ്ങളി ലൂടെ താൻ കണ്ടറിഞ്ഞ ലോകമാണ് 'പാടുന്ന പിശാചി'ൽ ഉള്ളത്.

"വീട്ടിലില്ലാനന്ദം നാട്ടിലില്ലാനന്ദം
വീർപ്പുമുട്ടിടുന്നിതെൻ ഹൃദയം
എല്ലാരുമെന്നെ വെറുക്കുന്നു ഞാനുമി-
ന്നെല്ലാറ്റിനെയും വെറുത്തിടുന്നു.
ഞാനും പഠിച്ചു നയങ്ങൾ കപടങ്ങൾ
ഞാനും പഠിച്ചു കൊലച്ചതികൾ
സത്യം വിളിച്ചുപറഞ്ഞാലീലോകത്തിൽ
ശത്രുക്കൾ മാത്രമേ ബാക്കിയാവൂ.

പാടുന്ന പിശാചിന്റെ ആദ്യഭാഗത്തെ ഈരടികൾ ആണുദ്ധരിച്ചത്. പാടുന്ന പിശാചിൽനിന്നു തിരഞ്ഞുപിടി ച്ച് ഒന്നും ഉദ്ധരിക്കാനാവില്ല. ഉദ്ധ രിക്കാൻ മുതിർന്നാൽ, മുഴുവൻ കാവ്യവും ഉദ്ധരിക്കേണ്ടതായി വരും. വിലപ്പെട്ട പാഠങ്ങളാണ് അതിന്റെ ഓരോ ഈരടിയിലുമുള്ളത്.

ചങ്ങമ്പുഴയുടെ ഈ പ്രൗഢകാവ്യം വേണ്ടതിൻവണ്ണം പഠിക്കപ്പെടു കയോ വിമർശിക്കപ്പെടുകയോ ഉണ്ടായില്ല. ചങ്ങമ്പുഴ 1948 ജൂൺ 17-ാം തിയ്യതി മരിച്ചു. 1949-ലാണ് പാടുന്ന പിശാച് പുസ്തകമായിറങ്ങിയത്. പുസ്തകത്തിൽ ചേർത്തിട്ടുള്ള കുറിപ്പിൽ പറയുന്നു:

"ഞാൻ ഈ കവിതയെഴുതിയത് നിയമപഠനത്തിനായി മദിരാശി യിൽ താമസിക്കുന്ന കാലത്താണ്... ചില കാരണങ്ങളാൽ ഞാൻ ഒട്ടേറെ

മനഃക്ലേശം അനുഭവിച്ചിരുന്ന ഒരു സന്ദർഭത്തിലാണ് ഏതാണ്ട് ആത്മ കഥാരൂപമായ ഈ കൃതി എഴുതിയത്. ഇതിൽ ഞാൻ ആക്രമിച്ചിട്ടുള്ള വ്യക്തികളോടു വ്യക്തിപരമായി യാതൊരു വിദ്വേഷവും എനിക്കില്ലതന്നെ. ഈ കൃതിയിൽ അക്കാലത്തെ എന്റെ മനോവ്യാപാരങ്ങൾ അതേപടി കാണാവുന്നതാണ്. - അജിതാനിലയം, കാനാട്ടുകര, തൃശൂർ - 25-6 -1121"

ചങ്ങമ്പുഴയുടെ എല്ലാ കൃതികളേക്കാളുമധികം അസ്ഥിബലമുള്ള താണ് 'പാടുന്ന പിശാച്'. കാലങ്ങളിലൂടെയുള്ള എല്ലാ പരീക്ഷണങ്ങ ളെയും അതിവർത്തിച്ച് സഹൃദയമനോരഞ്ജകമായി അത് നിലനിൽക്കും, ഞാൻ വിചാരിക്കുന്നു. ■

എൻ.വി. കൃഷ്ണവാരിയരുടെ കൃതികൾ
വെല്ലുവിളികളുടെ കവി

ബിയ്ക്ക് ഒരു കത്ത്

അപരോക്ഷതയാണ് കവിതയിൽ എൻ.വി കൃഷ്ണവാരിയരുടെ മുദ്ര. വളച്ചുകെട്ടില്ലാതെ. അദ്ദേഹം കാര്യം പറയുന്നു. എൻ.വി., കവിതയിൽ 'മറുഭാഷ' ഉപയോഗിക്കാറില്ല. എന്തും പറയാം. എന്നാൽ, തടിക്കു തട്ടരുത്. തന്റെ തടിക്ക് ഒട്ടും പാടില്ല, പരുക്കു തട്ടുക. ഇതാണ് നടപ്പുരീതി. കൃഷ്ണ വാരിയരുടെ രീതി കാണുക: –

ഉണർന്നെണീക്കുക തൊഴിലാളികളേ, കൃഷീവലന്മാരേ,
ഉണർന്നെണീക്കുക, ഇന്ത്യക്കാരായ സ്ത്രീപുരുഷന്മാരേ!

ഗദ്യം തെളിവെള്ളം പോലെ നിർമ്മലമാകണം എന്നുപറയാറുണ്ട്. Limpid water എന്നാണ് അതിനെപ്പറ്റി ഗ്രന്ഥത്തിൽ പറഞ്ഞിട്ടുള്ളത്. പദ്യം, ഗദ്യം പോലെ സരളവും അവ ക്രമവുമാകണം. കൃഷ്ണവാരിയർ ഗാന്ധിജിയെപ്പറ്റി എഴുതുന്നത് നോക്കുക:

അങ്ങയെച്ചിന്തിക്കവേ നൈരാശ്യം ചുഴന്നാലും
ഞങ്ങളിൽ നവാശതന്നങ്കുരം സ്പന്ദിക്കുന്നു.

ജവഹർലാൽ നെഹ്റുവിനെ മുൻനിർത്തി,

കദനദൂനമാമുലകിൽക്കാരുണ്യം
കരളിലെമ്പാടും നിറകയാൽ ബ്ഭവാൻ
ത്യജിച്ചു ബുദ്ധൻപോൽ നൃപാർഹ ജീവിതം;
വരിച്ചു മുള്ളുകൾ നിറഞ്ഞ നേർവഴി

'ബി.യ്ക്ക് ഒരു കത്ത്' എന്ന ചെറിയ കവിതയിൽ കവി ലോകത്തിന് നൽകുന്ന സന്ദേശമുണ്ട്. കവിത മുഴുവനായി ഉദ്ധരിക്കുന്നു:

കുണ്ടും കുഴിയുമായ് വക്രമായ് കൂർത്തുള്ള
കണ്ടകം കല്ലും നിറഞ്ഞതെന്നാകിലും

ജീവിതപ്പാതയിൽ മുന്നോട്ടു പോകനാം
ഭാവിയിൽ നേത്രങ്ങൾ നിർത്തി നിർഭീകരായ്.
പാതവക്കത്തൊരു വാടിയ പൂച്ചെടി
പാതി തുറക്കുന്ന ഹൃത്തിലെ സൗരഭം;
വിശ്വമൗനത്തിനെ പുച്ഛിച്ചൊരു ചെറു
പക്ഷിയുയർത്തും പ്രതിഷേധ ഗദ്ഗദം.
വിണ്ണിന്നനന്തതമസ്സോടു പോരിടാ-
നെണ്ണിക്കതിർക്കുമൊരേകാന്തതാരകം.
നമ്മൾക്കു നൽകുന്നിതാശയും ധൈര്യവും
ശർമ്മപ്രതീക്ഷയും മുന്നോട്ടു നീങ്ങുവാൻ.
സാധാരണാസാര നിത്യസൗഖ്യങ്ങളും
ചേതനാസ്പന്ദാതി സൂക്ഷ്മ പ്രഹർഷവും
എങ്ങു ഹൃദയം ഹൃദയത്തെ നേടുന്നി-
തങ്ങുനാകോന്മുഖംനീളുന്ന പാലവും.
നൽത്തേൻ തുളിക്കയാൽ, കയ്പുറ്റതെന്നാലു-
മെത്രയുമാസ്വാദ്യമാകുന്നു ജീവിതം.

കൃഷ്ണവധം

കൃഷ്ണവാരിയരുടെ 'കൃഷ്ണവധം' എന്ന കവിത. കൃഷ്ണഗാഥാ കാവ്യവും ഗുരുവായൂരമ്പലവും ചേർന്ന് മലയാളികളിൽ വലിയ വിഭാഗത്തെ അമ്പാടിയിലെ ആ പഴയ ഗോപികമാർക്ക് തുല്യരാക്കിയിരിക്കുന്നു. കൃഷ്ണൻ എന്ന ചെറുക്കൻ, ഉദ്ധതനും ഭീമകായനും ആയ കംസനെ യുദ്ധത്തിൽ കൊന്നു എന്നാണ് നമ്മൾ വിശ്വസിച്ചു പോരുന്നത്. സംഭവിച്ചതതല്ല എന്ന് കൃഷ്ണവാരിയർ നമ്മുടെ ബോധത്തെ തിരുത്തുന്നു:

വാളും പരിചയും കൈക്കൊണ്ടു ഗാംഭീര്യ-
മാളുമാരംഗത്തിൽ ചാടി കംസൻ
ചീർത്തു വെളുത്തു കൊഴുത്തുയർന്നാരോഗ്യ-
മൂർത്തീമൽഭാവമാം കംസദേഹം
കട്ടിയായ് കാരിരുമ്പാലേ ചമച്ചുള്ള
ചട്ടയിൽപ്പാടേ മറഞ്ഞിരുന്നു.
ജാക്ക്ബൂട്ടുസ്സിൽപ്പൊതിഞ്ഞൊരവന്റെ കാ-
ലൂക്കിൽ ച്ചവിട്ടുമിടത്തിലെല്ലാം
എത്രയോ ബോംബുകൾ പൊട്ടിയ ഗംഭീര
ഗർത്തങ്ങൾ വായപൊളിച്ചിരുന്നു.

കംസന്റെ മുമ്പിലേക്ക് കണ്ണൻ ചെല്ലുന്നു

ശങ്കിച്ചിടറുന്ന നഗ്നപാദങ്ങളാ-
ലങ്ങോട്ടണകയാണുണ്ണിക്കണ്ണൻ.
വാടിക്കറുത്തോരവന്റെയുടലിലെ
വാരിയെല്ലെല്ലാമുയർന്നു കാണായ്
കണ്ടിട്ടു പോലുമില്ലല്ലോ കിടാവവ-
നാണ്ടുകളേറെയായ് പാലും തൈരും
കാണായ്, മെലിഞ്ഞുള്ള കൈകളിലപ്പോഴും
കോലക്കുഴലു മക്കാലിക്കോലും
അക്കുഞ്ഞിൻ നഗ്നത യേറുകയേ ചെയ്ത
മുക്കാലും കീറിയ മഞ്ഞ മുണ്ടാൽ.
മാരകശാപം കണക്കൊരു പൂമാല
മാറത്തുണങ്ങി കരിഞ്ഞു തൂങ്ങി.

സിനിമാ ശൈലിയിൽ പറയട്ടെ. ശേഷം; ആക്ഷൻ (Action)

പെട്ടെന്നു കംസന്റെ പൊങ്ങും മുഴുങ്കൈയ-
ക്കുട്ടിയെത്തട്ടിയുരുട്ടുകയായ്
യാന്ത്രികച്ചുറ്റിക പോലൊരു ബൂട്ടുസ്സ
പ്പിഞ്ചു തലയ്ക്കു മേൽത്താഴുകയായ്.
മുട്ടയുടയുന്ന മാതിരി, കൃഷ്ണന്റെ
മസ്തകം പൊട്ടിത്തകരുകയായ്.

കംസനെ കൃഷ്ണൻ വധിച്ച കഥ, കവി
കണ്ട പകൽക്ക്നാവൊന്നു മാത്രം
കൃഷ്ണനെ കംസൻ വധിപ്പതെന്നും നമ്മൾ
കാണും കഠോരമാം സത്യമത്രേ.

അലെക്സിസ് പുണ്യാളൻ

കൃഷ്ണവാരിയർ ചങ്ങമ്പുഴ പ്രസ്ഥാനത്തോട് കൃഷ്ണവാരിയർ വിയോജിച്ചിരിക്കാം. അതിന്റെ യുക്തി അദ്ദേഹത്തിന്റെ നീണ്ട കവിതകളിൽ ഞാൻ കാണുന്നു. "കുറെക്കൂടി നീണ്ടകവിതകൾ" അതിനെ കൂടുതൽ വിശദീകരിച്ചു തരുന്നു. പ്രശസ്ത ചിന്തകനായ ശ്രീ. സി.ജെ. തോമസ് "നീണ്ടകവിതകൾക്ക്" എഴുതിയ അവതാരികയിൽ ഇങ്ങനെ പറഞ്ഞു:

"പുരോഗമനമെന്നത് മനുഷ്യജീവിതത്തിന്റെ ഉപരിതലത്തിൽ ദിനം തോറും ഉണ്ടായിക്കൊണ്ടിരിക്കുന്ന വെടിക്കെട്ടുകളിൽ മാത്രം ഒതുങ്ങി നിൽക്കുന്നില്ല. കുറച്ച് 'ആഴത്തിലും പരപ്പിലും' ചിന്തിക്കുവാൻ കഴിവുള്ളവർക്ക് കാലത്തോടൊപ്പം മനുഷ്യവർഗ്ഗം മാറിക്കൊണ്ടിരിക്കുന്നതിന്റെ അടിസ്ഥാനഗതിയാണ് പുരോഗതി." മൗലികമായ ആ പുരോഗതി നീണ്ട

കവിതകളിൽ ഉണ്ടെന്ന് മി. തോമസ് ചൂണ്ടിക്കാട്ടി. പുരോഗതി സ്ഥലത്തിലൂടെയും കാലത്തിലൂടെയും നീണ്ടുകിടക്കുന്നു. കൃഷ്ണവാരിയരുടെ കവിത വ്യവസായ മാർഗ്ഗത്തിലൂടെയും ബഹുദൂരം മുന്നോട്ടു പോയതായിട്ടാണ് ഞാൻ കാണുന്നത്. സോവിയറ്റ് റഷ്യയാണ് ലോകചരിത്രത്തിൽ വളരെ വൈകിയും വളരെ ഝടുതിയിലും വ്യവസായവൽക്കരണം നടത്തിയ രാജ്യം. ഘനവ്യവസായത്തിന്റെ പ്രാധാന്യം സോവിയറ്റ് നേതൃത്വം ഗ്രഹിച്ചിരുന്നു. ഘനവ്യവസായം വ്യവസായങ്ങളുടെ അമ്മയാണെന്ന് അവർ കണ്ടു. നമ്മളിവിടെ കവികളുടെ കവി എന്നുപറയുന്നല്ലോ അതേ ശൈലിയിൽ പറയാം, വ്യവസായങ്ങളുടെ വ്യവസായം; ഘനവ്യവസായം. ഘനവ്യവസായത്തിൽ ഊന്നിനിന്നതുകൊണ്ടാണ്, യൂറോപ്പിന്റെ ആ കുത്തകവ്യവസായശേഷിയുംകൊണ്ട് റഷ്യയെ ആക്രമിച്ച ഹിറ്റ്ലർ സേനയെ തിരിച്ചോടിക്കാനും പിന്നീട് നശിപ്പിക്കാനും റഷ്യയ്ക്ക് കഴിഞ്ഞത്.

എൻ.വി. കൃഷ്ണവാരിയർ മലയാള കവിതയിൽ ഉണ്ടാക്കാൻ ശ്രമിച്ച മാറ്റത്തെ, സാഹിത്യത്തെ കനപ്പടിച്ചിന്തയിലേക്കുള്ള ഒരു മാറ്റമായി കണക്കാക്കാം. ചങ്ങമ്പുഴയുടെ പ്രണയഗീതികൾ യുവലോകത്തെയാകെ മയക്കിയിട്ടിരുന്ന കാലത്താണ് ഇടപ്പള്ളി കാവ്യപദ്ധതിയിൽ നിന്ന് തികച്ചും വ്യത്യസ്തവും ഗുരുവും ഗണ്യവുമായ ഒരു കവനമാർഗ്ഗത്തെ കൃഷ്ണവാരിയർ കൈകൊണ്ടത്, ഖണ്ഡകാവ്യങ്ങൾ പിന്നീട് എഴുതപ്പെട്ടിട്ടില്ല. സാഹിത്യമഞ്ജരിയിലെ കവിതകളുടെ മാതൃകയിലുള്ള രചനകൾ ആണ് പിന്നീടുണ്ടായത്. ദൃഢതയും ആശയഘനവും ഉള്ളവയായിരുന്നു വള്ളത്തോൾ കവിതകൾ. ഇടപ്പള്ളിക്കവിതകൾ വികാരത്തിനും അയഞ്ഞുള്ള രചനയ്ക്കും പ്രാഥമ്യം നൽകി. കൃഷ്ണപ്പിള്ള കൗമാരസാമാന്യമായ പ്രണയകവിതകൾക്കാണ് രചനകളിൽ സ്ഥാനം നൽകിയത്. ശബ്ദസൗകുമാര്യവും പ്രകൃതിരാമണീയകവും കൃഷ്ണപ്പിള്ളയുടെ കൃതികളിൽ തുളുമ്പി നിന്നു. ആ സരളതരളഭാവത്താടകലണമെന്നാകാം, ചങ്ങമ്പുഴ എഴുത്തു നിർത്തണമെന്നാവശ്യപ്പെട്ടപ്പോൾ തൃപ്പൂണിത്തുറയിലെ ചില സഹൃദയന്മാർ അഭിപ്രായപ്പെട്ടത്. ആ ചിന്താഗതിക്ക് കട്ടിക്കവിതകൾകൊണ്ട് ഭാഷ്യം ചമയ്ക്കുകയാണ് നീണ്ടകവിതകളിലൂടെ എൻ.വി. കൃഷ്ണവാരിയർ ചെയ്തത്, എന്ന് ഞാൻ വിചാരിക്കുന്നു.

“അലെക്സിസ് പുണ്യാളൻ” ആണ് നീണ്ടകവിതകളിലെ മകുടസ്ഥാനീയമായ കൃതി. ആശാന്റെ നളിനീകാര്യത്തിന്റെ ബൃഹദ്കരണം ആണ് പുണ്യവാളൻ കവിത. ആശാനു ശേഷമാണ് കൃഷ്ണവാരിയർ വരുന്നത്. കുമാരനാശാനെ ഉപജീവിച്ചു എന്നു വന്നാൽ അത് കവിക്ക് ഗൗരവക്കുറവല്ല. കുമാരനാശാൻ കുമാരസംഭവത്തെ ഉപജീവിച്ചാണ് നളിനീകാവ്യം രചിച്ചത് എന്ന് പണ്ഡിത പ്രസ്താവം ഉണ്ടായിട്ടുണ്ട്. ഞാൻ

ആലോചിക്കുന്നത്, ക്രിസ്തുമതത്തിലേക്ക് ഈ ബ്രഹ്മചര്യഭാന്ത് കടന്നു കൂടിയതെങ്ങനെയെന്നതിനെപ്പറ്റിയാണ്. അതിന്റെ വഴി ഞാൻ കണ്ടെത്തി. ക്രൈസ്തവം ഒരു വിശ്വാസമായി പ്രചരിക്കുന്ന കാലത്ത് അതിനോട് ഭീമമായ എതിർപ്പുണ്ടായിരുന്നു. അക്രമികൾക്കെതിരായ രക്ഷോപായം, ഉറപ്പിൽ കെട്ടിയ കോട്ടയാണ്. കോട്ട പുതുമയല്ല; പണ്ടേയ്ക്കു പണ്ടേ ഉള്ളതാണ്. കോട്ട നഗരങ്ങളായിരുന്നു പണ്ടത്തെ രാജ്യതലസ്ഥാന ങ്ങളെല്ലാം, കോട്ട ഉണ്ടായാൽ പോരാ; കാവലിന് ആൾ വേണം. ക്രിസ്തീയ കോട്ടകൾ സംരക്ഷിക്കാനായിട്ടാകാം പുരോഹിത വിഭാ ഗത്തെ സൃഷ്ടിച്ചത്. ഭടന് ഭാര്യയും കുട്ടിയും കുടുംബവുമുണ്ടായാൽ സേവനരംഗത്ത് ശ്രദ്ധ ഉറച്ചു നിൽക്കില്ല. അതുകൊണ്ട് ക്രൈസ്തവ പുരോഹിതന്മാർക്ക് ദാമ്പത്യം നിഷിദ്ധമാക്കി. അതുണ്ടായിട്ട് ഇപ്പോൾ 2000 കൊല്ലത്തിലധികമായി. ഇനിയും അതിനിളക്കമായില്ല. സഭാ വ്യത്യാസങ്ങൾക്കനുസരിച്ച് ചില അച്ചന്മാർക്ക് ഭാര്യയും കുടുംബവു മുണ്ട്. എന്നാൽ, അധികം ക്രിസ്ത്യനച്ചൻമാരും അമ്മാവൻ എന്നർത്ഥ ത്തിലുള്ള അച്ചന്മാരാണ്. (ക്രൈസ്തവർ പിതാവിനെ അപ്പൻ എന്നും അമ്മാവനെ അച്ചൻ എന്നും വിളിക്കുന്നു)

അവിവാഹിതത്വം പിന്നീട് ക്രൈസ്തവപുരോഹിതവർഗ്ഗത്തിന് ഒരു നിക്ഷിപ്ത താത്പര്യമായി. പള്ളിമതം ശക്തിപ്പെട്ട് സമ്പന്നമായപ്പോൾ, ഉറച്ച ഉദ്യോഗവും ഭദ്രമായ ജീവിതാവസ്ഥയുമായി പുരോഹിതവൃത്തി. ഹൈന്ദവർക്ക് ഒന്നിച്ചു നിൽക്കാൻ വേദാന്തത്തിന്റെ ബലമുണ്ട്. എന്നാൽ, വൈഷ്ണവരും ശൈവരും ശാക്തേയരുമായി അവർ ഭിന്നിച്ചു നിൽക്കുന്നു. ഭിന്നതയിൽ പണ്ട് പരസ്പരമുള്ള പോരും ചോരചിന്തലും പിടിച്ചടക്കലും ഉണ്ടായിരുന്നു. ഇന്നതില്ല. സന്ന്യാസവൃത്തിയെ സംഘടിതമാക്കാൻ ശ്രമിച്ചത് ശ്രീനാരായണഗുരുവാണ്. ഈഴവസമുദായത്തിൽ യുവയോഗി കൾ ഉണ്ടായി. കുമാരനാശാൻ യുവയോഗി ആയിരുന്നു. ദിവാകരൻ ആണ് മറ്റൊരു യുവയോഗി. വർക്കലയിൽ ഇപ്പോഴുള്ളത് വൃദ്ധയോഗികളാണ്. കോൺഗ്രസ്സ് വളർന്നുവരുന്നതിനിടയ്ക്ക്, സ്വാതന്ത്ര്യത്തിനുവേണ്ടി ആത്മാർപ്പണം ചെയ്ത ത്യാഗികൾ ഉണ്ടായിരുന്നു. അവരിൽ ചിലർ ബ്രഹ്മ ചര്യം വരിച്ചു. കമ്യൂണിസ്റ്റുകാരായി തീർന്ന കോൺഗ്രസ്സുകാരിൽ പലർ അവിവാഹിതർ ആയിരുന്നു. പാർട്ടിയെ സഹിക്കാൻ ബ്രഹ്മചര്യമാണ് നല്ലത് എന്ന് കരുതിയവരുണ്ട്. ബംഗാളിലെ കമ്യൂണിസ്റ്റു നേതാക്കളിൽ അനേകർ അവിവാഹിതർ ആയിരുന്നു. വയസ്സേറെ മൂക്കുംവരെ വിവാ ഹത്തെ തടഞ്ഞു നിർത്തിയവരായിരുന്നു ഒന്നാം ഇ.എം.എസ് ഗവൺമെ ണ്ടിലെ മന്ത്രിമാരായ കെ.സി. ജോർജ്ജും കെ.പി.ഗോപാലനും പിന്നീട് ദാമ്പത്യത്തിലേക്ക് തിരിഞ്ഞ ടി.വി. തോമസ്സും ഗൗരിയമ്മയും. മാക്സിം ഗോർക്കിയുടെ പ്രശസ്തമായ അമ്മ എന്ന നോവലിൽ വിവാഹം ചർച്ചാ വിഷയമാണ്. വിവാഹം, വിവാഹിതനെ പാർട്ടിക്കു നഷ്ടപ്പെടുത്തുന്നു എന്ന ചിന്തയാണതിലുള്ളത്.

നളിനീകാവ്യത്തിൽ തക്കസമയത്താണ് കാമിനീകാമുകന്മാർ തമ്മിൽ കണ്ടത്. തന്റെ ഇംഗിതം പറഞ്ഞറിയിച്ച്, പ്രിയതമന്റെ ബാഹ്യാന്തരത്തിൽ ചാഞ്ഞു മരിക്കാൻ നളിനിക്കു കഴിഞ്ഞു. പാർവ്വതീ പരമേശ്വരന്മാരും ഒന്നിക്കാൻ വൈകിയില്ല. എന്നാൽ ലീലയ്ക്കു വൈകി. മദനന്നും വൈകി. അവരിരുവർ ജലസമാധിയുടെ മാർഗ്ഗം സ്വീകരിച്ചു. ഇനി നമുക്ക് അലെക്സിസ് പുണ്യാളനെപ്പറ്റി ചിന്തിക്കാം. ബ്രഹ്മചര്യത്തിനായി വിവാഹവേളയിൽ അലെക്സിസ് വധുവിനെ വിട്ടുപോയി. തന്നെ ഉപേക്ഷിച്ചുപോയ പ്രിയതമനെ മനസ്സിൽ ധ്യാനിച്ച് പവിത്ര ജീവിതം നയിച്ചു, അലെക്സിസിന്റെ ഭാര്യ. അലക്സിസ് വിശ്വാസമരീചികയുടെ പുറകെ പാഞ്ഞ് വൃദ്ധനും പരവശനുമായെത്തിയപ്പോൾ കണ്ടത്, തന്നെ ധ്യാനിച്ച് ജീവിക്കുന്ന പ്രിയതമയെ ആണ്. അവളെ സ്വയം അറിയിച്ച് സ്വീകരിക്കാൻ താൻ യോഗ്യനല്ലെന്ന് അലെക്സിസിനു തോന്നി.

വാർദ്ധകം വിഷജ്വരമെന്നിവ വിറചേർത്തു
ദുർഭഗമായിച്ചത്ത പാമ്പാക്കും തൻ കൈകളാൽ
ഈ നവസുഷമയെ; യീ ദൈവവിശുദ്ധിയെ
യാവിലമാക്കാനലെക്സിസ്സയ്യോ മുതിർന്നാലോ?

അവിടം വിട്ടോടുവാൻ തോന്നി; തലതല്ലിച്ചാവാൻ തോന്നി. അവളുടെ ഹൃദയത്തിന്റെ ദിവ്യപീഠത്തിൽ ഉണ്ട്, തനിക്ക് സ്ഥാനം. തന്റെ യാഥാർത്ഥ്യമറിയിച്ചാൽ അതില്ലാതാകും. തനിക്കതു വയ്യ. അവൾക്കു വേണ്ടി ദുഃഖിക്കാം, മൃത്യുവോളവും അലെക്സിസ് നിശ്ചയിച്ചു. കവിവചനം:

മൃഗതൃഷ്ണയെത്തേടി മൃഗതൃഷ്ണയായ് മാറി
മൃഗതൃഷ്ണയിലലെക്സിസ്സിന്നും ജീവിക്കുന്നു.

ഒരു ബസ്സുയാത്ര

നർമ്മഭാവനയുടെ മാധുര്യം കൃഷ്ണവാരിയരുടെ ചില കവിതകൾക്കുണ്ട്. ഞാൻ ഇവിടെ പരിഗണിക്കുന്നത് 'ഒരു ബസ്സുയാത്ര' എന്ന കവിതയാണ്. ഏതു യാത്രയിലും യാത്രികൻ ഏകാകിയാണ്. തന്നിലേക്കു നോക്കിയിരിക്കുന്നു. ഉള്ളിലേക്കു നോക്കിയാൽ ആരുണ്ട് വിഷാദഭരിതനാവാതെ? സ്വകാര്യ വിഷയത്തിൽ നിന്നുള്ള ഒരു ഞെട്ടിയുണരലാണ് ബസ്സുയാത്ര!

ബസ്സ് നിന്നു. ഒരാൾ ഇറങ്ങി. കണ്ടക്ടർ ഇറങ്ങിയ യാത്രക്കാരിയുടെ ചൊൽപ്പടിക്കു നിൽക്കുന്നു. ആ ചിത്രം കവി വരച്ചു കാണിക്കുന്നു;

ടാറു പൂശിക്കറുത്തു തിളങ്ങും
റോഡൊരു ചേരപോലെ വളഞ്ഞും
സ്വപ്നമാം വെള്ളം വാർന്നൊലിച്ചീടും
കൊച്ചുതോടിനു മീതെ പുളഞ്ഞും

പച്ചഞാറിലിളവെയിൽ നീന്തും
പുഞ്ചപ്പാടത്തിലേക്കിറങ്ങുന്നു.
തോടിനുമീതെയുള്ള കലുങ്കിൽ
പാതിയും കേറി ബസ്സു നിൽക്കുന്നു.
അക്കലുങ്കിന്റെയാൾമറ ചാരി
നിൽക്കയാണു നീ പുഞ്ചിരി തൂകി.
ടോപ്പിൽ നിന്നു നിൻ മെത്തയും ട്രങ്കും
കൊട്ടയുമിറക്കുന്നതും നോക്കി
ചക്രവർത്തിയായ്, സ്വച്ഛപോൽത്തൻഷട്-
ചക്രസാമ്രാജ്യം വാണ കണ്ടക്ടർ
നീയാം സീതതൻ മുമ്പിൽ ഹനുമാ-
നായി, സ്സേവനലോലനായ് നിൽപ്പൂ...
കാട്ടുപോത്തിനെ പുള്ളിമാനാക്കും
പ്രേഷ്ഠസൗന്ദര്യ മാസ്മരം വെൽവൂ.

അവിടത്തെ പ്രകൃതിയേയും യാത്രക്കാരിയേയും കൂട്ടിച്ചേർത്തുള്ള ഒരു പ്രകൃതിവർണ്ണന, തുടർന്ന്

പുഞ്ചഞാറിന്നിളം പച്ചചോട്ടിൽ
സഞ്ചിതവ്യോമനീലിമ മോളിൽ
ആയവയ്ക്കിടയ്ക്കത്ഭുതസ്വർണ്ണ
ച്ചാറുപോലെ പുലർവെയിൽ മഞ്ഞി
ലാവെയിലിന്റെ ധാതുവാൽതീർത്ത-
താവുമോ നിൻ കൃശായതഗാത്രം?
മാന്തളിർസാരിയറ്റവും കാറ്റിൽ
കുന്തള നീൾച്ചുരുൾകളും പാറി
പുഞ്ചിരിയാൽ കുളിർവെയിൽച്ചാറിൽ
പഞ്ചസാരക്കുഴമ്പു കലർത്തി
നിന്നിടും നിന്നെയാദരംമെത്തും
കണ്ണുകൾ കൊണ്ടുഴിഞ്ഞു ഞാനോർത്തു!

കവിതയിലെ വക്താവ്, കവി, ഓർത്തതെന്തെല്ലാം?

തന്റെ പുറകിൽ ആ തങ്കക്കിനാവുണ്ടായിരുന്നു. താൻ തിരിഞ്ഞു നോക്കിയില്ല. താൻ നോക്കിയത് തന്റെ പുറംകൈപ്പടങ്ങൾക്കു മീതെ പൊന്തിനിൽക്കുന്ന രക്തനാഡികളെ, താൻ ഓർത്തത് നിർഭാഗ്യത്തെപ്പറ്റി. ഞാൻ കണ്ടില്ല, ഉഷസ്സുപോലെ നീ ബസ്സിൽ കയറി വന്നപ്പോൾ.

"ഒന്നുനോക്കീല കൂടെയുള്ളപ്പോൾ"

പിന്നെ വിട്ടുപോകുമ്പോൾ ഞാൻ നിന്നെ എന്തിന് ഉറ്റുനോക്കുന്നു? അപ്പോഴേക്കും രംഗം മാറി.

“അപ്പൊഴേക്കും വയൽവക്കിൽ, വാഴ-
ത്തോപ്പിനപ്പുറ,മെങ്ങു നിന്നാവോ,
ആർത്തു തുള്ളിക്കുതിച്ചവിടത്തി-
ലെത്തിനിൽക്കുന്നിതേറെക്കിടാങ്ങൾ”
“ടീച്ചർ,ടീച്ചർ, ഞാൻ... നീയല്ല, ഞാൻ, ഞാൻ
ടീച്ചർ, ഞാൻ എന്നു തിക്കിത്തിരക്കി
നിന്റെ മെത്തയും കൊട്ടയും, ട്രങ്കും
ചെന്നു പൊത്തിപ്പിടിച്ചെടുക്കുന്നു.”
“ടീച്ചർ ഇന്നലെയെത്താഞ്ഞതെന്തേ?”
“ടീച്ചർ ഹെഡ്മാസ്റ്ററിന്നു വരില്ല.”
ഏറെ മാർദ്ദവമാർന്നു നീയോതി,
“മാറി നിൽക്കുവിൻ ബസ്സു പൊയ്ക്കോട്ടെ.”

തുടർന്ന്, ഓടിപ്പോകുന്ന ബസ്സിലിരുന്നു, കവി, സ്കൂളിൽ നടക്കുന്ന കാര്യങ്ങളോർക്കാൻ ശ്രമിക്കുന്നു. വാഴത്തോപ്പ്, മാവ്, പ്ലാവ്- അതിന്നിട യിൽ ഓടുമേഞ്ഞ സ്കൂൾ കെട്ടിടം. ബെഞ്ചുകൾ പോരാതെ, തിക്കി ത്തിരക്കിയിരിക്കുന്നു. ചാണകം തേച്ച മൺതറ. പായ്ത്തടുക്കിട്ടിരിക്കുന്നു കുട്ടികൾ. പുസ്തകങ്ങളിലെ വിസ്മയങ്ങളിൽ മനസ്സുണർന്നും.

കവി കാണുന്നു സ്കൂൾ:

എന്റെയേഴയാം നാടിന്റെയാശാ
കന്ദുള മാസ്സരസ്വതീക്ഷേത്രം
രാഷ്ട്രനിർമ്മാണസംഗ്രാമധർമ്മ-
ക്ഷേത്രം,നിൻ കുരുക്ഷേത്രം ഞാൻ കാൺമൂ

കവി ചിന്തയിൽ തുടരുന്നു:

മാത്രമല്ല, ഞാൻ കാണുന്നു നിന്നെ-
പ്പെറ്റുപോറ്റിയ നിൻ തറവാടും
കാലചക്രത്തിരിച്ചിൽ കാണാത്ത
കാരണോന്മാർ ഭരിക്കുകമൂലം
ഉള്ളതെല്ലാം ക്രമത്തിലില്ലാതാ-
യുള്ള വീട്ടിന്റെയേകാവലംബം,
ക്ഷുത്തിനുകഞ്ഞി, ബാലകചിത്ത-
ക്ഷുത്തിനു വിദ്യ, നഗ്നതയ്ക്കാട,
ഈ വിദൂരമാം ഗ്രാമത്തിൽ നിന്റെ-
യീ വിനീതമാം സേവനമാവാം
പെൺകിടാവു നീ, പക്ഷേ, കുടുംബ-
സംഗരത്തിലെധീരസേനാനി

കവി ചിന്തയിൽ തുടരുന്നു:

അത്രയല്ല മാമൂലുകൾ ചുറ്റും
തീർത്ത കോട്ട-കിടങ്ങുകൾ താണ്ടി,
അക്ഷരത്തിൽ സ്വതന്ത്രത പൂകി,
അക്ഷയശക്തി വേലയാൽനേടി
ദേഹ-ഗേഹ -മത-സമുദായ-
പാരിമിത്യങ്ങൾ ശോഷ്പദമാക്കി
സാർവ്വലൗകികമർത്യസംസ്കാര-
നവ്യസൃഷ്ടിയിലാനന്ദം തേടി,
പുരുഷന്റെയടിമയല്ലാതെ
പ്രേയസിയായ്, സഖിയായ്, സ്വസാവായ്
മത്സരിച്ചുമിണങ്ങിയും തമ്മിൽ
വീഴ്ചകൾ തീർത്തു മുന്നേറിമേന്മേൽ
ജീവിതാഗാധസ്വത്വഗംഭീര-
ഭാവനയാൽ സ്വയംപ്രഭചിന്തി,
മാനവശാപമോചനമേകും
ഭാവിനാരിതൻ വാഗ്ദാനവും നീ

ജീവിതത്തെപ്പറ്റി, സ്ത്രീയെപ്പറ്റി, ദാരിദ്ര്യം ബാധിച്ച നമ്മുടെ സമുദായത്തെപ്പറ്റിയെല്ലാം ബസ്സുയാത്രയിൽ കവി ചിന്തിക്കുന്നുണ്ട്. ശോഭനമായ ഭാവിയെപ്പറ്റിയുള്ള കാഴ്ചപ്പാടുമുണ്ട്, കവിതയിൽ. കേരളത്തിലെ സോഷ്യലിസ്റ്റു നേതാക്കളിൽ ഒരാളായിരുന്നല്ലോ, കൃഷ്ണവാരിയർ. സമുദായത്തെ പുനഃസംഘടിപ്പിച്ച് പുരോഗതിയിലേക്ക് നയിക്കുന്നതു സംബന്ധിച്ചുള്ള ചിന്തയാണ് സോഷ്യലിസം. ആസ്തികമല്ല, ഭൗതികമാണത്. സമുദായസുസ്ഥിതിക്കുവേണ്ടത് കൂടുതൽ ക്ഷേത്രങ്ങളും പള്ളികളുമല്ല; കൂടുതൽ, വിദ്യാലയങ്ങളും വ്യവസായശാലകളും കൃഷിയിലെ അഭിവൃദ്ധിയുമാണ്. ഇതൊരു സാമൂഹിക വീക്ഷണമാണ്. ഈ വീക്ഷണത്തിൽ നിന്ന് തെന്നിത്തെന്നി മാറിപ്പൊയ്ക്കൊണ്ടിരിക്കുന്നു, മലയാളസാഹിത്യം. ബസ്സുയാത്രപോലെയുള്ള കവിതകൾ എഴുത്തുകാരിൽ ബോധനവീകരണം ഉണ്ടാക്കാൻ പര്യാപ്തമാണ്.

എലികൾ

"നീണ്ടകവിതകളിലെ" 'എലികൾ' എന്ന കവിത. അത് ചിന്താപരമായ സ്വയം വിമർശനമാണ്. ബംഗാൾക്ഷാമത്തെപ്പറ്റിയുള്ള ചിന്ത എലികൾ അനുവാചകരിൽ ഉണർത്തുന്നു. സ്റ്റാലിൻ പറഞ്ഞു: ഒരാളുടെ മരണം ദുരന്തമാണ്; ഒരുപാടാളുകളുടെ മരണം സ്ഥിതിവിവരക്കണക്കാണ്. രണ്ടാമത് പറഞ്ഞതിൽ വികാരമില്ല. ബംഗാൾ ക്ഷാമം; 40ലക്ഷം മരണം. കൊളോണിയൽ ഭരണത്തിന്റെ ദുഷ്ടത. ഈ ഉപരിപ്ലവ വിചാരത്തെ

മനസ്സിളക്കുന്ന അനുഭവമാക്കുകയാണ് എലികളിലൂടെ കൃഷ്ണവാരിയർ ചെയ്യുന്നത്. തള്ള എലി കുഞ്ഞെലികളെ പല്ലിനു കേടില്ലാതെ മനുഷ്യ ശവം തിന്നാൻ പരിശീലിപ്പിക്കുന്നു. അതോടൊപ്പം ചില പൊതുകാര്യ ങ്ങളും തള്ളഎലിയുടെ വാക്കുകളിലുണ്ട്.

എലിയുടെ ഉദീരണങ്ങൾ സംഗ്രഹിക്കുന്നു:

"തട്ടിൻപുറം വിട്ടിറങ്ങാം നമുക്കിനി
തീറ്റയ്ക്കു വല്ലതും തേടേണ്ടയോ?"

"നക്കുവിൻ മെല്ലെ നഖങ്ങളൊട്ടോഴ്ത്തുവിൻ
ചിക്കെന്നു പല്ലൊന്നിറക്കിക്കൊൾവിൻ"

"വെട്ടുവഴിയിലും ചൊല്ലിയാരോ, മർത്യൻ
ചത്തിതു പോലെ കിടക്കുന്നത്രേ."

"ആരന്ധകാരത്തെ സൃഷ്ടിച്ചവൻ ദയാ-
വാരാശിയദ്ദേഹം വാഴ്ത്തപ്പെട്ടോൻ."

"ഇല്ല സാമ്രാജ്യത്വമില്ലടിമത്തവു-
മില്ല മാത്സര്യവും മൂഷികരിൽ"

"നിങ്ങൾക്കിതൊന്നും മനസ്സിലാവുന്നില്ല
നിങ്ങളെലികളോ മാനുഷരോ?"

എലിക്കെല്ലാം മനസ്സിലാവുന്നുണ്ട്. ഒന്നും മനസ്സിലാവാത്തത് മാനു ഷർക്കാണ്. ജന്തുക്കൾ വിവേകികളല്ല. മനുഷ്യർ വിവേകികളാണ്. വിവേകികളായ മനുഷ്യർക്കാണ് കാര്യങ്ങൾ മനസ്സിലാവാത്തത്. എലിക്കുഞ്ഞുങ്ങൾക്ക് കാര്യാകാര്യങ്ങൾ തിരിച്ചറിയാനാവുന്നില്ല. "നിങ്ങൾ എലികളോ മാനുഷരോ?" എലിത്തള്ള ചോദിക്കുന്നു. ബംഗാൾ ക്ഷാമത്തിന്റെ പരമാർത്ഥം അറിയുന്നുവോ ജനങ്ങൾ? അവർ ഒന്നും അറിയുന്നില്ല. ഇല്ല സാമ്രാജ്യത്വവുമില്ലടിമത്തവുമില്ല, മാത്സര്യവും മനുഷ്യർ മൂഷികരിൽ നിന്നു പഠിക്കേണ്ടിയിരിക്കുന്നു. മനുഷ്യർ പഠിപ്പു കാരാണ്. എന്നാൽ, അവർ പഠിക്കേണ്ടതൊന്നും; പഠിക്കുന്നില്ല.

ആരന്ധകാരത്തെ സൃഷ്ടിച്ചവൻ ദയാ-
വാരാശിയദ്ദേഹം വാഴ്ത്തപ്പെട്ടോൻ.

ഈ ഈരടിക്കു പ്രചാരം കിട്ടിയോ നമുക്കിടയിൽ? ഇല്ല.

"വെളിച്ചം ദുഃഖമാണുണ്ണീ
തമസ്സല്ലോ സുഖപ്രദം?"

എന്ന ഈരടി ആളുകളുടെ ചുണ്ടത്തുപറ്റി നിൽക്കുന്നു. "അതിനു ഭൗതികമായ അർത്ഥമല്ല ഉള്ളത്; അത് ആദ്ധ്യാത്മികമാണ്"; കവി പറ യുന്നു. തന്റെ വരികളുടെ അർത്ഥം മറയ്ക്കുകയാണ് കവി ചെയ്യുന്നത്.

വെളിച്ചത്തിൽ ദുഃഖമുണ്ട്. വെളിച്ചത്തിൽ ജീവിതയാഥാർത്ഥ്യങ്ങൾ കാണുന്നു. കാഴ്ചക്കാരുടെ കണ്ണ് തെളിയുന്നു. വെളിച്ചമുണ്ടായിട്ടും യാഥാർത്ഥ്യങ്ങൾ കാണാതെ നിത്യാന്ധകാരത്തിൽ കഴിയുക. അജ്ഞത നൽകുന്ന ശിക്ഷയാണത്. അജ്ഞതയെ വാഴ്ത്തുകയാണ് കവി ചെയ്തത്. അറിവെല്ലാം ഈശ്വരനെപ്പറ്റിയുള്ള അറിവാണെന്നാണ് ഒരു വിശ്വാസം. ആ അറിവു മതി എന്നാണ് കവി തന്റെ ഈരടിയുടെ അർത്ഥമായി പറഞ്ഞത്.

എലി പറയുന്നു:

> "ആരന്ധകാരത്തെ സൃഷ്ടിച്ചവൻ ദയാ-
> വാരാശിയദ്ദേഹം വാഴ്ത്തപ്പെട്ടോൻ"

അന്ധകാരത്തെ അജ്ഞതയായിട്ടാണ് മനസ്സിലാക്കേണ്ടത്. സാമ്രാജ്യത്വമായും മനസ്സിലാക്കാം. മനുഷ്യർക്ക് ബുദ്ധി തെളിയാത്തതാണ് ഇന്ത്യൻ അടിമത്തത്തിന്റെ അടിസ്ഥാന കാരണം. ഹിന്ദുവും മുസ്ലീമും തമ്മിൽ മത്സരിച്ച് രാജ്യത്ത് സാമ്രാജ്യാധികാരത്തെ നിലനിർത്തി. അതിൽ നിന്നാണ് ബംഗാൾ ക്ഷാമം പോലുള്ള മഹാദുരന്തങ്ങൾ ഉണ്ടായത്. തള്ളഎലി കുഞ്ഞുങ്ങളോട് ചോദിച്ചത്, നിങ്ങൾ എലികളോ മാനുഷരോ എന്നാണ്. ആ ചോദ്യം മറിച്ചിടാം, നമുക്ക്: നിങ്ങൾ മനുഷ്യരോ എലികളോ? മനുഷ്യരേ, നിങ്ങൾ വിവേകികളോ? ബുദ്ധിയില്ലാത്തവരോ? അന്നത് സാമ്രാജ്യ ഭരണകാലമായിരുന്നു. ഇന്ന്, ഭിന്നിച്ച് രണ്ടായെങ്കിലും രാജ്യം സ്വതന്ത്രമാണ്. സ്വാതന്ത്ര്യത്തിലും ജനങ്ങൾ വിവേകികളായിത്തീരുന്നില്ല. വിവേകികളായി ജനങ്ങളെങ്കിൽ; മതത്തിന്റെ പേരിൽ, ജാതിയുടെ പേരിൽ മാത്സര്യങ്ങളുണ്ടാവുകയില്ല. കൃഷ്ണവാരിയരുടെ എലികളിൽ നിന്നു കേരളവും ഇന്ത്യയും വളരെ പഠിക്കാനുണ്ട്.

തലശ്ശേരി

മുകളിൽ പറഞ്ഞതിനോട് ചേർത്തുപറയണം, കൃഷ്ണവാരിയരുടെ 'തലശ്ശേരി' എന്ന കവിതയെപ്പറ്റി. 1980 കാലത്ത്, തലശ്ശേരിയിൽ രാഷ്ട്രീയക്കൊലകൾ തുരുതുരാ നടന്നു. നഗരമൂലകളിൽ കൊലയുടെ 'സ്കോർ ബോർഡു'കൾ കാണപ്പെട്ടു. കൊല്ലുന്നു, ആരെ, എന്തിന്? അപരാധികളോ, നിരപരാധികളോ? കൊലയ്ക്കു പുറകിൽ ചരടുപിടിക്കുന്നവർ നേതാക്കന്മാർ. അധികം കൊല – മഹാനേതാവ്. ഇരുപതാം നൂറ്റാണ്ടിലോ ഇത്? ഇരുപതു പിന്നിട്ടു. ഇതിരുപത്തൊന്ന്. മദ്ധ്യകാലീനമായ വെട്ടിപ്പിടുത്തങ്ങളിൽ കണ്ട കാപാലികത്വമാണ് രാഷ്ട്രീയത്തിന്റെ മറവിൽ നടക്കുന്നത്. ഇന്ന് കൃഷ്ണവാരിയരില്ല, അതിനെപ്പറ്റി എഴുതാൻ. ചങ്കുറപ്പുള്ള കവികളില്ല.

“തലശ്ശേരി’ എന്ന തലക്കുറിയുള്ള കവിത ഉദ്ധരിക്കുന്നു:

“ഇന്നലെയോളമെന്തെന്നറിഞ്ഞീല
ഇന്നിനാളെയും: ഇന്നു പൊട്ടിത്തെറി
പിന്നിലോർക്കാപ്പുറത്തിറങ്ങും കത്തി
പൊള്ളൽ,നീറ്റം,നിണംവാർന്നു ചാകലും
വീണതാർ? അവൻ? ഞാൻ? വെറും മൂന്നാമൻ
താണുനോക്കുന്നു ഡോക്ടറോ പൊലീസോ?
മുന്നിൽ മാർക്സോ? ഗുരുജിയോ? മൃത്യുവിൻ
പിമ്പു രക്ഷ, ക്യാപ്പിറ്റലോ ഗീതയോ?
രാഷ്ട്രമോചന സംഗ്രാമ യോദ്ധാവായ്
കൽത്തുറുങ്കിൽ കിടന്നവനെന്നച്ഛൻ
മർത്യമോചനവിപ്ലവവേദിയിൽ
രക്തം ചിന്താം വളർന്നാകിലെൻ മകൻ
എന്തിനെന്നറിഞ്ഞീടാതെ, യാരുടേ-
തെന്നറിയാത്ത കത്തി തറയ്ക്കയാൽ
ഇങ്ങിരുട്ടിൽപ്പിടഞ്ഞു പേപ്പട്ടി പോൽ
ഇങ്ങനെ ചത്തുവീഴുവാനെൻ വിധി.”

1945 മുതൽക്ക് രാഷ്ട്രീയത്തിൽ ഞാൻ തല്പരനായിരുന്നിട്ടുണ്ട്. 1947 മുതൽ ചെങ്കൊടിയിൽ വിശ്വാസമർപ്പിച്ചു പ്രവർത്തിച്ചു. 1947–ൽ വിദ്യാർത്ഥി ഫെഡറേഷനിൽ അംഗമായി. 1948–50 കാലത്തെ രണദിവേ വിപ്ലവകാലത്ത് പാർട്ടിയുടെ ഒളിവുപ്രവർത്തനങ്ങളിൽ വ്യാപൃതനായിരുന്നു. 1949–ൽ അറസ്റ്റ് ചെയ്ത് ശിക്ഷിച്ചു. ആയുധമെടുത്ത് ഗെയിറ്റിനെതിരായി പ്രവർത്തിച്ചു എന്നായിരുന്നു ചാർജ്. രണദിവേവിപ്ലവത്തിനു ശേഷമുള്ള കാലത്ത് വിദ്യാർത്ഥി ഫെഡറേഷനിൽ പ്രവർത്തിച്ചു. തൃശ്ശൂരിൽ പാർട്ടി ലോക്കൽ കമ്മിറ്റി അംഗമായിരുന്നു. 1956–ൽ കോളേജിൽ അദ്ധ്യാപകനായി. അദ്ധ്യാപകസംഘടനയിൽ പ്രവർത്തിച്ചു.

നക്സൽബാരി

ഇത്രയും എന്നെപ്പറ്റി പറഞ്ഞത്, എന്റെ പെരുമയ്ക്കു വേണ്ടിയല്ല; രാഷ്ട്രീയത്തിൽ എനിക്ക് സ്ഥിരതാത്പര്യമുണ്ടെന്ന് സൂചിപ്പിക്കാനാണ്. എന്റെ രാഷ്ട്രീയത്തിന്റെ ആദ്യദശകങ്ങളിലൊന്നും ‘കൊലക്കത്തി’ രാഷ്ട്രീയസംവാദത്തിന്റെ ഉപകരണമായിരുന്നില്ല; രക്തസാക്ഷികളെ സൃഷ്ടിക്കുന്ന ‘ഹാലും’ ഉണ്ടായിരുന്നില്ല. എനിക്കറിയാവുന്ന ആദ്യത്തെ രക്തസാക്ഷി പാലിയം സമരത്തിൽ മരണപ്പെട്ട സ: എ.ജി. വേലായുധനാണ്. തൃശ്ശൂർ ജില്ലയിലെ പരിയാരത്ത്, കമ്യൂണിസ്റ്റ് നേതൃത്വത്തിൽ ഒരു കൂട്ടുകൃഷിക്കളം ഉണ്ടായിരുന്നു. അവിടെ പൊലീസ് ഇടപെട്ടു; ഏറ്റുമുട്ടലുണ്ടായി. ശങ്കുണ്ണി എന്നു പേരുള്ള ഇൻസ്പെക്ടർ മരിച്ചു.

ഏറുകൊണ്ട് വീണു; രാത്രി പേമാരി പെയ്തു. ഇൻസ്പെക്ടറെ ആരും എടുത്തു മാറ്റിയില്ല. പുലരുമ്പോൾ ശങ്കുണ്ണി ഇൻസ്പെക്ടർ മരിച്ചിരുന്നു.

പരിയാരം സംഭവത്തെത്തുടർന്ന് വളരെയധികം അറസ്റ്റും ശിക്ഷയുമുണ്ടായി. അന്തിക്കാട്ടെ (തൃശ്ശൂർ ജില്ല) ചെത്തുതൊഴിലാളി പണിമുടക്കിൽ പൊലീസ് ആക്രമണം ഉണ്ടായി. അതിലൊന്നും മരണം ഉണ്ടായിട്ടില്ല. 1946-ൽ ആലപ്പുഴയിൽ പുന്നപ്ര-വയലാർ സംഭവങ്ങളുണ്ടായി; മരണവും. ആയിരമെന്നും രണ്ടായിരമെന്നും, നൂറെന്നും ഇരുനൂറെന്നും അതിന്റെ കണക്കുകളിൽ പറഞ്ഞു കാണുന്നു. പുന്നപ്രയിൽ നടന്നത് ഏറ്റുമുട്ടൽ ആയിരുന്നു. പൊലീസുകാർ മരണപ്പെട്ടു. വയലാറിൽ യന്ത്രത്തോക്കിൽ നിന്ന് വെടിയുതിർന്നു. മരണത്തിന്റെ സ്ഥിരീകരിക്കപ്പെട്ട കണക്കില്ല.

പിന്നീട് ഉത്തരമലബാറിൽ ഏറ്റുമുട്ടലുകളും മരണവും കൊലകളും ഉണ്ടായി. ഒഞ്ചിയം, കരിവെള്ളൂർ, മൊറാഴ, കണ്ണൂർ, കാവുമ്പായി തുടങ്ങിയ സ്ഥലപ്പേരുകൾ പ്രധാനമായി. സേലം ജയിലിലെ കൂട്ടക്കൊല. ആന്ധ്രയിലെ തെലങ്കാനയിൽ കമ്യൂണിസ്റ്റ് പാർട്ടിയുടെ നേതൃത്വത്തിൽ വിമോചനം നടന്നു. ഇതിലൊന്നും പാർട്ടിയുടെ ഭാഗത്തുനിന്നു കൊല ഉണ്ടായിട്ടില്ല. ഒറ്റപ്പെട്ട മരണങ്ങൾ ഉണ്ടായത് കമ്മ്യൂണിസ്റ്റ് പക്ഷത്തായിരുന്നു. കുട്ടനാട്ടിലെ പാമ്പാക്കട അയ്യപ്പൻ, കൊട്ടാത്തലയിലെ സുരേന്ദ്രൻ, നാട്ടികയിൽ സർദാർ ഗോപാലകൃഷ്ണൻ - ഇതൊക്കെയായിരുന്നു മരണങ്ങൾ, കമ്യൂണിസ്റ്റ് പക്ഷത്ത്. പൊലീസിന്റെ മർദ്ദനപരിപാടി അതിനിഷ്ഠുരമായി തുടർന്നിരുന്നു. ശൂരനാട്ട് ഒരു ചിറയിലെ മത്സ്യം പിടിക്കുന്നതു സംബന്ധിച്ചുണ്ടായ നാട്ടുവഴക്കിൽ പൊലീസ് ഇടപെട്ടു. പൊലീസിന്റെ ഭാഗത്ത് മരണം ഉണ്ടായി. എതിർഭാഗത്തെ മരണങ്ങൾക്ക് കണക്കില്ല. പിന്നീട് എറണാകുളത്ത് ഇടപ്പള്ളി സ്റ്റേഷൻ ആക്രമണം ഉണ്ടായി.

ഞാൻ പറഞ്ഞു വരുന്നത്, കമ്മ്യൂണിസ്റ്റ് പാർട്ടിയുടെ ഭാഗത്ത് കൊലക്കത്തി അക്കാലത്തൊന്നുമില്ലായിരുന്നു എന്നാണ്. പിന്നീട് 'കൊലക്കത്തി രാഷ്ട്രീയം' പ്രചുരമായി. കേരളത്തിൽ ആർ.എസ്.എസ് പ്രവർത്തനവും വളണ്ടിയർ പരിശീലനവും ബലപ്പെട്ടതും അവർ കോൺഗ്രസ്സുകാരുമായി ഏറ്റുമുട്ടാൻ തുടങ്ങിയതും ചോരചിന്തലിന്റെ ഒരു കാലഘട്ടത്തിന്റെ തുടക്കമായി. 1964-ൽ കമ്മ്യൂണിസ്റ്റുപാർട്ടി ഭിന്നിച്ചു രണ്ടായതും റിവിഷനിസം (തിരുത്തൽ) ഇല്ലാത്ത മാർക്സിസ്റ്റ്-ലെനിനിസ്റ്റ് പാർട്ടിയായ സി.പി.എം ശക്തിപ്പെട്ടതും രാഷ്ട്രീയത്തിൽ കൊലക്കത്തിക്ക് ഇടംനൽകി എന്നാണ് കരുതേണ്ടത്.

'പിച്ചാത്തി രാഷ്ട്രീയം' എന്ന ലേഖനം 1986-ൽ ആണ് ഞാൻ എഴുതിയത്. വിദ്യാർത്ഥി ഫെഡറേഷൻ പ്രവർത്തകനായ മി. ബ്രിട്ടോവിന്

50000 കയുടെ സഹായധനം സ: അച്യുതാനന്ദൻ നൽകി. കെ.എസ്. യുക്കാരുടെ ആക്രമണത്തിൽ ബ്രിട്ടോയ്ക്ക് നട്ടെല്ലിന് കുത്തേറ്റു; മൂന്നു കൊല്ലമായി; നടക്കവയ്യ; ചാരുകസേരയിൽ ബന്ധിക്കപ്പെട്ടു കിടക്കുന്നു. "നടക്കില്ല" എന്നു പറഞ്ഞത് വിദഗ്ധനായ ഡോക്ടറാണ്. "ബ്രിട്ടോ ജീവിച്ചിരിക്കുന്ന രക്തസാക്ഷിയാണ്. ജീവിച്ചിരിക്കാൻ ഭാഗ്യമുണ്ടാകാത്ത ബ്രിട്ടോമാർ എത്രയെത്ര..."

പിച്ചാത്തി രാഷ്ട്രീയം എന്ന എന്റെ ലേഖനം 'കമ്മ്യൂണിസം ചില തിരുത്തലുകൾ' എന്ന എന്റെ പുസ്തകത്തിലുണ്ട്. (രണ്ടാം പതിപ്പ് 2009, ഒലിവ് പബ്ലിക്കേഷൻസ്)

1986–ൽ സി.പി.എമ്മിൽ നിന്ന് എം.വി. രാഘവൻ പുറത്താക്കപ്പെട്ടു. രാഘവൻ സി.എം.പി എന്നപേരിൽ തന്റെ നേതൃത്വത്തിൽ പാർട്ടി ഉണ്ടാക്കി. അന്നത്തെ സി.പി.എം നേതൃത്വത്തിലെ ഗണ്യമായ ഒരു വിഭാഗം രാഘവന്റെ ഭാഗത്ത് നിൽക്കുന്നവരായിരുന്നു. അവർ പാർട്ടിയിൽ അംഗത്വമെടുക്കുകയും ചെയ്തു. സി.പി.എമ്മിന്റെ അക്രമത്തെ പേടിച്ചും അവസരവാദപരമായ ലാഭം കരുതിയും അവരിൽ ഒരു വിഭാഗം സി.പി. എമ്മിലേക്ക് തിരിച്ചുകയറി. അക്രമസംഭവങ്ങൾ പെരുകിയ കാലത്താണ് ഞാൻ പിച്ചാത്തി രാഷ്ട്രീയം എഴുതിയത്. പിൽക്കാലത്ത്, ഒരു ഭാഗത്ത് സി.പി.എമ്മും എതിർഭാഗത്ത് ആർ.എസ്സ്.എസ്സുമായി ഏറ്റുമുട്ടലും ചോരചിന്തലും അവിരാമമായി തുടർന്നുപോന്നു. കൊല്ലപ്പെട്ടവരുടെ കണക്ക് ഇരുപക്ഷവും വിളിച്ചുപറയുന്നുണ്ട്. എന്നാൽ "കൊല്ലൽ ഇനിയില്ല, കൊലക്കത്തി താഴെ വെയ്ക്കുന്നു" എന്ന് ഇരുകക്ഷികളും പറഞ്ഞിട്ടില്ല. പി.കേശവദേവിന്റെ പ്രസിദ്ധ നോവലിലെ പരമുച്ചട്ടമ്പി ചെയ്തത് അവർക്ക് ആവർത്തിക്കാവുന്നതാണ്. ചട്ടമ്പി തന്റെ കഠാരി പുഴയിലെറിഞ്ഞു.

നക്സൽബാരി സ്തോഭജനകമായ സംഭവമായിരുന്നു. ഗവർമ്മെണ്ടും രാഷ്ട്രീയകക്ഷികളും അതിനോടെതിരിട്ടു. രാഷ്ട്രീയാന്തരീക്ഷത്തിലെ ധൂമകേതുവായി അതിനെ കണ്ടു ചിലർ. മറ്റുചിലർ അതിനെ ഒരവസരമാക്കി, കാട്ടിൽ കയറി ഒളിത്താവളങ്ങൾ ഉണ്ടാക്കാൻ ശ്രമിച്ചു. കൊല്ലലും ചാവലും ഇരുഭാഗത്തുമുണ്ടായി. സന്ദിഗ്ധവിഷയങ്ങളിൽ തന്റെ നിലപാട് ഉറപ്പിച്ചു പറയുന്ന ശീലം കൃഷ്ണവാരിയർക്കുണ്ട്. നക്സൽബാരിക്ക് വളരെ മുമ്പാണ് കേരളത്തിൽ വിമോചനസമരം ഉണ്ടായത്. മാതൃഭൂമിയുടെ അധികാരികൾ വിമോചനപക്ഷത്തായിരുന്നു. കൃഷ്ണവാരിയർക്ക് ആ നിലപാടിനോട് യോജിക്കാനായില്ല. മാതൃഭൂമിയിൽ കൃഷ്ണവാരിയർ എഴുതിയിരുന്ന പംക്തികൾ പത്രാധിപർ റദ്ദുചെയ്തു. അതുകൊണ്ടുണ്ടായ നഷ്ടം വായനക്കാർക്കാണ്. തന്റെ അഭിപ്രായം മാറ്റാൻ കൃഷ്ണവാരിയർ സന്നദ്ധനായില്ല.

പത്രസ്ഥാപനങ്ങളിൽ ജോലിചെയ്യുന്നവർക്ക് മാനേജ്മെന്റിന്റെ ഇംഗിതത്തിനു തൂലികയെ കീഴ്പെടുത്തേണ്ടി വരും. നക്സൽബാരിയെ സംബന്ധിച്ചും മാതൃഭൂമി കടുപ്പിച്ച നിലപാടെടുത്തിരിക്കാം. എന്നാൽ കൃഷ്ണവാരിയർ നക്സലിനെ തന്റെ കണ്ണിലൂടെ കണ്ടു. കവിതയിൽ എൻ.വി. എഴുതി:

മഞ്ഞരാക്ഷസനെന്നു
മാലോകർ പറഞ്ഞാലും
നിൻഘോരം പരാക്രമം
നേരിൽ ഞാൻ കണ്ടീടുന്നു.

കവിതയുടെ തുടക്കത്തിൽ, കവി വിശപ്പിനെപ്പറ്റി പറയുന്നു. താനറിയുന്നു, വിശപ്പിനെ. അതിന്റെ പരാക്രമമത്രെ നക്സൽബാരി. വരികൾ ഉദ്ധരിക്കാം:

അറിയും വിശപ്പേ, ഞാൻ
        അസ്സലായ് നിന്നെക്കറ്റ-
നരിതൻ തിളവെള്ളം
        ചിരട്ടക്കൈലാൽ തെക്കി
മെഴുകാൽ തുളയട-
        ച്ചിനാമൽ പൊളിഞ്ഞേറെ
പ്പഴതാം പിഞ്ഞാണത്തിൽ
        തകരക്കറിയുമായ്.
ഒട്ടുമോന്തിയുമൊട്ടു
        തൂവിയും സ്കൂളിൽ തല്ലു
കിട്ടായ്‌വാൻ പായുമേക്ക-
        പ്പിശാചാമൊരു ചെക്കൻ.

അവസാനത്തെ ആസ്പത്രി

എൻ.വി. കൃഷ്ണവാരിയരുടെ അതിപ്രശസ്തമായ കവിതയാണ് 'അവസാനത്തെ ആസ്പത്രി.' 1963-ലാണ് അതിന്റെ രചന. വിഷയം ഹിമാലയത്തിലെ യുദ്ധം.

"മാനവത്വത്തിൻ നിത്യതീർത്ഥമീ മഹാദ്രിയിൽ-
ദ്ദാനവത്വമേയുദ്ധഭേരി നീ മുഴക്കായ്ക;
അവിടെഗ്ഗർജിക്കായ്ക നീ ദൃപ്തശക്തിഭ്രാന്തേ
അവിടെച്ചീറായ്ക നീ ദുരതൻ കൊടുങ്കാറ്റേ
അവശം മർത്യാത്മാവു ജീവിതരോഗാതുരം
അവസാനാസ്പത്രിമേൽ അണുബോംബെറിഞ്ഞാലോ?"

ഇരുപക്ഷവും ചേരാത്ത മദ്ധ്യമാർഗ്ഗമാണ്, കവി കൃഷ്ണവാരിയർ, കവിതയിൽ കൈക്കൊണ്ടത്. നക്സൽബാരിപോലെ തൊട്ടാൽ പൊള്ളുന്ന

ഒരു വിഷയമായിരുന്നു 1963–ലെ യുദ്ധം. ആർ തുടങ്ങി യുദ്ധം എന്നത് വിവാദവിഷയം ആണ്. എന്തുകൊണ്ടുണ്ടായി യുദ്ധം എന്നതിനെപ്പറ്റി ചിന്തിക്കാൻ ആരും തയ്യാറായില്ല. 1963 കാലത്താണ് ക്യൂബേൻ ന്യൂക്ലി യർ മിസൈൽ പ്രശ്നമുണ്ടായത്. വൻശക്തികളായ അമേരിക്കയും റഷ്യ യുമായിരുന്നു ഇരുഭാഗത്തുണ്ടായിരുന്നത്. യുദ്ധം ഉടൻ പൊട്ടും എന്ന നില ഉണ്ടായി. അമേരിക്കയിലെ സൈനിക കമാണ്ട് യുദ്ധമാരംഭിക്കാൻ ഉഴറി നിന്നു. എന്നാൽ യുദ്ധമുണ്ടായില്ല. ഒരൊറ്റ മനുഷ്യജീവൻ നഷ്ട പ്പെട്ടില്ല. നേതാക്കന്മാർ വകതിരിവു കാണിച്ചു. പ്രശ്നം സംസാരിച്ചു തീർത്തു. ക്യൂബാക്കടലിലെ മിസൈലുകൾ റഷ്യ എടുത്തുമാറ്റി. ക്യൂബ യ്ക്കെതിരായ അമേരിക്കൻ ആക്രമണഭീഷണി ഇല്ലാതായി. ക്യൂബയും കാസ്ട്രോയും നിലനിന്നു. ക്യൂബയിലെ ജനങ്ങൾ പരതന്ത്രരായി തുടർന്നു. അവരുടെ പൗരാവകാശങ്ങൾക്കുവേണ്ടി പിന്നീട് അമേരിക്ക യിൽ നിന്നാരും ശബ്ദമുയർത്തിയില്ല. മറ്റൊന്നുകൂടി ഉണ്ടായി, 1963 ക്യൂബൻ സമാധാന ഉടമ്പടിയുടെ ഭാഗമായി തുർക്കിയിൽ അമേരിക്ക റഷ്യയ്ക്കുതിരായി ചാട്ടിയിരുന്ന ആയുധനിര പിൻവലിക്കപ്പെട്ടു. അത് ക്യൂബാക്കരാറിലെ ഒരു വ്യവസ്ഥ ആയിരുന്നു. അമേരിക്ക വാക്കു പാലിച്ചു.

1963–ലെ ക്യൂബാപ്രതിസന്ധി വളരെ വലുതായിരുന്നു എന്നു ജവ ഹർലാൽ നെഹ്രു ഹിമാലയൻ യുദ്ധാനന്തരം പ്രസ്താവിച്ചു. ഹിമാലയ ത്തിലെ ഇന്ത്യയുടെ പ്രശ്നം വളരെ സാരപ്പെട്ടതായിരുന്നില്ലെന്ന ഏറ്റു പറച്ചിൽ. ഹിമാലയ യുദ്ധനാളുകളിൽ ഞാൻ കോഴിക്കോട്ട് മലബാർ ക്രിസ്ത്യൻ കോളേജിൽ അദ്ധ്യാപകനായിരുന്നു. ഹിമാലയത്തിലെ "മക് മോഹൻരേഖത്തർക്കം" എല്ലാ ജനങ്ങളെയും ഇളക്കിമറിച്ചു. ചൈന ആക്രമിക്കുന്നു എന്നെല്ലാവരും പറഞ്ഞു. പ്രശ്നത്തിന്റെ ഉൾപ്പൊരുൾ എന്തെന്ന് ആരും ചിന്തിച്ചില്ല. ദേശാഭിമാനത്തിനു രണ്ടു കൊമ്പുണ്ട്. ഒരു കൊമ്പ് സ്വദേശാഭിമാനം ആണ്. മറ്റേ കൊമ്പ് പരരാജ്യവിരോധമാണ്. ചൈനയുമായി ഇന്ത്യയ്ക്കു പണ്ടേമുതൽക്ക് മിതബന്ധമുണ്ട്. ചൈന യിൽ ജപ്പാന്റെ ആക്രമണമുണ്ടായപ്പോൾ ഇന്ത്യ, പ്രത്യക്ഷമായി, ചൈന യുടെ ഭാഗം ചേർന്നു. യുദ്ധവേളയിൽ സേവനത്തിന് ഇന്ത്യ മെഡിക്കൽ മിഷൻ അയച്ചു. മിഷനിൽ ചേർന്ന് ചൈനയിലേക്ക് പോയ ഡോ. കൊട്ണീസ് ചൈനയിൽ മരിച്ചു. കൊട്ണീസിനെ സംബന്ധിച്ചെഴുതിയ, "ഒരാൾ മാത്രം മടങ്ങിയില്ല" എന്ന തലക്കുറിയുള്ള പുസ്തകം ജനപ്രിയ മായ ഒരു കൃതിയായി പ്രചരിച്ചു. ചൈനയിൽ നിന്ന് തീർത്ഥാടകർ ഇന്ത്യ യിൽ വന്നു. ബുദ്ധമതത്തിനു ചൈനയിൽ പ്രചാരമുണ്ടായി. ചൈനയിലെ കുടുംബങ്ങളിൽ വിവിധ മതങ്ങളിൽ വിശ്വസിക്കുന്നവർ സൗഹൃദ ത്തോടെ വർത്തിക്കുന്നു. അതിൽ ബുദ്ധമതത്തിലെ സഹിഷ്ണുതയ്ക്ക് പങ്കുണ്ട്.

ഹിമാലയത്തിൽ വെടിപൊട്ടിയപ്പോൾ കോളേജിൽ അദ്ധ്യാപകർക്ക് സമചിത്തത നഷ്ടപ്പെട്ടു. എല്ലാവരും ചൈനാവിരുദ്ധരായി. ചൈനാവിരുദ്ധർ മാത്രമല്ല, നെഹ്രുവിരുദ്ധരും കൃഷ്ണമേനോൻ വിരുദ്ധരും ആയിരുന്നു, അവർ. ചൈനയും ഇന്ത്യയും തമ്മിൽ അതിർത്തിതർക്കമുണ്ടങ്കിൽ, അത് സംസാരിച്ചു തീർക്കണം. യുദ്ധം ചെയ്തതു തീർക്കാവുന്നതല്ലത് എന്ന എന്റെ അഭിപ്രായം ഞാൻ പൊതുസ്റ്റാഫ് റൂമിൽ പറഞ്ഞു: "ചൈന യുദ്ധത്തിൽ വിളഞ്ഞ നാടാണ്." വലിയൊരു വിമോചന സമരം നടത്തി ജയിച്ച സേനയാണ് ചൈനയിലുള്ളത്. നമ്മുടെ സേന അത്രത്തോളം യുദ്ധസന്നദ്ധമല്ല. ഞാൻ പറഞ്ഞതിനെ അദ്ധ്യാപകരിൽ ഒരു വിഭാഗം ശക്തിയായി എതിർത്തു. ചൈനക്കാർ നിസ്സാരന്മാർ, നമ്മുടെ സേനയുടെ മുമ്പിൽ നിൽക്കാൻ അവർക്കാവില്ല. നമ്മുടെ സേന മഹായുദ്ധത്തിൽ പങ്കെടുത്തു പൊരുതിയവരാണ്. മികച്ച ജനറൽമാരും സേനയ്ക്കുണ്ട്. നമുക്ക്, ഒറ്റയടിക്ക് ചൈനക്കാരെ തിരിച്ചോടിക്കാനാകും. അമ്മാതിരി അവകാശവാദങ്ങൾ ഉണ്ടായി, പരക്കെ.

എന്നാൽ, യുദ്ധം തുടങ്ങി ഇന്ത്യൻസേന പിൻവാങ്ങുന്നു എന്ന റിപ്പോർട്ട് വന്നപ്പോൾ, ശൂരതയെപ്പറ്റി പറഞ്ഞവരുടെ ക്ഷമയറ്റു. എത്രയും വേഗം ഇന്ത്യാ ഗവൺമെണ്ടിനെ വിമർശിക്കുകയായി, അവർ. യുദ്ധത്തിൽ പിൻവാങ്ങലും മുന്നേറ്റവും ഉണ്ടാവും. ഒരു പിൻവാങ്ങൽകൊണ്ട് യുദ്ധത്തിൽ തോൽവി ആയില്ല. സേനാവ്യൂഹങ്ങളെ പുനർവിന്യസിച്ച് ശത്രുവിനു തിരിച്ചടി നൽകാൻ കഴിയും. പക്ഷേ 200 കൊല്ലമായി യുദ്ധം കാണാത്ത, തോൽവി പറ്റാത്ത, ഇന്ത്യയിലെ സമാധാനപ്രിയരായ സാധാരണ ജനങ്ങൾ ഹിമാലയത്തിലെ സംഭവങ്ങളിൽ സംഭീതരും വ്യാകുലരും ആയിരുന്നു.

കോളേജിലെ എന്റെ ഉറ്റമിത്രം മി. ആർ. രാമചന്ദ്രൻ അസ്വസ്ഥനായിരുന്നു. "ഉറങ്ങാനാവുന്നില്ല." അദ്ദേഹം പറഞ്ഞു. "ഹിമാലയത്തിലല്ലേ യുദ്ധം നടക്കുന്നത്." സുഭാഷ് ചന്ദ്രബോസ് എന്ന ചെറുപ്പക്കാരനായ ലക്ച്ചറർ ആവശ്യപ്പെട്ടു, "അമേരിക്കയിൽനിന്നു ആറ്റംബോംബു വാങ്ങി ഹിമാലയത്തിൽ കൊണ്ടിടണമെന്ന്." യുദ്ധഫണ്ട് പിരിവുണ്ടായി. അദ്ധ്യാപകരും വിദ്യാർത്ഥികളും ഉച്ചവെയിലത്ത് ഘോഷയാത്ര നടത്തി. എന്റെ ഒരു സ്വകാര്യം: കോഴിക്കോട്ടെ പ്രമുഖ സാഹിത്യകാരനായ ശ്രീ. എൻ.പി. മുഹമ്മദ് പിന്നീടാണ് എന്നോടു പറഞ്ഞത്, ഹിമാലയയുദ്ധനാളുകളിൽ ഇന്റലിജൻസുകാർ മുഹമ്മദിനെ സമീപിച്ച് അന്വേഷിച്ചു, എന്നെപ്പറ്റി. "ഞാൻ പാർട്ടിപ്രവർത്തനം നടത്തുന്നുവോ? സ്റ്റഡിക്ലാസെടുക്കുന്നുവോ? എന്റെ രാഷ്ട്രീയ സമീപനമെന്താണ്?" "ചന്ദ്രശേഖരൻ സാഹിത്യപ്രവർത്തനം നടത്തുന്നു. രാഷ്ട്രീയത്തിൽ ഇടപെട്ട് പ്രവർത്തിക്കുന്നില്ല," മി. മുഹമ്മദ് അന്വേഷകരോട് പറഞ്ഞു. മുഹമ്മദ് എന്നെപ്പറ്റി പറഞ്ഞത് വാസ്തവമായിരുന്നു. കോളേജിൽ ചേർന്നശേഷം, ഞാൻ രാഷ്ട്രീയ

യോഗങ്ങളിൽ പ്രസംഗിക്കുകയോ ഘോഷയാത്രയിൽ പങ്കെടുക്കുകയോ ചെയ്തിട്ടില്ല. രാഷ്ട്രീയത്തിൽ കമ്യൂണിസ്റ്റു ചിന്താഗതിയാണ് എനിക്കുണ്ടായിരുന്നത്. എഴുതുന്നതിൽ ഇടതുചായ്വുണ്ടായിരുന്നു. സാഹിത്യരംഗത്ത് എന്നോട് അപ്രിയമുള്ളവർ എന്നെ വലിയ കമ്മ്യൂണിസ്റ്റുകാരനായി ചിത്രീകരിച്ചു. തിരഞ്ഞെടുപ്പിൽ ഞാൻ കോഴിക്കോട്ട് പാർട്ടി സ്ഥാനാർത്ഥിയാകും എന്നുവരെ പറഞ്ഞുകേട്ടു. ഹിമാലയത്തിലെ ചൈനായുദ്ധംകൊണ്ട് എനിക്കുണ്ടായത്, സാരമായ മിത്രനഷ്ടം ആണ്. മിത്രങ്ങളെ എന്റെ കാഴ്ചപ്പാടിലേക്ക് കൊണ്ടുവരാൻ എനിക്കു കഴിഞ്ഞില്ല. അതു എന്റെ ഭാഗത്ത് വലിയ വീഴ്ചയായിരുന്നു

എൻ.വി.കൃഷ്ണവാരിയർ നിപുണതയോടെ നേരിട്ടു ഹിമാലയ യുദ്ധത്തെ എന്നാണ് പറയേണ്ടത്. ഹിമാലയത്തിന്റെ പാവനതയെ അദ്ദേഹം വാഴ്ത്തി.

ഈ ഹിമാലയത്തിലാ-
ണെന്റെയാത്മാവിൻ ഗൃഹം.
ഈ ഹിമപ്പരപ്പന്റെ-
യന്തിമശയ്യാതലം
ഇതിങ്കലൊരു വാന-
പ്രസ്ഥനായ് ജനിമൃതി
വിധി പൗരുഷ വ്യഷ്ടി-
സമഷ്ടിദ്വന്ദ്വങ്ങളെ
നിദിധ്യാസനം ചെയ്തു
നിത്യതൃപ്തനായ് സർവ്വ-
നിരപേക്ഷനായ് വാഴ്വ-
തെൻ പ്രജ്ഞതേടും ലക്ഷ്യം...

കൃഷ്ണവാരിയർ ശത്രുവിനെ നേരെ നിന്നു വെല്ലുവിളിച്ചില്ല; അദ്ദേഹം പലായന മനഃസ്ഥിതിയാണ് കാണിച്ചത് എന്നൊക്കെ വിമർശനമുണ്ടായിട്ടുണ്ട്. ഹിമാലയത്തിലെ യുദ്ധത്തോടെ ഹിമാലയം ഇന്ത്യക്കാരന്റെ ജീവിതത്തിലെ ഒരു സജീവാകർഷണമായിത്തീർന്നു. അതിലേക്ക് കൃഷ്ണവാരിയരുടെ "അവസാനത്തെ ആസ്പത്രിയും" പ്രയോജനപ്പെട്ടിട്ടുണ്ട് എന്നു ഞാൻ കരുതുന്നു. ഹിമാലയത്തിലേക്കുള്ള യാത്ര, ശബരിമലയിലേക്കുള്ള യാത്രപോലെ, സാർവ്വജനീനമായിത്തീരുന്നതായിട്ടാണ് കാണുന്നത്. കയ്യിൽ പണമുണ്ട്; സർവ്വീസ് ആനുകൂല്യമുണ്ട്; വാഹന സൗകര്യം ധാരാളം. മുമ്പ് ശീമയ്ക്കു പോയിരുന്ന സഞ്ചാരകുതുകികൾ ഇപ്പോൾ പോകുന്നത് ഹിമാലയത്തിലേക്കാണ്.

'വേലിയും കോലു'മില്ലാതെ കാലിമേഞ്ഞുനടന്ന പറമ്പുകൾക്ക് ഉടമസ്ഥനുണ്ടായി വേലിക്കു കുറ്റിയടിച്ചാൽ, ആ മരം എന്റെ ആണ്, ആ കല്ല്‌വരെ എന്റെ സ്ഥലമാണ്, എനിക്കു പോകാൻ വഴി വേണം, എന്റെ

പറമ്പിലേക്ക് കടത്തി വേലി കെട്ടരുത് എന്നുപറഞ്ഞ് മിത്രങ്ങൾ പോലും തമ്മിൽ വഴക്കടിക്കും. ചൈനയ്ക്ക് മുമ്പ് വൻപരാധീനത ഉണ്ടായിരുന്നു. ബ്രിട്ടീഷുകാർ കാര്യസ്ഥന്മാരായി. ഇന്ത്യയിലും അധികാരം അവരുടെ പക്കലായിരുന്നല്ലോ. അവർ നിശ്ചയിച്ചതായി, അതിർത്തികൾ. ബ്രിട്ടീഷ് സാമ്രാജ്യാധികാരം തെക്കുകിഴക്കെ ഏഷ്യയിൽ പരക്കെ നിലനിന്നു. ഇന്ത്യ, ബർമ്മ, മലയ, സിലോൺ ഇവയൊക്കെ ഒരേ അധികാരക്കുടയ്ക്കു കീഴിൽ ആയിരുന്നു. ചൈനയും അനൗപചാരികമായി ആ കുടയ്ക്കു കീഴിലായിരുന്നു. ബ്രിട്ടൻ അധികാരം കൈവിട്ട ഓരോ രാജ്യവും ഇനി സ്വന്തമായി അതിർത്തി നിശ്ചയിക്കണം. രാജ്യരക്ഷയ്ക്ക് സേനയെ ഉണ്ടാക്കണം. കഴിഞ്ഞ അരനൂറ്റാണ്ടിൽ ആ ജോലിയാണ് രാജ്യങ്ങൾ ഏറ്റെടുത്തു ചെയ്തത്. അതിൽ ഉൾപ്പെട്ട ചില്ലറ വ്യവഹാരങ്ങൾ. അതിലൊന്നായേ മക്മോഹൻരേഖയെ കണക്കാക്കേണ്ടൂ. അതിനുവേണ്ട വീക്ഷണ വിശാലത ആർജ്ജിക്കുകയാണ് രാജ്യതന്ത്രജ്ഞന്മാരും ജനങ്ങളും ചെയ്യേണ്ടത്.

കവി പൂജ

കവികൾ വൻതോതിൽ ആക്രമിക്കപ്പെട്ട ഒരു കാലഘട്ടം. ജി.യോടുള്ള ശത്രുതയായിട്ടാണ് കവിതാവിരോധം ആരംഭിച്ചത്. മലയാളത്തിലെ പ്രമുഖ വിമർശകന്മാരൊക്കെ സംഘം ചേർന്നിരുന്നു. അവരുടെ സംഘടിത എതിർപ്പാണ് കവിതയോടും കവികളോടുമുള്ള എതിർപ്പായി പരിണമിച്ചത്.

എതിർപ്പിന്റെ ആ വൻപടയോടെതിരിട്ടത്, ഒറ്റക്കയ്യായിനിന്ന്, എൻ.വി. കൃഷ്ണവാരിയർ ആണ്. അനേകം കൃതികളുടെ അവതാരികകളിലൂടെയും പ്രഭാഷണങ്ങളിലൂടെയും അദ്ദേഹം ആ എതിർപ്പ് തുടർന്നു. പരോക്ഷമായുള്ള ആ എതിർപ്പിന്റെ നയം മാറ്റിവെച്ച് എതിർപ്പുകാരെ തുറന്നെതിർക്കാൻ കൃഷ്ണവാരിയർ സന്നദ്ധനായി. തന്റെ ഭാഗത്ത് അത് ധർമ്മമാണ് എന്ന് അദ്ദേഹം വിശ്വസിച്ചു. അദ്ദേഹം എഴുതി: ‘കവിപൂജ’ യിൽ,

> അറിയാതാരാധിച്ചേനെൻ മനശ്ശൂന്യാകാശ-
> മതിലുജ്ജ്വലോദയമാർന്നൊരിത്താരങ്ങളെ
> അകലേക്കകലേക്കെൻ ചക്രവാളത്തിന്നതിർ
> വികസിപ്പിക്കാൻ കതിർപാകിയ കവികളെ
>
> കവിപൂജയോ കഷ്ടം! അന്ധവിശ്വാസം, ചൊൽവൂ
> കവിയും പുച്ഛത്തോടേ മാന്യനാം വിമർശകൻ
> കവിയെ കശക്കുക, ഞെക്കുക, പിഴിയുക
> കനിവെന്നിയേ ചണ്ടി കുപ്പയിലെറിയുക!

വളമായിടാം ചിന്തയ്ക്കുണങ്ങിൽക്കത്തിച്ചിടാം
വളവും തീയും മാത്രമല്ലയോ ശക്തിപ്രദം?
കവിയെപ്പൂജിച്ചന്ധവിശ്വാസിയായിത്തീർന്നാൽ
അവമാനം ഹാ, വ്യർത്ഥം നിൻ ചിന്താസ്ഫുലിംഗവും
ശരിയായേക്കാം എന്നാലീയന്ധവിശ്വാസത്തിൻ
മധുരംനുണഞ്ഞിരിപ്പാനത്രേകൊതിപ്പുഞാൻ

പൂജിപ്പൂ ഞാനെന്നുള്ളതൊരു കേവലസത്യം
ജീവിപ്പൂ ഞാനെന്നുള്ളതെന്റെ വിശ്വാസം മാത്രം.

രണ്ടു കടലുകൾ

കുമാരനാശാനെപ്പറ്റിയുള്ളതാണ് 'രണ്ടു കടലുകൾ' എന്ന കവിത. ഒരു കടൽ പ്രകൃതിയിലെ കടൽ ആകുന്നു. മറ്റേകടൽ കവിയുടെ ഭാവനയുടെ കടൽ. കവി ജനിച്ചു വളർന്നത് കടൽതീരത്താണ്. കവിയുടെ ശ്വാസകോശത്തിൽ നിറഞ്ഞ ശ്വാസം ഉപ്പുമീർപ്പവും കലർന്ന കടൽക്കാറ്റാണ്. പല്ലനയാറ്റിലെ മരണത്തിൽ പൊട്ടിച്ചിന്തിയ ജീവശ്വാസം അതേ കാറ്റായിരുന്നല്ലോ.

ജനനത്തിൽ, കടൽത്തിരകളുടെ ധീരധ്വനിയാണല്ലോ കവിയുടെ കർണ്ണങ്ങളിൽ പതിച്ചത്. പൂവുപോൽ തുറന്ന കവിയുടെ കൺകളിൽ ആദ്യമായി അവബോധമായത് അന്തരീക്ഷനീലിമയായിരുന്നല്ലോ.

കവി പിച്ചവെച്ചത് കായിക്കര ഗ്രാമത്തിലെ പഞ്ചാരമണലിലാണ്. അങ്ങനെയൊക്കെയായിരുന്നിട്ടും അല്ലയോ കവേ, അങ്ങയുടെ കവിതാലോകത്തിൽ നിന്ന് ഈ അലകടൽ എങ്ങനെ വിട്ടുപോയി?

ഹിമാലയത്തിലെ അധിത്യകയും വിന്ധ്യാപർവ്വതത്തിലെ ചാമ്പേയ വനങ്ങളും വെയിലിൽ വാകപൂക്കുന്ന ശ്രാവസ്തിയും മധുരയിലെ ശ്മശാനവും ഏറനാട്ടിലെ കുന്നും പാടവും ഉഗ്രവ്രതനായ മാമുനി വസിക്കുന്ന ചോലവക്കിലെ ഗ്രാമവും തമസാനദീതീരത്തിലെ ആശ്രമവും മൈസൂരിലെ വനഭൂമികളും അങ്ങയുടെ ഭാവനയിൽ സംസൃഷ്ടമായ ലോകമത്രേ.

എത്ര വിശാലം, എത്രയും വൈവിധ്യ മനോഹരം, എന്നിട്ടും അങ്ങയുടെ ലോകത്തിൽ കടൽ എന്തുകൊണ്ട് ഇല്ല? അഥവാ, അഗാധവും പരിക്ഷബ്ധവും അപാരവുമായ മറ്റൊരു കടലല്ലയോ അങ്ങയുടെ കാവ്യലോകം?

ദുഃഖത്തിന്റെ നീലിമയും കണ്ണീരിന്റെ നനവും ഉപ്പും ആ കടലിനു മുകളിൽ, പരന്നന്തരീക്ഷമായി നില്പുണ്ട്. അതിൽ, ആധാരശ്രുതിയായി, അതിലിരമ്പുന്നു, ആകുലമായ നരലോകത്തിന്റെ വേദനാവീചികൾ.

നക്ഷത്രം അതിൽ മുങ്ങി പുഷ്പമായ് വിടരുന്നു;
അതിൽ ആഴ്ന്ന് ഉഷഃസന്ധ്യ താപസിയായ് മാറുന്നു.
കടലിൽ മറ്റൊരു കടലോ? ബുദ്ധിയില്ലാത്തവൻ ഞാൻ-
ചൈതന്യക്കടലിനകത്ത് ഉപ്പുനീർക്കടൽതേടുന്നു!

കുമാരനാശാന്റെ ശതാബ്ദ്യാഘോഷത്തിൽ ആശാന്റെ ജന്മസ്ഥലമായ കായിക്കരയിൽ, കടപ്പുറത്തു ചേർന്ന യോഗത്തിൽ വായിക്കാൻ എൻ.വി കൃഷ്ണവാരിയർ വിരചിച്ചതാണ് ഈ കവിത. കവിയായ ആശാനെ അഭിസംബോധന ചെയ്തു പറയുന്നതായിട്ടാണ് കവിതാരചന. മഹാകവിയുടെ കാവ്യലോകത്തിൽ കടൽ ഒരു വർണ്ണ്യവസ്തുവല്ല. കായിക്കരയിലെ കടൽക്കരയിൽ പിറന്നു വളർന്ന കവി കടലിനെ മറന്നു പോയതെങ്ങനെ? താൻ ആശാന്റെ കവിതയിൽ കടലിനെ അന്വേഷിക്കുന്നു. ആ കവിതകൾ ഒരു കടലാണ്. കടലിന്നകത്താണ്, താൻ കടലിനെ അന്വേഷിച്ചത്. താൻ തെറ്റുകാരൻ; ബുദ്ധിയില്ലാത്തവൻ എന്ന് കവി.

കുമാരനാശാനെപ്പറ്റി പറയുമ്പോൾ ഒരു ഇടംപിടുത്തമുണ്ട്, മലയാളത്തിലെ ചില എഴുത്തുകാർക്ക്. ചണ്ഡാലഭിക്ഷുകിയും ദുരവസ്ഥയും അവരുടെ സഹൃദയത്വത്തിന് ദഹിച്ചിട്ടില്ല. കൃഷ്ണവാരിയരുടെ സ്ഥാനം അവരുടെ കൂട്ടത്തിലല്ല. ആശാന്റെ കൃതികളുടെ മേന്മ എടുത്തുപറയുന്ന കൃതിയാണ് രണ്ടുകടലുകൾ. ഈ കവിത അത്രയധികം പ്രചാരം നേടിയിട്ടില്ല എന്ന വസ്തുത ഞാൻ എടുത്തു പറഞ്ഞുകൊള്ളട്ടെ. അതെന്തുകൊണ്ടെന്നത്, അന്വേഷിക്കപ്പെടേണ്ടതാണ്.

മഴക്കാറിനോട്

കൃഷ്ണവാരിയർ വൻതോതിൽ കുറ്റപ്പെടുത്തപ്പെട്ടു, തന്റെ 'മഴക്കാറിനോട്' എന്ന കവിതയുടെ പേരിൽ. ഡൽഹിയിലെ ഒരു കവിസദസ്സിൽ വായിച്ച കവിതയാണത്. 'കേരള സാഹിത്യസമിതി'യുടെ മുഖപത്രമായ സാഹിത്യസമിതി മാസികയിൽ അത് പ്രസിദ്ധീകരിക്കപ്പെട്ടു. സമിതി മാസികയുടെ പ്രതാധിപർ ഞാനായിരുന്നു. ഞാൻ ആ കവിതയിൽ, പിന്നീട് തത്പരകക്ഷികൾ പറഞ്ഞു പ്രചരിപ്പിച്ച ദോഷങ്ങളൊന്നും കണ്ടില്ല. ഞാൻ ഇന്ദിരാഗാന്ധിയുടെ 'എമർജൻസി'യെ അനുകൂലിച്ച ആളല്ല. സാഹിത്യസമിതി മാസിക തുടങ്ങുമ്പോൾ ഞാൻ കാലിക്കറ്റ് യൂണിവേഴ്സിറ്റിയിൽ സിൻഡിക്കേറ്റ് അംഗമായിരുന്നു. സിൻഡിക്കേറ്റിലേക്ക് മത്സരിച്ചു ജയിച്ചത് രണ്ടു സി.പി.എംകാരായിരുന്നു. പിന്നീട "മന്ത്രിയായ ടി. ശിവദാസമേനോനും പിൽക്കാലത്ത് പാർട്ടിയുമായി തെറ്റിപ്പിരിഞ്ഞ ഈ ഞാനും.

ആകാശത്ത് മഴക്കാറു കാണുന്നു. മഴ പെയ്യും എന്ന പ്രതീക്ഷയുണ്ടാകുന്നു. മഴ പെയ്തില്ലെന്നു വരും 'കാറുകണ്ട കർഷകൻ' എന്ന പേരിൽ

വള്ളത്തോളിന്റെ ഒരു കവിതയുണ്ട്. മഴക്കാറുകണ്ടു സന്തോഷിച്ച കൃഷിക്കാരനാണ് അതിലെ കഥാപാത്രം.

> "പ്രാരംഭമൊന്നും ഫലിയാതെ ജന്മം
> പാഴായ്ക്കലാശിച്ച വലാഹകങ്ങൾ
> നാലഞ്ചു ബാഷ്പോദകബിന്ദു മന്നിൽ
> വീഴിച്ചുടൻ പോയി മറഞ്ഞിതെങ്ങോ."

മഴയും മഴക്കാറും മലയാളിക്ക് ഒരു നിത്യാനുഭവ വിഷയമാണ്. ഇന്ദിരാ ഗാന്ധി അടിയന്തിരാവസ്ഥ പ്രഖ്യാപിച്ചു. അതിന്റെ കൂടെ പലതും ചെയ്യുമെന്നു പറഞ്ഞു. 'പറഞ്ഞതങ്ങു ചെയ്യുക' എന്ന ആഹ്വാനമാണ് മഴക്കാറിനോട് എന്ന കവിത. ചിരവഞ്ചിതരാണ് ഇന്ത്യയിലെ ജനങ്ങൾ. വാഗ്ദാനങ്ങൾ പലതുണ്ടായി. അധികവും നടപ്പിൽ വന്നില്ല. സ്വതന്ത്രമാകുന്ന രാജ്യത്തിന്റെ ഭാവിയെപ്പറ്റി സുവർണ്ണചിത്രം വരയ്ക്കപ്പെട്ടിരുന്നു. ഭാരതം ഒരു സുവർണ്ണ രാജ്യമാണോ? വിദ്യാവിഹീനരുടെ എണ്ണം ഇന്ത്യയിൽ പെരുത്തതാണ്. അത്താഴമുണ്ടുറങ്ങുന്നവർ വിരളമാണിവിടെ. 'കോടിപുകയാത്ത' വീടുകളെപ്പറ്റി കഥകളിൽ തകഴി പറഞ്ഞിട്ടുണ്ട്. കോടിപുകയാത്ത എന്നു പറഞ്ഞാൽ വീട്ടിൽ തീപൂട്ടാത്ത അതിദരിദ്രർ എന്നാണ് മനസ്സിലാക്കേണ്ടത്. നാളേയ്ക്കല്ലാം ശരിയാവും, "ഇപ്പോൾ നമ്മൾ കെട്ടിപ്പടുക്കുകയാണ്" എന്ന് അധികാരികൾ. ബ്രിട്ടീഷ് സാമ്രാജ്യഭരണത്തിന്റെ കാലത്തെ ദരിദ്രസ്ഥിതിതന്നെ ഇന്ത്യയിലെ ബഹുകോടി ജനങ്ങൾക്കിന്നും. മഹാന്മാരായിരുന്നു നമ്മുടെ നേതാക്കന്മാർ. ഗാന്ധിജി, നെഹ്റു, പട്ടേൽ, രാജാജി, രാജേന്ദ്രപ്രസാദ് – എല്ലാപേരുകളും പറയുന്നില്ല.

ഇപ്പോൾ ഇന്ത്യയിൽ ബി.ജെ.പി ഭരണമാണ്. ഭരണത്തെപ്പറ്റിയുള്ള വിമർശനത്തിന് അവർ നൽകുന്ന മറുപടി അമ്പത് അറുപതുവർഷം കോൺഗ്രസ്സിന്റെ മഹാനേതാക്കന്മാർ ഭരിച്ചിട്ടും രാജ്യം രക്ഷപ്പെട്ടില്ലല്ലോ എന്നാണ്. മഹാനേതാക്കളുടെ പംക്തിയിൽ ഇന്ദിരാഗാന്ധിക്കും സ്ഥാനമുണ്ട്. തന്റെ സ്ഥാനത്തിനു ചേരുംവിധത്തിൽ ചിലത് അവർക്ക് ചെയ്യാമായിരുന്നു. പ്രതീക്ഷകൾ പൊലിയാൻ വിടരുത് എന്നാണ് കവിതയിലൂടെ എൻ.വി ആവശ്യപ്പെട്ടത്. ചോദിക്കാൻ ചങ്കുറപ്പുണ്ടാവുക പ്രധാനപ്പെട്ട കാര്യമാണ്. ചാൾസ് ഡിക്കൻസിന്റെ പ്രസിദ്ധമായ ഒലിവർ ട്വിസ്റ്റ് എന്ന നോവലിൽ 'അടിമപ്പുര'യുടെ അധിപനായ ബംബിളിനോട് ഒലിവർ കൂടുതൽ കഞ്ഞി ആവശ്യപ്പെടുന്ന സംഭവമുണ്ട്. ബ്രിട്ടീഷ് സാമ്രാജ്യവ്യവസ്ഥയുടെ അടിത്തറ കുലുക്കുന്ന ഒരു ചെയ്തിയായിട്ടാണ് അതിനെ വിമർശകർ വിലയിരുത്തിയത്. ബ്രിട്ടനിൽ അനാഥബാലന്മാരെ മുളച്ചിരുന്ന തടങ്കൽ ക്യാമ്പിൽ മിണ്ടാൻ ആർക്കും പാടില്ലായിരുന്നു. ആ ചട്ടത്തെയാണ് ഒലിവർ ലംഘിച്ചത്. ഇന്ത്യയിൽ അടിയന്തിരാവസ്ഥ പ്രഖ്യാപിച്ചതോടെ അനേകർക്ക് മിണ്ടാട്ടം മുട്ടി. നേതാക്കന്മാർ ജയിലിൽ. പത്രങ്ങൾ,

നിയന്ത്രണത്തിൽ. പാർലമെന്റിൽ പറഞ്ഞതുപോലും പുറത്തറിയില്ല. ആ കാലാവസ്ഥയിൽ,

"പെയ്യുക, മൂടിക്കെട്ടിനിൽക്കായ്ക മുകിലേ നീ
കയ്യിലെ കോപ്പെന്തെന്നു കണ്ടുകൊള്ളട്ടെ ഞങ്ങൾ."

എന്നു കവിതയിലൂടെ പറഞ്ഞത് ശ്ലാഘനീയമായ ധീരതയാണ്. "പെയ്യുക, മൂടിക്കെട്ടി നിൽക്കായ്ക" എന്ന വാക്യം ഉൾക്കൊള്ളുന്ന ഈരടി കവിതയിൽ, കമ്പിനു കമ്പിനു ആവർത്തിച്ചിട്ടുണ്ട്. എന്നാൽ അതുമാത്രമല്ല കവിതയിലുള്ളത്. മറ്റു ഭാഗങ്ങൾ ഉദ്ധരിക്കുന്നു.

"മുകിലേ നിൻഗർജ്ജിത-
മസ്സലായ്; തത്തീ മിന്നൽ
ഇനി നിൻ മഴപെയ്യും
ചാതുര്യം കാണിച്ചാലും.
കാത്തിരിക്കുന്നു ഞങ്ങൾ
കാലമെത്രയോ വൈകി
കഷ്ടമിന്നിയും മൂടി-
ക്കെട്ടി നീ നിൽക്കുന്നെന്തേ?
പെയ്യുക തകർത്തു പെ-
യ്തീടുക നിൻ പെയ്ത്തേറ്റു
കുന്നുകളലിഞ്ഞു പോ-
യീടുകിൽ പോയീടട്ടെ."

കവിതയിൽ മറ്റൊരു ഭാഗത്തു പറയുന്നു:

നാളെയുണ്ടെന്നാലിന്നു
സഹിക്കാമെന്തും; നല്ല
നാളെയ്ക്കായിന്നിൻ ബന്ധ-
നങ്ങൾ നീയറുത്താലും
ചിരവഞ്ചിതർ ഞങ്ങൾ
നിന്നെയും ശങ്കിക്കുകി-
ലതിൽ നീ കരൾക്കുള്ളിൽ
കാലുഷ്യം പുലർത്തല്ലേ!
വിശ്വസിക്കുവാൻ ശക്തി-
യാർജ്ജിച്ചീടട്ടെ ഞങ്ങൾ;
വിശ്വമംഗളയജ്ഞം
വൈകാതെ ചെയ്താലും നീ.

അടിയന്തിരാവസ്ഥയെ സ്വാഗതം ചെയ്തു എന്ന ആരോപണമാണ് കൃഷ്ണവാരിയർക്കെതിരായുണ്ടായത്. കവിതയോട് ചേർത്ത് അദ്ദേഹത്തിന്റെ ഒരു കുറിപ്പുണ്ട്. അത് ഉദ്ധരിക്കുന്നു:

"1976 ജൂണിൽ എഴുതിയത്. അടിയന്തിരാവസ്ഥയുടെ പശ്ചാത്തലം, സാധാരണക്കാരിൽ അതുയർത്തിയ പ്രതീക്ഷകൾ, അവ സഫലീകരിക്കപ്പെടാത്തതിലെ നിരാശ എന്നിവയാണ് ഈ കവിതയുടെ വിഷയം."

അടിയന്തിരാവസ്ഥ പ്രതീക്ഷിച്ചതൊന്നും ജനങ്ങൾക്ക് നൽകാതെ പോയി. ജനങ്ങൾ അതിന് തക്കശിക്ഷ ഭരണകക്ഷിക്കു നൽകുകയും ചെയ്തു. അടിയന്തിരാവസ്ഥയുടെ പേര് പറഞ്ഞ് വോട്ട് നേടി അധികാരത്തിൽ കയറിയവർ തമ്മിലടിച്ചു പിരിഞ്ഞു. അത് മറ്റൊരു നിരാശയായി.

ഭരണാധികാരികൾ വരുന്നു; പോകുന്നു. വാക്കുപാലിക്കാൻ അവർക്ക് കഴിയുന്നില്ല. അതെന്തൊക്കെയായാലും ഇന്ത്യയിൽ ജനങ്ങൾ സ്വതന്ത്രരാണ്. അവകാശങ്ങൾ ഉള്ളവരാണ്. ഭരണഘടന അതിന് ഉറപ്പ് നൽകുന്നു. എതിർക്കാനും വിമർശിക്കാനും പ്രതിഷേധിക്കാനും ചോദ്യം ചെയ്യാനും ഇന്ത്യയിൽ പൗരന് അവകാശമുണ്ട്. ആ അവകാശമാണ്, മഴക്കാറിനോട് എന്ന കവിതയിൽ കവി കൃഷ്ണവാരിയർ ഉപയോഗപ്പെടുത്തിയത്. ആ അവകാശത്തിന്റെ തിണ്ടിടിയുന്നു എന്നതത്രേ ഇന്നു നമ്മുടെ ചിന്തയെ ആശങ്കാവിലമാക്കുന്നത്. ■

സമാപ്തി

ഇതിന്റെ തുടക്കം 2006-ൽ ആണ്. കേരള സാഹിത്യ അക്കാദമിയുടെ സുവർണ്ണജൂബിലി പ്രമാണിച്ച് പ്രസിദ്ധീകരിച്ച ഗ്രന്ഥാവലിയിൽ ഒന്ന് ശ്രീ. എൻ.വി. കൃഷ്ണവാരിയരുടെ ഗദ്യകൃതികളിൽ നിന്ന് തിരഞ്ഞെടുത്തൊരുക്കിയ ഒരു സമാഹാരം ആയിരുന്നു. പ്രബന്ധങ്ങൾ തിരഞ്ഞെടുത്ത് എഡിറ്റ് ചെയ്തു പുസ്തകമാക്കി കൊടുക്കാനുള്ള ചുമതല എനിക്കായിരുന്നു. പുസ്തകത്തിൽ ആമുഖം എഴുതിയതും ഞാനാണ്. "മലയാള സാഹിത്യത്തിന്റെ ചരിത്രത്തിൽ കൃഷ്ണവാരിയർ കവിത്രയ പംക്തിയിൽ പ്രമുഖനായ കുമാരനാശാന് സമാനനാണെന്നാണ് ഞാൻ കരുതുന്നത്. കുമാരനാശാൻ വലിയ കവി ആയിരുന്നു. കവിത്വത്തിന് കൃഷ്ണവാരിയർ കുമാരനാശാന് ഒട്ടും താഴെയല്ല. കുമാരനാശാന്റെ നളിനിക്ക് സമാനമല്ലയോ കൃഷ്ണവാരിയരുടെ അലെക്സിസ് പുണ്യവാളൻ? ലീലയ്ക്ക് സമാനമാണ് കൃഷ്ണവാരിയരുടെ കള്ള ദൈവങ്ങൾ. ചിന്താവിഷ്ടയായ സീതയ്ക്ക് സമാനം ഗാന്ധിയും ഗോഡ്സെയും. ആശാൻ കവിത എഴുതിയത് റൊമാന്റിസിസത്തിന്റെ പൂ വിടരുന്ന നാളുകളിൽ ആയിരുന്നു. റൊമാന്റിസിസം സർറിയലിസത്തിലേക്ക് മൂക്കുകുത്തി വീഴുമ്പോഴാണ് കൃഷ്ണവാരിയർ കവിത എഴുതാൻ തൂലിക എടുത്തത്. കവിതയിൽ മോണോഗ്രാഫുകളുടെ കാലമായിരുന്നു ആശാന്റേത്. കൃഷ്ണവാരിയർ കവിതയിലേക്ക് പ്രവേശിക്കുമ്പോൾ കവിതയിൽ ആന്തോളജികളുടെ കാലം പുലർന്നുകഴിഞ്ഞിരുന്നു.

കുമാരനാശാന് കവിതയ്ക്കു പുറമേ, സമുദായ പ്രവർത്തനരംഗത്തും സജീവമായിരുന്നു. കുമാരനാശാൻ മൂലധനം സ്വരൂപിച്ച് വ്യവസായ സ്ഥാപനമുണ്ടാക്കി. കൃഷ്ണവാരിയർ താൻ ജോലി ചെയ്തിരുന്ന സ്ഥാപനത്തിന്റെ അന്യാധീനപ്പെടലിന് എതിരായാണ് യത്നം ചെയ്തത്. കുമാരനാശാൻ പ്രജാസഭാംഗമായിരുന്ന സ്ഥാനത്ത് കൃഷ്ണവാരിയർ സർവ്വകലാശാലാ ഭരണസമിതികളിൽ അംഗത്വം വഹിച്ചു.

ഞാൻ തുടർന്നെഴുതി:

'കവിത്രയത്തെ നാം ഒരു ഉന്നത വിതാനത്തിൽ ഇരുത്തി പിന്നീട് വന്ന കവികളെയെല്ലാം താഴെ നിർത്തി. കവിത്രയത്തെ പ്രതിഭാപ്രഭാവം

കൊണ്ട് അധഃകരിക്കുന്ന കവികള് പിന്നീട് ഉണ്ടായില്ലേ? ആ വഴിക്ക് നാം ചിന്തിച്ചില്ല. കവിത്രയത്തിന്റെ പ്രഭാവം ഉജ്ജ്വലിച്ച് തുടരുന്ന കാലത്താണ് ജി.യെ ഏറ്റവും ശ്രദ്ധേയനായ കവി എന്നു ഗുപ്തൻ നായർ വാഴ്ത്തിയത്. നീണ്ട കവിതകളും കുറെക്കൂടി നീണ്ട കവിതകളും ഉൾപ്പെടെയുള്ള കൃതികൾകൊണ്ട് കൃഷ്ണവാരിയറും ശ്രദ്ധേയനായ കവി ആയിട്ടുണ്ടായിരുന്നു. മഹാകവി സപ്തകത്തിലെ മറ്റ് അഞ്ചു കവികളും പ്രതിഭകൊണ്ടും കൃതികളെക്കൊണ്ടും ജി.യ്ക്കും കൃഷ്ണവാരിയർക്കും സമന്മാരോ, ഇരുവരെയും അധഃകരിക്കുന്നവരോ ആയിരുന്നു. ആമുഖപ്രബന്ധത്തിൽ ഞാൻ തുടർന്നെഴുതി:

"അതിനെപ്പറ്റി ആരും പറഞ്ഞില്ല. കവിത്രയവുമായി പിൽക്കാല കവികളെ ആരും താരതമ്യപ്പെടുത്തി പഠിക്കുകയുണ്ടായില്ല. മലയാളത്തിലെ വിമർശനശാഖയുടെ ഒരു വലിയ പോരായ്മയത്രേ അത്. അതിനു പരിഹാരം ചെയ്യാൻ ഇനിയും അമാന്തിച്ചു കൂടാ."

ആ ചിന്ത എന്റെ മനസ്സിൽ കിടന്ന് പിടിച്ചിരുന്നു. അതിൽ നിന്നാണ് പിൽക്കാല മഹാകവി സപ്തകം ഉണ്ടായത്. ആലോചനയിൽ 'പിൽക്കാലം' വേണ്ടെന്ന് തോന്നി. കവിത്രയം പോലെ മഹാകവി സപ്തകവും സ്വന്തം കാലിൽ നിൽക്കുന്നതാവും ഭംഗി.

സപ്തകവികളെപ്പറ്റി മണ്ഡനവും ഖണ്ഡനവുമായി ഞാനെഴുതിയ നിബന്ധങ്ങളാണ് സമാഹരിക്കുന്നത്. അത് എന്റെ ഭാഗത്ത് അതിവാദമുണ്ടെന്നാണെങ്കിൽ അങ്ങനെ ചിന്തിക്കുന്നവർ എന്നോട് ദയവായി ക്ഷമിക്കുമാറാകണം.

■